கொல்லனின் ஆறு பெண்மக்கள்

கோணங்கி

கொல்லனின் ஆறு பெண்மக்கள்:		சிறுகதைகள்
ஆசிரியர்	:	கோணங்கி
	:	© ஆசிரியருக்கு
முதற்பதிப்பு	:	டிசம்பர் 2005
நான்காம் பதிப்பு	:	ஆகஸ்ட் 2010
அட்டை வடிவமைப்பு	:	வம்சி புக்ஸ்
வெளியீடு	:	வம்சி புக்ஸ்
		19, டி.எம்.சாரோன்,
		திருவண்ணாமலை - 606 601
		9445870995, 04175 - 235806
அச்சாக்கம்	:	மணி ஆப்செட், சென்னை - 600 077
விலை	:	₹ 230/-
ISBN	:	978-93-84598-84-6

Kollanin Aaru Penn Makkal	:	Short Stories
Author	:	Konanki
	:	© Author
First Edition	:	December- 2005
Fourth Editiion	:	August - 2010
Wrapper Design	:	Vamsi Books
Published by	:	Vamsi books
		19.D.M.Saron,
		Tiruvannamalai - 606 601
		9445870995, 04175 - 235806
Printed by	:	Mani Offset, Chennai - 600 077
Price	:	₹ 230/-
ISBN	:	978-93-84598-84-6

www.vamsibooks.com - e-mail: vamsibooks@yahoo.com

நன்றி...

கதிருக்கு மற்றும் மீட்சி, நிகழ், கல்குதிரை, பாலம், செம்மலர், கணையாழி, மண் ஆகிய இதழ்களுக்கும்

கவிஞர் மீரா அவர்களுக்கும்.

விடுகதை மன்னரான என் தாத்தாவுக்கு...

(அன்று என் தாத்தா போட்ட விடுகதைகளை 18 பட்டிகளிலும் யாரும் அழித்ததாக வரலாறு இல்லை, இலக்கியத்தைவிடவும் என் தாத்தாவின் விடுகதை புதிரானது.)

உள்ளே....

1. கோப்பம்மாள் 7
2. கொல்லனின் ஆறு பெண்மக்கள் 16
3. மீண்டும் ஆண்டாளின் தெருக்களில் 26
4. பிணக்கூலிகள் 32
5. நான்கு பக்கமும் மரணவாசல் 40
6. கீறல் 44
7. நீலநிறக் குதிரைகள் 52
8. மதுரைக்கு வந்த ஒப்பனைக்காரன் 59
9. வேர்கள் 67
10. ஈஸ்வரி அக்காளின் பாட்டு 72
11. மிச்சமிருக்கும் விஸ்கியோடு பாடிக்கொண்டிரு 79

12. தாத்தாவின் பேனா 85

13. ஆதி 92

14. கிணறு 100

15, உலர்ந்த காற்று 107

16, கம்மங்கதிர் 114

17, கோடு 118

18, சூல் 122

19, ஏடன் தோட்டத்தின் வரைபடம் 128

20, தனுஷ்கோடி 137

21, அப்பாவின் குகையில் இருக்கிறேன் 144

23, கைத்தடி கேட்ட நூறு கேள்விகள் 182

கோப்பம்மாள்

அஞ்சாம் வகுப்பு கோப்பம்மாளுக்கு பச்சைக்கலர் பாவாடைதான் இருக்கிறது. பாவாடைதான் பச்சை என்றால் பெயரைக்கூட

பச்சை என்று கூப்பிட்டார்கள். 'பள்ளிக்கூடம் வரும்போது தம்பியத்தூக்கிக்கிட்டு வராதே...' என்று அஞ்சாப்பு வாத்தியார் சொன்னார். 'பிள்ளை தூக்கப்போட்டுருவாக சார், எங்கைய்யா பள்ளிக்குடத்துக்கு வுடாது சார் என்றாள்.

கோப்பம்மாவுக்கு பள்ளியைவிட்டு வெளியேறினால் அனேக வேலைகள் இருந்தன. ஊர்க்கஞ்சி எடுக்கப் போகணும். அதற்கெல்லாம் எப்பொழுதோ பழகிவிட்டாள். வீடுவீடாய்போய் விழுந்த உருப்படிகளை எடுத்துப் பொதியில் சேர்த்தாள். வீட்டில் கழுதைகள் நிற்காது. ஒவ்வொரு கழுதையும் ஒவ்வொரு திக்கில் திரியும். அவற்றை வீடு சேர்க்க வேண்டும். குட்டிக் கழுதை தரியில் நிற்காது. குட்டிக் கழுதை அவளைக் கண்டு ஓடும். மேட்டு நிலத்தில் நின்று பார்க்கும். கிட்டவராது. கன்னுக்குட்டி என்று பெயர்வைத்திருந்தாள், குட்டிக் கழுதைக்கி. உன் அம்மா வீட்டுக்கு வந்து விட்டது, ஓடையில் நிக்காதே... என்று செல்லம் கொஞ்சினாள். கோப்பம்மாள் கன்னுக்குட்டியிடம் போய் நின்றாள். சின்ன

மூஞ்சியில் அழகு வடிந்தது. திடீரென்று ஓடியது. அவளும் விரட்டினாள். வண்ணாக்குடியில் உள்ள கழுதைமேல் எல்லாம் அதிசயங்கள் இருந்தன. குட்டிக் கழுதை துள்ளியது.

வண்ணாப்புள்ளை பள்ளிக்கூடம் போவது வண்ணாத்திக்குப் பெருமை.

பள்ளிக்கூடம் போனால் தம்பி அழுவான். குரங்குக்குட்டி மாதிரி சவலைப்பிள்ளை அது. அண்டி தள்ளி வீசும். அவன்கிட்டத்தில் யாரும் ஒட்டவில்லை. தம்பி ஆயிருந்து விடுவான், பள்ளிக்கூடத்தில். முகம் சுழித்து வகுப்பறையே ஓடியது.

வண்ணாத்தியை அடிப்பதை என்று நிறுத்துகிறோமோ அன்றே உலகம் பாழ் என்ற பிரம்புக் கொள்கை வைத்திருந்தார், அஞ்சாப்பு வாத்தியார். வகுப்பறையைக்கழுவிவிட்டு சுத்தம் செய்யும்படி கட்டளையிட்டார். கோப்பம்மாள் அழுதபடி துப்புரவு செய்தாள். எல்லாப் பிள்ளைகள் மூஞ்சியிலும் சுழிப்பு இருந்தது. அவளுக்கு அவமானமாகப்போய்விட்டது. கோப்பம்மாளைக் கண்டு முகஞ்சுழிக்காதவர் ஒருசிலர் இல்லாமலில்லை. வண்ணாத்திப்பூச்சி என்றான் மாரியப்பன். மாரியப்பனின் மண்டை முன்னும் பின்னும் சப்பளிந்து இருந்தது. பிளசர் மண்டை என்றார்கள் அவனை. கிள்ளிவைப்பான் பிள்ளைகளை. பிளசர் மண்டையில் வாத்தியாரின் குட்டுகள் விழும்.

அவன் பள்ளிக்கூடம் வரும்போது ஊதா சட்டைபோட்டு வந்தான். ஊதா பிளசர் என்றார்கள் அவனை. ஒருவர் மாற்றி ஒருவர் பட்டங்கள் கொடுத்தது பற்றிப் பெரியவர்கள் கவனிப்பதில்லை.

மாரியப்பன் வீட்டுக்கு அழுக்கு எடுக்கப்போனாள் கோப்பம்மாள். ஊதாச் சட்டைகள் மூன்று இருந்தன மாரியப்பனுக்கு.

என்றோ செத்துப்போன அய்யாவுடைய சட்டைகளே அவை. மாரியப்பன் அய்யா விறகு வெட்டி. ஊதாச்சட்டையும் பெல்டும் போட்டிருந்தார். அய்யா இருக்கும்போதே அவன் வீட்டில் மூன்று சட்டைகள் இருந்தன. டவுசர் மட்டும் போட்டிருந்தான் மாரியப்பன். அவனுக்கு ஊதா சட்டைகளை விட்டுவிட்டு அய்யா மண்ணுக்குள் போய்விட்டார்.

மாரியப்பனின் பஞ்சர் ஒட்டிய டவுசர்கள் நிறமிழந்து விட்டன. பையில் வெல்லக்கட்டி போட்டு வைப்பதால் எலிகள் கொரித்தன. மாரியப்பன் வீட்டில் வட்டு திருடி வெல்லக்கட்டிதான் வாங்குவான். ‘அடே மாரியப்பா வெல்லக்கட்டி திங்காதேடா பல்சூத்தையாகிவிடும்’ என்றாள் அம்மா ‘இன்னிமே திங்க மாட்டம்மா’ என்றான் சமத்து. மாரியப்பன் குண்டிப்பக்கம் போஸ்ட்பாக்ஸ் இருந்தது. ஒவ்வொரு கலர்போஸ்ட் பாக்சும் ஒவ்வொரு டவுசர்களில் இருந்தன. மாணவர்கள் போஸ்ட் பாக்ஸில் லெட்டர் போட்டார்கள்.

டெயிலர் பொன்னுசாமி மாமா அவன் டவுசருக்கும் சட்டைக்கும் கலர்கலர் பீஸ்களில் தபால் பெட்டிகளை இணைத்தார். ஓசியில் அவனுக்கு மணிப்பர்ஸ் செய்து கொடுத்தார். பள்ளிக் கூடத்திலேயே மாரியப்பனிடம்தான் குட்டி மணிப்பர்ஸ் இருந்தது. அமுக்கு பட்டன் வைத்த மணிப்பர்சு. மணிப்பர்சுக்குள் ரூவா தாள்கள் வைத்திருந்தான். நோட்டுப் புஸ்தகத்தில் நடு நடுவில் ரூவா படம் போட்டான். அதை பிளேடால் வெட்டி ரூவா சேர்த்தான். எல்லாப் பிள்ளைகளும் பார்க்கும் சமயத்தில், போஸ்ட் பாக்ஸை திறந்து குட்டி மணிப்பர்ஸை எடுத்தான். தலைகள் தொங்கின. டேய்டேய்... எனக்குடா, எனக்குடா என்று பிள்ளைகள் கை நீட்டிச் சூழ்ந்தன. ஒவ்வொருவருக்கும் ரூவா தாள் கொடுத்துப் பெருமைப்பட்டான். அப்போது மாரியப்பன் கண்கள் சாகஸம் புரிந்தன. பெரிய சீமான் மாதிரி பென்சிலை வைத்து

சீரேட் குடித்தான். வண்ணாத்திப்பூச்சி இந்தப் பக்கம் வரமாட்டாள். தம்பியோடு பலகையில் ஒதுங்கி நின்றாள். மாரியப்பன் அவளுக்கு மட்டும் யாருக்கும் தெரியாதபடி ரூவா நோட்டு கொடுத்தான். அவளும் சுற்றி நோட்டம் பார்த்து விட்டு வாங்கிக் கொண்டாள்.

அஞ்சாப்பு வாத்தியார் பிரம்பு, புஸ்தகத்துடன் வேட்டியைப் பிடித்தபடி உள்ளே நுழைந்தார். வகுப்பறையில் நடப்பதைப் பார்த்த மாத்திரம் தெரிந்து விடும் அவருக்கு. பள்ளிக்கூடத்தில் மிஷின் வைத்திருந்தார். அந்த மிஷின் டிராயருக்குள் இருந்தது. யார் யார் என்ன சேட்டை செய்தார்களோ அதையெல்லாம் பதிந்து விடும். வாத்தியார் வரவும் சொல்லிக் கொடுத்து விடும். வந்ததும், வாரத்தில் முதல் நாள் சீருடை அணியாதவர்களைப் பள்ளியை விட்டு விரட்டினார். சார்... சார்... மாரியப்பன் டவுசர் போடல சார்... என்றான் கெசவால் ராமசாமி. வாத்தியார் மாரியப்பனை பிரம்புடன் அணைத்துக்கேட்டார்... சார்... சார்... டவுசர் போட்டுருக்கன் சார் சட்டைக்கு உள்ள இருக்கு சார் என்றான். வேதக்கோயில் பாதிரியார் மாதிரி கால்களை மூடிய ஊதாச் சட்டைக்குள் டவுசர் இருக்கிறது என்றான். 'டவுசர் போட்டிருந்தா சட்டயத் தூக்கி காட்டு டே என்றார் வாத்தியார். ரெண்டு கையாலும் ஊதா சட்டையைப்பிடித்துக் கொண்டான். யாரும் சட்டையைத் தூக்கி விடுவார்கள் என்று பயந்து நடுங்கினான். உடனே பிரம்புச் சட்டம் அமுலானது. மாரியப்பனை வகுப்பறையை விட்டு விரட்டினார். மேலும் சீருடை இல்லாத கோப்பம்மாவுடன் பிரம்பு பேசியது. மாரியப்பனும் வண்ணாத்திப்பூச்சியும் வகுப்பறையிலிருந்து வெளியேறினார்கள். பள்ளிக்கூடத்துக்கு வெளியில் வெயில். பூட்டிக்கிடந்த வீடுகளைக்கடந்து போனார்கள். தெருமுனையில் வகுப்பறைச் சத்தம் கேட்டது. அவர்கள் மனப்போக்கின் சுதந்திரத்தைப் போல் வெயிலும் மாறியது. கோப்பம்மாள் இடுப்பில் தம்பி இருந்தான். தெருக்

கடேசியில் விளையாட்டுப் பள்ளிக்கூடம் நடக்கிறது. நிழல் விளையாட்டு. அங்குதான் ஒன்னாப்பு கோபால் வாத்தியார் இருந்தார்.

அஞ்சாப்பு பிள்ளைகளுக்கு நிழல் விளையாட்டு கிடைக்காது. அஞ்சாப்பு வாத்தியார் ஆங்கிலம், தமிழ்ப்பாடம், கணக்கு, அறிவியல் என்றுதான் பாடங்கள் நடத்துவார். அஞ்சாப்பு வாத்தியார் விளையாட்டின் எதிரி. அவரோடு பெற்றோர்களும் குதியாளம் போடுவதை எதிர்த்து வந்தார்கள்.

எல்லோரும் கோபால் வாத்தியாரிடம் நிழல் விளையாட்டு கற்றுக் கொண்டவர்கள்தான், கோப்பம்மாளும் விளையாடினாள். தம்பியை இடுப்பில் தூக்கி வைத்துக்கொண்டால் விளையாட்டில் சேர்க்கமாட்டார்கள். ஆகவே வாத்தியாருக்கு அருகில் நின்றாள். குட்டித்தம்பி அக்காளின் அட்டுச் சடையைப் பிடித்து விளையாடுகிறான். அக்கா முகத்தில் சின்னச் சின்ன பிஞ்சுக்கைகளை அலைத்துச்சிரித்தான்.

விளையாட்டில் சேர்ந்து கொண்ட பிள்ளைகள் குட்டித்தம்பிக்கும் கோப்பம்மாளுக்கும் டூ விட்டார்கள். மாரியப்பன் ஒன்னாப்பு பிள்ளைகளோடு விளையாடினான்.

வேம்பு எப்போது பூத்தது, பூத்ததை உதிர்த்தது, பிஞ்சும் பூவுமானது எப்போது என்றெல்லாம் கோவாலு வாத்தியார் பார்த்துக்கொண்டிருந்தார்.

நெ.மேட்டுப்பட்டி பிள்ளைகள் எப்பொழுதெல்லாம் வேம்புடன் விளையாடினார்கள். கோபாலு வாத்தியார் சின்னப் பிள்ளையாக இருந்தபோது அவருக்கு நிழல் விளையாட்டு சொல்லிக் கொடுத்தவர்களைப் பற்றியெல்லாம் தாத்தாவுக்கு முந்திய காலத்து வேம்பு மறக்கவே இல்லை.

நெ.மேட்டுப்பட்டியில் ரொம்ப வயசான வேம்பாகையால் தான் தோன்றிய காலத்தையும நிழல் விளையாட்டுகள் தோன்றிய காலத்தையும் ஒருவேளை மறந்து போயிருக்கலாம்.

கோப்பம்மாளை யாரும் விளையாட்டில் சேர்த்துக் கொள்ளாத போது வேம்பு அவளைப் பார்த்தது. அவள் பச்சைப் பாவாடையிலிருந்து தொங்கும் நாடாவை எடுத்துக் கடித்துக் கொண்டிருந்தாள்.

கோபால் வாத்தியாரின் பார்வை மரக்கிளைகளின் ஆராய்ச்சியிலிருந்து கீழிறங்கி விளையாட்டினூடே பிள்ளைகளை நோட்டம் பார்த்தது. திரும்பவும் விட்ட கிளைதாவி ஏறியது கோபால் வாத்தியாரின் கவனம்.

வேம்புக்கு எத்தனை கிளைகள், எத்தனை இலைகள், எத்தனை பூ, இப்போது எத்தனை பூக்களை உதிர்த்தது, இதற்கு முந்திக் காலத்தில் எவ்வளவு பூக்களை உதிர்த்தது, நேற்றுப் பூத்ததும் இரவில் உதிர்ந்ததும் எத்தனை எத்தனை என்று கேள்விமேல் கேள்வியாகப் பறந்து கொண்டிருந்தார். நிழல் வெளிச்சக் கோடுகளை உருவாக்கியது. கொஞ்சம் கொஞ்சமாய் நகரும் சூரியனைப்பின்பற்றி நகரும் இலைக் கண்கள். கீழே எதிர்த்திசை நோக்கி நகரும் வேம்பின் நிழல் விளையாட்டு.

ஒடிசலான கோபால் வாத்தியார் பிள்ளைகளுக்கு நிழல் விளையாட்டின் மீது வரும் ஆர்வத்தைத் தூண்டி வருகிறார் ஒவ்வொரு காலமும்.

வேம்பின் வயோதிகம் யாருக்குத் தெரியும். அதன் நிழல் மேல் படர்ந்த விளையாட்டுகளும் மறைந்துவிடும். மறைவுக்காலம் தெரியாமலே மறைந்துவிடும். யார் கண்ணிலும் படாமல் இங்கு யார் இருந்தார்கள் வாழ்ந்தார்கள் எங்கே போனார்கள் என்பதெல்லாம் மறைந்துவிடும்.

நெ. மேட்டுப்பட்டி தெற்குத் தெருவில் தேய்ந்து கிடந்த நீண்டகாலப் புழுதிகூட இந்த வழியே போன காற்றால் அடித்துச் செல்லப்படும். தெருவே கரடு தட்டிப்போன வண்டிப் பாதையாய்க் கிடக்கும். இந்த வழியில் இப்போது வண்டிகள் போவதில்லை. ஆள் நடமாட்டமில்லாது போய்விட்டது. இதே வரிசையான வீடுகளில் வண்ணாக்குடிகளும் மாறிவிட்டன. ரேழிக்கதவின் உள்ளே பறந்து கிடக்கும் வீடு. உள்ளே கோப்பம்மாள் குமர் இருந்து கொண்டிருந்தாள். தன் பள்ளிக்காலம் ஓடியபின் தெருவழியே நடப்பது கூட இல்லை. வண்டிப் பாதை வழியாக ஓரமாய் நடந்துபோய்க் காட்டில் மேயும் கழுதைகளைப் பத்தியபடி முள்ளு விறகுடன் திரும்பி வந்தாள்.

மாரியப்பன் வேணாத வெயிலோடு பண்ணை ஆடுகளுக்குப் பின்னால் காடே கிடையாகக் கிடந்து காய்ந்த வாடக்கரடுகளை ஆடுகள் தின்னும் சத்தத்தைக் கேட்டபடி தொரட்டியை நிலையாக ஊன்றியபடி கல்தூணாகி நிற்பான். ஆடுயார் பொலியில் தின்னாலும் மேஞ்சாலும் கண்ணுக்குத் தெரியாமல் புலம்பிக் கொண்டிருப்பான். பனையேறி சேருமுக நாடாரிடம் குடித்த கள்ளு முட்டி உச்சிவெயிலில் தலைக்கேறும். ரத்தச்சிவப்பாகக் கண்ணுமுளி பிதுங்கி நிற்கும். கண்ணில் ரத்தம் சொட்ட காத்துவாக்கில் மேற்காமல் திரும்பிநின்றபடி காட்டுக் கூப்பாடும் பாட்டுமாய் காடே தாங்காது. காற்றோடு சேர்ந்து கொண்டு ஊளையிடும்போது மேகாற்றுக்கும் அவனுக்கும் தாறுமாறான சண்டை நடப்பது போல் இருக்கும்.

கட்டாந்தரை மாதிரி செம்பட்டையும் வங்கு வங்காய் பயல் உடம்பெல்லாம் சொரி உப்பரிஞ்சு போய் கிடப்பான் ஓடைக் காட்டில்.

ஊதாச் சட்டை வெயிலில் அசைவதைப் பார்த்து சுற்றிச்சுற்றி முள்ளு சேகரிப்பாள் கோப்பம்மாள். அன்று ராத்திரி கோப்பம்மாள் சோறெடுக்க வந்தாள். எல்லோர் வீட்டிலும் வாங்கிக் கொண்டு மாரியப்பன் வீட்டுக்கு வந்தாள். மாரியப்பன் இருட்டில் நின்றுகொண்டு

'கோப்பம்மாள்' என்றான். அவனிடம் வந்தாள். கோப்பம்மாளின் சோத்துப் பானைக்குள் கையைவிட்டு ஒரு கை அள்ளி வாயில்போட்டுக் கொண்டான். நல்லா இருக்கு என்றான்.

கோப்பம்மா உனக்கு... என்று இன்னொரு கவளம் அள்ளி அவளிடம் நீட்டினான். மறுக்காமல் வாங்கி, சாப்பிடாமல் பானையில் சேர்த்துக் கொண்டாள்.

அந்த இரவோடு அவள் சோறெடுக்க வரவில்லை. அவள் ஆத்தாதான் அழுக்கெடுக்க வந்தாள். கோப்பம்மாள் இப்போதெல்லாம் வெளியில் வருவது கூட இல்லை. தண்ணிக் கிணத்தில் நின்றபோது கரைவழியாக ஆடுகளோடு புழுதிகிளம்பப் போய்க்கொண்டிருந்தான் மாரியப்பன். அவள் இருந்த பக்கம் திரும்பிப் பாராமல் உர்...ரென்று முகத்தை வைத்துக் கொண்டு நடந்தான். அவள் அருகில் சப்தநாடி எல்லாம் அடங்கி நடந்து கொண்டிருந்ததே தெரியாமல் காட்டுக்குப் போனான்.

அவள் இருந்த பக்கம் எட்டிப்பார்க்காத நாளில் கோப்பம்மாளை பெண்கேட்டு வந்துவிட்டார்கள், தெற்கே வெகு தொலைவான விருந்தாளிகள். ராத்திரியோடு பெண்ணழைத்துப் போக இருந்தது.

கிணத்தங்கரைப்பக்கம் குடத்துடன் போய்க் காத்திருந்தாள். காட்டிலிருந்து வரவேயில்லை அவன்.

வீட்டுக்கு வந்தபோது வாசலில் கிடந்த அழுக்குப் பொதியில் அது துருத்திக் கொண்டு வெளியில் தெரித்தது.

இற்று உருக்குலைந்து போன 'ஊதாச்சட்டை' தான். அதை யாருக்கும் தெரியாமல் உருவி எடுத்து உள்ளே கொண்டுபோனாள்.

கந்தல் கந்தலாய்ச் சிதிலமடைந்து போன ஊதாச் சட்டையில் எல்லா இடமும் பொத்தலும் ஒட்டுமாய் இருந்தது,

நெஞ்சுத் தூரத்தில் வெக்கை திரண்டு தீக்கங்கு போல் பழுத்து எரிந்தது.

உப்பரித்து வீசும் ஊதாச் சட்டையை மார்போடு புதைத்துக்கொண்டு கேவிக் கேவி அழுதாள். முகத்தில் ஒற்றிக் கொண்டாள். ஆறுதல் அடைய மறுத்த தீக்கணு எரிந்து கொண்டிருந்தது. கோப்பம்மாள் ஊதாச் சட்டையை ஊருக்குக் கொண்டு போக வேண்டிய மஞ்சள் பையில் தன் சேலையுடன் எடுத்து வைத்தாள்.

பின்வாசல் சுருக்கிருட்டில் இருட்டுப் பூச்சிகள் சத்தத்துடன் இருளைப் பெருக்கியடி இரைந்து கொண்டிருந்தன.

கொல்லனின் ஆறு பெண்மக்கள்

காளியம்மாளுக்கு நெல்லுச்சோறில் பிரியம். பிறந்தவீடு நெல்லைக் கண்ணில் ஒத்திக் கொள்ளும். ஒரு கோட்டை விதைப்பாடு. வயலைக் கவனிக்கக் குடும்பன் பக்கத்துணை வேறு. அய்யாவும் அம்மாவும் சொந்த பந்தம் இல்லாத அந்நியத்தில் கொடுத்து விட்டார்கள்அவளை. புகுந்த வீட்டில் நெல்வாசி இல்லை. கஷ்ட ஜீவனம் நடத்தி சித்திரை உச்சத்தில் தலைப்பிள்ளை பிறந்தது. குருவு பிறந்ததும் தரித்திர தாண்டவம். மாமியாளும் சீக்காளி. கொல்... கொல்... லென்று இருமல். க்ஷீண தசைப்பட்ட வீடு. ஸ்ரீமான் வெள்ளைச்சாமி ஆசாரியின் கிரகத்தின் விதி, தாயாருக்கு நித்ய கண்டம் பூர்ண ஆயுள். தாயார் குருவம்மாளின் உடல்பாழடைந்தது. மருமகளுக்குப் பிள்ளைப்பேறுபார்க்க லவியில்லை. வரிசையாகப் பிறந்த ஆறு பொட்டப்பிள்ளைகளுக்கும் நல்ல ஸ்திதியில் பாடுபார்க்க முடியவில்லை. சிசு சம்ரக்ஷணை செய்தாள் வண்ணாத்தி. முட்டு வீட்டுத் துணி எடுத்து மாத்துக் கண்டாங்கி கொடுத்து, பெத்தவளைப் போல் ஒத்தாசை செய்தவளுக்கு ஒரு முழம் துணி எடுத்துக் கொடுக்க லவியில்லை.

மச்சு வீடு காலியாக இருந்தது. உள்ளே பழம்பெரும் இருட்டு, அரக்கனைப்போல் வாய் திறந்தது. அரங்கு வீட்டில் ஒன்றின் மேல் ஒன்று அடுக்கிய மண்பானைகளும் மிகப்பழையவை. வாய் பிளந்த செம்மண் பானைகளில் முன்னோர்கள் கொடுத்த தானியங்கள் இருக்கும். கொல்லனுக்கு வாழ்க்கைப்பட்டவள் பாடு தரித்திரமாவது சாஸ்திரநியதி.

காளியம்மாள் சித்துப்பெண். கொஞ்ச வயசில குமர் இருந்து கெட்டிக் கொடுத்தார்கள். மூக்குத்தி போட்டு பொடிச் சாமான்களை செம்மண் பானையில் முடிந்து போட்டாள். அடுக்கில் கை விட்டுக் கொஞ்சம் கிடைக்கிற தானியத்தை விற்றுக் குடும்ப பரிபாலனம் செய்தாள். கொல்லன் வீட்டில் காசேது. வயிறு நிறைந்தால் வச்சு மூடத் தெரியாது. கூலியைத் தானியமாகக் கொடுத்தார்கள். நவ தானியங்கள் இன்னும் மறையவில்லை. விதைத்தானியத்தைப் போல் சிதறி விடாமல் காத்து வருகிறது கிராமம். பொறுப்போ கவனமோ இல்லாத உணர்வு, குருவி சேர்க்கிற மாதிரி தானியம் அழியாமல் கிராமத்தில் இருக்கும். பானை அடுக்குகளில் இருக்கும் கையிருப்பை யாரும் அளந்து பார்த்ததில்லை. மச்சு வீட்டு இருட்டில் பானையை உருட்டி, கண்ணிருட்டில் அள்ளி பெட்டியில் இட்டு கொண்டு வந்தார்கள் கூலியை. பெண்கள் தானியத்தை இருட்டில் அள்ளுவதை இருட்டு பார்க்கும். உள்ளே பானை உருளும் சத்தம். பழங்கால இருட்டானதால் அவ்வளவு எளிதில் விடுபடவில்லை. மச்சு வீட்டுக்குள் போனால் தானிய வாடை. இருட்டில்லாமல் தானியமே தங்காது போலும்.

காளியம்மா வீட்டு மொட்டை மெச்சு மண்ணாலானது. உள்ளே சாணம் மெழுகிய கோடு இருட்டிலும் தெரியும். பள்ளமான அரங்கில் புருஷனுடன் சேர்ந்து புள்ளைகளைச் சீராட்டினாள். அரங்கு இருட்டில் தான் அவையும் பிறந்தன. மௌனமும் ஒரு வகை இரைச்சலும் தானிய வாசமும் வரும். பிள்ளை பெத்துட்டா பிறந்த மேனியும் தானியமும் கூடி இருட்டு பதமாகிறது. உள்ளே இருந்து செத்து விடாத இருட்டு ஒவ்வொரு பிறந்த பிள்ளையுடன் சேர்ந்து வளரும், நெல் விளைவதற்கு, வெள்ளாமை வாசி நல்லபடியாக இருப்பதற்கு கருப்பட்டியும் வெளக்கெண்ணையும் கொண்டு தெருப்பெண்கள் காளியம்மா புள்ள பெத்ததைப் பார்க்கப் போனார்கள். பிறந்த

பிள்ளையும் தாயாரின் பச்சை உடம்பும் இருட்டைத்தீண்டி வளர்கிறது. வந்த பெண்கள் காளியம்மாளை ஆதூரத்துடன் பார்த்தார்கள். தீனமான குரலில் பிள்ளை அழுகையும் தாயின் முனகலும் இருட்டில் வெளிப்படாத சிறு தீபம் போல் குணங்கும். பிள்ளை உடம்பு மட்டும் தெரிகிற வெளிச்சம். காளியம்மாளின் முக லெட்சணம் தாயான போது பார்க்க வேண்டும். கிராமம் முழுவதும் அவள் பிள்ளை பெத்த சேதியில் குளிர்ந்தது. பெண்பிள்ளைகள் ஆறும் தாயாருக்கு அடங்குகிறார்கள். ஏனோ, காளியம்மாளின் குண விசேசங்கள் விஸ்வகர்ம குடும்ப வைதீக ஒழுங்குகளுக்குள் அடைபடாத கோணல். பிள்ளைகளையும் கொல்லனையும் ஆட்டிப் படைக்கிறாள்.

அம்மாவுக்கு வகுத்துவலி. குப்புறடிக்க படுத்துக் கெடக்கா. என்ன வென்று மூத்தவளுக்குப் புரியவில்லை. பிள்ளைகள் அவ்வளவு லெஜ்ஜை செய்தன. முதுகுப்பூசையுடன் வாசலுக்கு ஓடிவிட்டன.

வண்ணாத்தி வந்தாள் தெருவில் சோறெடுத்தபடி. சோத்துப் பானையை வைத்து விட்டுக் காளியம்மாளின் அடிவயிற்றைத் தொட்டுச் சொன்னாள். காளியம்மா மசக்கையா இருக்கு. கொடலைப் பெறட்டி வாந்தி எடுக்கு. கொல்லாசாரிக்கு ஆம்பளப் புள்ளை பெறக்கப் போவுது... ஊர் முழுவதும் சொல்லி நகர்ந்தாள் வண்ணாத்தி.

கம்மாய்க்கரையில் துவைத்துக் கொண்டிருந்த வண்ணானும் வண்ணாத்திகளும் சிரித்தார்கள். இன்னக்கி ராத்திரி வெள்ளச்சாமி ஆசாரி வீட்டில் நெல்லுச் சோறு கொளம்பு போடுவாக... அந்த ஆத்தா மனசு போல புல்ல பெறக்கும்... எல்லாரும் போய் சோறெடுங்க... என்றான் வண்ணான்.

சின்ன ஆலமரத்தடியில் கொல்லுப்பட்டறையில் சம்மட்டி அடி. கம்மாய்த்தண்ணியில் அதிர்ந்தது. கொக்குகள் கலைந்து கரையைத்தாண்டின. ‘நம்ம கொல்லாசாரிக்கு இன்னும் எத்தன புள்ளெ

பெறக்கப் போவுதோ... கருப்பட்டி கொடுப்பாக... நம்ம வண்ணாத்திக பேறுகாலம் பாத்தா வம்ச விருத்தி... அன்னத் தரித்திரம்பாக... பெரியாளுக சொன்னா நெசந்தானெ... என்றாள் வண்ணாத்தி. வண்ணாக் குடிப்பக்கம் கழுதை கனைத்தது.

உடைந்து விழும் இரும்புத்துகளில் புகை கிளம்பியது. வெள்ளைச்சாமி ஆசாரி அருவாள் அடித்துக் கொண்டிருந்தார். மீசைவைத்த கொம்பனான கொம்பர்கள் சூழ்ந்திருந்தார்கள். ரெங்கசாமித் தேவர் மீசைக்கு வெண்ணெய் போட்டிருந்தார். அந்தப் பக்கம் வழிப்பறிக் களவுகள் சாஸ்தி. காப்புலிங்கம் பட்டி தேவமார்களுக்கும் பாரப்பட்டி தர்மருக்கும் அருவாள் அடித்துக் கொடுத்தது, இரும்பைத் தொட்ட பாவம் என்பது கொல்லனின் முடிபு. மீசைக்காரர்கள் கொல்லன் பகட்டுக்கு அஞ்சாமலில்லை. கயத்தாறுக்கு வந்த அருவாளில் நம்ம கொல்லன் கொடுத்ததை கேட்காதவர் இல்லை என்றார் தீய்ந்து போன துருத்தியை ஊதிக் கொண்டிருந்த மீசைக்காரத்தேவர்.

ஏழாவது பிள்ளைக்குத் தகப்பனாகப் போவதில் ஒரு எக்கு எக்கி அருவாளை பதம்பார்த்தான் கொல்லன். அய்யா என்னய கொஞ்ச நேரம் விடுங்க சாமிகளா... வீடுவரைக்கும் போய்வாரென்... தாயமாடிப் போகும்...காளியம்மா கத்துனா தெருக்கூட்டிருவா... சுருக்கா... வந்திருதேன்... என்றார். அதற்குள் பிள்ளைகள் வந்துவிட்டன. மரத்தை விட்டு மரம் தொட்டு ஓடிப் பிடிக்கும் விளையாட்டு. மரத்துக்குள் ஒளிந்துகொண்டான் கடைக்குட்டி மாரி. பிள்ளைகள் கொல்லனைச் சூழ்ந்து கொண்டு குதித்தன. எய்யா... துட்டு... எய்யா... துட்டு குடு. கடைக்குட்டி ஓடிவந்து அய்யாவுக்குப் பின் ஒளிந்தாள். அவளை அலக்காகத் தூக்கிக் கொஞ்சினான் கொல்லன். மாரியின் ரெட்டை வால் சடை அசைந்தது. இருங்க தேவரே சுருக்கா திரும்பிவாரென்... காளியம்மா கூப்பிட்டு நேரமாவுது...

பிள்ளைகள் புடைசூழ வெள்ளைச்சாமி ஆசாரி தெருவுக்குள் போகிறார் மாரியைத் தூக்கிக்கொண்டு. பிள்ளைகளோடு குட்டி ஓட்டம். அய்யாவைப் பிடிக்க ஓடுகின்றன. சீனிநாயக்கர் கடைவாசலை அடைத்து நிற்கிறார்கள். ஆளாளுக்குப் பண்டம் கேட்டுக் கூப்பாடு.

பண்டச் சுருளுடன் படை நகரும். தெருவழியே கூப்பாடு உயரமான வீடுகள் தாண்டிக்கேட்கும். வளைந்து வளைந்து திரும்பும் தெருக்களில் விளையாட்டு, ஒன்னுக்கொன்னு அய்யாமேல் குதிக்கும். அடிபிடி சண்டை. அய்யா புள்ளைகளை அரட்டும் சும்மாச்சும். அடிக்கப் போவார். அழுவது போல் பாசாங்கு செய்யும் பிள்ளைகள்.

கட்டை குட்டையான கொல்லனுக்கு மேல் வளர்ந்த பிள்ளைகள். குருவுக்கு மேல் ரத்தினம் தலையை உயர்த்தி நடந்தாள். அவளை ஒரு குட்டு வைத்தார் அய்யா. உடனே ரத்தினம் குட்டையானது போல் அய்யா உயரத்தில் காலைமடக்கி நடந்தாள். சின்னதுகள் நாலும் அய்யா உயரம்.

உருட்டு குட்டையான கொல்லனுக்கு புள்ளகள் பெறந்திருக்கிற லெச்சணம்... ஊரில் கண்பட்டு விடும் என்றார்.

கெசவால் குரங்குகளை கண்டு தெருப்பிள்ளைகள் ஓடி ஒளிந்தன.

மூத்த குரங்கு பெரிய மனிசியாகி ரெண்டு வருஷம் குமர் இருந்து வெக்கத்தை உதுத்து குதிப்பு.

தெரு உசரத்துக்கு வளந்த புள்ளக்கிக் கூறு வேண்டாமா, இளையவள் ரத்தினம் கடுசலான புள்ளெ என்றார்கள்.

அய்யாவைவிட வளந்து விட்ட குருவு. அவளைக் கண்டு ஊரே பிரமித்தது. எம்புள்ள மாதிரியிருக்கு... கைகால் வளத்தி தான் என்ன சைசு... என்றார்கள்.

குருவு நடக்கும்போது தெரு அதிர்ச்சி வர நடந்தாள். அகலமான பாதங்கள். முன்னோர்களுக்கு அப்படி இருக்கும். பெரியபுள்ளை திணுசைப் பார்த்துக் கொல்லனுக்கு கெர்வம்.

பெரியபாப்பா பெரிய பாப்பா என்று மூச்சுக்கு மூச்சு அவளைச் சொல்லி அழைக்காத நேரமில்லை. ஓடுகள் தட்டும் உயரத்தில் கொல்லனுக்கு பெரியமகள் இருந்தாள். அவளை கையிலே புடிக்க முடியாதா.

மற்றபிள்ளைகளுக்கும் ஆச்சிக்கும் பிரிய ரத்தினா கொடுத்த உணர்வுதான் என்ன. வீட்டிலிருந்த முன்னோர்கள் ரத்தினாவைப் பார்க்கவருவதாகவும் அவர்கள் ரத்தினாவை கூட்டிப்போய் விடுவார்களென்றும் ஆச்சி பிதற்றினாள். ரத்தினா ரூபத்தில் பழைய நிழல் எல்லார் மேலும் விழுந்த ஆட் கொண்டது.

வீட்டைப் பிடித்த கேடுகாலத்தில் எல்லா வீடுகளிலும் அம்மை கண்டு அனேகம்பேர் செத்துப்போனார்கள். ஊரணியில் தண்ணிகூட இல்லாதபோது உப்புநீரில் உயிர்வளர்த்தபோது அழகம்மா மூன்றாவதாகப்பிறந்து பஞ்சத்தை விரட்டினாள். வம்ச விளக்கென்று ஆச்சி சொன்னாள். கொல்லன் வீட்டில் காளியம்மா புள்ள பெத்துருக்கா... எம்புட்டு தண்டில என்ன அழகில... தெருப்பெண்கள் எட்டிப்பார்த்தார்கள். இருட்டில் தங்க ரோஜா எரிவதைப்போல் அழகம்மா. அவளை அடுத்துப் பிறந்த ரெட்டைப்புள்ளைகளால் காளியம்மா அலண்டு போயிட்டா... சீக்காளியாயிட்டா... தரித்திரத்தில் பிறந்த ரெட்டைப் பிள்ளைகளைப் பார்த்து அதிசயித்தார்கள். வண்ணாத்தி இல்லாமல் போனால் கொல்லன் பாடு என்னாகும்.

வண்ணாத்திக்கு கம்மலை வித்துக் கோடிச் சேலைகொடுத்தாள் காளியம்மா. ரெட்டைப்புள்ளைகள் நிலைக்க வேண்டுமே. சோலைசாமி கோயிலில் பன்னி அறுத்து கரிசோறு படைத்தான் கொல்லன். பந்தியில் ஒவ்வொரு இலையிலும் மடியேந்தி பிச்சை

கேட்டு வந்தார்கள் புருஷனும் பெஞ்சாதியும். பிள்ளைகள் மறு ஜென்மம் எடுத்தன.

மாரிபிறந்து நாலு வருஷத்துக்குப் பிறகு காளியம்மா முழுகாமல் இருப்பது ஊரில் பரவியது. கெப்பணக்காரிக்கு கையில் பண்டத்துடன் வந்தான் கொல்லன்.

'காளி.. இந்தாடா.. பண்டத்த சாப்புடு.. புள்ளிய சுகந்தான் நம்மள கரை சேக்கும்.. தைரியமா இரி.. நீ இருக்கும் தட்டியுந்தான் புள்ளியளும் நானும் இருப்பம்... புள்ளியளுக்காவ நீ ஒன்னும் செய்ய வேண்டாம். நாம்பாத்துருவன் தெடமா இரி காளி...'

'புள்ளிய சூது வாதில்லாம திரியுது. கூறு கணக்கு இல்லியே..' என்றாள் தீனமான குரலில்.

வெளித்திருணைக்கு வந்தான் கொல்லன். ஆத்தா தாயாமாடிட்டா. ஆத்தா பக்கம் குனிந்து அவள் மேலைத்தொட்டுப் பார்த்தான் கொல்லன்.

அய்யா என்னப் பெத்தாரு... நாங்கண்ண மூடுறதுக்குள்ள குருவுக்கு நல்ல இடத்தில கல்யாண மூச்சு பாத்திருய்யா என்று அழுதது ஆத்தா.

ஏனோ, அரங்கு வீட்டுக்குள் காளியம்மா மூசுமூசென்று அழுதாள். 'காளியம்மா அழாதத்தா.. கண்ணத் தொடச்சிக்கம்மா...' என்றாள் ஆச்சி. பிள்ளைகள் ஆச்சியை சூழ்ந்து நின்றன. பிள்ளைகள் நெற்றியில் ஆச்சி விபூதி பூசி வாயில் போட்டுக் கொண்டாள்.

'தாயே.. காளியாத்தா எம்புள்ளேகளுக்கு நல்ல சொகத்தை குடுதாயே...' என்று ஆச்சி விபூதி அணிந்து கொண்டாள்.

சாயந்திரம் ஆலமரத்தில் பட்சிகள் வந்து அடையும்வரை பட்டறை நடக்கும். இருட்டவும் வீடு திரும்பி வெந்நீர்போடச் சொல்லிக்குளித்து

விட்டு காளிதரிசனம். விபூதிபட்டைகளோடு சாப்பாடு. எல்லாப் பிரச்சனைகளையும் காளியாத்தா தீர்த்து வைப்பாள்.

அரங்கு வீட்டில் பிள்ளைகள் நடுவில் படுத்துக் கிடந்த கொல்லனை அசைத்து எழுப்பியது காளியாக இருக்கும். அவனால் எழமுடியவில்லை. பிள்ளைகள் எல்லாம் சோந்து அய்யாவைத் தூக்கி விட்டார்கள். கையும் காலும் சொளக்... கென்று செத்தது போல் விழுந்தது.

தெருவிலிருந்தவர்கள் வந்து பார்த்தார்கள். மீசைக்காரத் தேவர் கோட்டூருக்கு வண்டி கட்டிக்கொண்டு போனார். கொல்லனை கோட்டூர் வைத்தியன் பார்வை பார்த்துச் சொல்லி விட்டான்.

‘கொல்லனுக்கு பச்ச வாதம்... பரம்பரய்யா இருக்கும். தைலம் தடவி கைகால்களை முறுக்கி விட்டான் வைத்தியன்’

திருப்பி கொண்டு வந்தார்கள் கொல்லனை. வருகிற வழியில் கூண்டு வண்டிக்குள் கொல்லன் ஏலாமல் போனது பற்றி தேவர் மடியில் கிடந்து அழுதான்.

‘வெள்ளச்சாமி... மனசு விடாதப்பா... நாங்க இருக்கம்... உனக்கு ஒரு அழிவும் வராதப்பா... மனசாரிக்கோ வெள்ளச் சாமி...’ என்றார் சுந்தரத்தேவர்.

கொல்லனை கொண்டு வந்து சேர்த்தார்கள். வண்டியிலிருந்து இறக்கி தூக்கியபோது கொல்லன் விசும்பி விசும்பி அழுதான்.

புள்ளைகுட்டிகளும் சேர்ந்து அழுதன. குரு அய்யாவை கெட்டிக் கூப்பாடு போட்டது.

வயசுப்புள்ளை அழுவதைப் பார்த்து தெருவில் இருந்த பெண்கள் மருகினார்கள்.

அழாதம்மா... குருவு... பெரிய புள்ளே அழக்கூடாது. தங்கச்சிகளுக்கு கஞ்சி ஊத்தும்மா. போயி அடுப்பப் பாரும்மா என்றார் சுந்தரத்தேவர்.

கொல்லன் திரியாமல் ஆலமரம் இருண்டு போகும். சம்சாரி மார்களுக்கு கலப்பை கொழுவிக் கொடுக்க யாருமில்லை. சம்சாரிகளுக்கு கையொடிந்த மாதிரி ஆனது.

சுத்துப்பட்டியில் புது ஆசாரியைத் தேடிப் போனார்கள். எந்த ஊர் ஆசாரியும இருக்கிற ஊரை விட்டு வரமாட்டான். அப்படி ஊரோடு வேர் விட்ட மரம் லேசில் பெயராது. கட்டி இழுத்துக்கொண்டு வந்தார்கள் வெளியூர் ஆசாரியை.

எம்புள்ள விழுந்து போச்சே... இத்தம் பெரிய புள்ளய படுக்கப் போட்டு பாக்கவா என்னை உசுர்வச்சு இருக்க வச்சே... காளியாத்தா உனக்கு கண்ணில்லியா... என்னன்னு இருப்பேன், எனக்கொரு சாவு வரலியே என்று அழுத ஆச்சியின் கண்ணை ரத்தினா துடைத்து விட்டாள்.

ராத்திரி ஆச்சியின் ஒப்பாரி பிலாக்கணமாக மாறி தெருவையே நடுங்க வைத்தது. தரித்திரம் பிடித்த கம்மாளச்சியின் ஒப்பாரியைக்கேட்பவர்களுக்கு பயம் வரத்தான் வரும். அதும் வாழ்ந்து கெட்ட கொல்லன் குடும்பத்து தரித்திரத்தை ஊரில் வைத்துப் பார்ப்பதும் பாவம் என்று நினைத்தார்கள் சம்சாரிகள்.

கொல்லன் பெண்மக்களுக்கு பொம்மைபோல் அலங்காரம் செய்தான். சீவிச் சடை பின்னி அழகு பார்த்தான். அடேயப்பா எவ்வளவு குதூகலமும் கலகலப்புமாக இருந்த வீடு. எப்பொழுது பார்த்தாலும் பாட்டும் கேலியும் புள்ளைகளோடு வம்புக்கு இழுத்து ஒரே குதிப்பு. கொல்லன் புள்ளை வளர்ப்பு ஆகுமா. கொல்லனோடு முடங்கி விட்டது எல்லாம். மருந்து மாயம் பார்க்கவும் காசில்லாத

தரித்திரத்தில் பொட்டு பொடிச் சாமான்களும் கண்ணை விட்டு மறையும். அடுக்குப்பானைக்குள் சிறிதளவு மிஞ்சிய தானியத்தைக் குத்திப் போட்டு கஞ்சி ஆக்கினாள் குருவு. இருப்பாய் இருந்த தானியங்கள் மறைந்தன. கடன் கப்பி வாங்கி ஆக்கிப்போட்ட அய்யாவுக்கு பேச்சு எழவில்லை.

பெரியபாப்பா பெரியபாப்பா என்று அரங்கு வீட்டுக்குள் தன் மறதியில் அய்யா கூப்பிடுகிறார். புள்ளை வேலைக்குப் போனது பற்றிக் கொல்லனிடம் நேரில் சொல்ல மாட்டாமல் முழுங்கித் தவித்தாள் காளியம்மாள். பிள்ளைகள் ஆறும் எறும்புகளாய் ஊர்ந்து மெலிந்தன.

பேர்போன கொல்லன் துருத்தி ஊதாமல் பட்டறையில் சுத்தியல் ஓசை எழாமல் ஊரில் மதிப்பவர்கள் யார் இருக்கிறார்கள். பிறந்த மண் வீட்டில் கொல்லன் பலம் இழந்து ஒடிந்து போனான்.

பெரியபாப்பாவும் புள்ளைகளும் காளியங் கோயிலுக்கு நேந்து கொண்டார்கள். வருஷம் பூராவும் திரிப்போட்டு அய்யாவை குணப்படுத்தும்படி காளியை வேண்டினார்கள். பிள்ளைகள் ஆறும் காளியங்கோயிலுக்குப் போய் தீபம் போட்டு வந்தார்கள். பூசாரியிடம் விபூதி வாங்கி அய்யா உடம்பில் பூசினாள் பெரியபாப்பா.

பிஞ்சும் பூவுமான பருவத்தில் நிற்கும் காளி விக்ரகம் அய்யாவைப் பார்த்துக் கொள்ளும். கிளியஞ்சிட்டி தீபத்தில் சின்னக்குழந்தையாய் எரியும் விக்ரகத்திடம் பெரியபாப்பா எதை எதையோ கேட்டாள். கருமெழுகு மின்னும் கர்ப்பக்கிரக இருளில் தைலத்தில் மிதக்கும் காளியின் கண்கள் பிள்ளைகளைப் பார்த்தது, பிள்ளைகள் தினம் தினம் வந்து திரிப்போட்டு வாசல் நிறைய நின்று பார்ப்பதைக் கண்டு காளி விக்ரகம் தீபத்துடன் அழுதது. நேந்து கொண்டபடி ஒவ்வொரு நாளும் திரியும் எண்ணெயும் கொண்டு போகிறார்கள். தீபம் போடுகிறார்கள். காளியங்கோயில் இருண்ட மாடத்தில் ஒன்று போல் விழித்திருக்கும் விளக்குகள்.

மீண்டும் ஆண்டாளின் தெருக்களில்

தூமணி மாடத்துச் சுற்றும் விளக்கெரியத்

தூபங் கமழத் துயிலணைமேல் கண்வளரும்

மாமன் மகளே மணிக்கதவம் தாள் திறவாய்

மாமீ ரவளை யெழுப்பீரோ உன்மகள் தான்

ஊமையோ வன்றிச் செவிடோ அனந்தலோ

ஏமப் பெருந்துயில் மந்திரப் பட்டாளோ

- ஆண்டாள்

என்னைத் திறந்த சிற்பம் ஒன்று அலபீடு சிற்பக் கூடத்தில் இறந்து கிடந்தது. கைகள் முலைகள் முகம் அறுந்த சிலை ஒன்று கோபத்தில் சுடரும் ஒளி.

அலபீடு சிற்பக்கூடம் முதல் ஆண்டாள் தெருக்கள் வரை நடந்து திரிந்தேன். எல்லாம் அற்ற அமைதியில் உறங்கும் பயணிகளோடு ஹாஸ்பட் பாசஞ்சரின் தனிமை. இருளில் நகரும் பயணம் ஹம்பிக்கு. புராணிக வீதியிலிருந்து வருகிறேன்.

மௌனத்தின் அடியில் நொறுங்கிய சிருஷ்டிகளின் அதிர்வு. உளியின் பதிவுகள். கரையான் தின்ற ஏடுகளில் உளியின் கோடு. உளியின் தொகுதி ஒன்று கல்லில் பதுங்கிய பூதம்.

மூல உயிரென மைய இருள்நோக்கித் தெறித்த வில்திறம் அதிர அதிரஅலையலையாய் நூறாயிரம் கல்மண்டபங்கள். தூண்கள்

எல்லாம் பேசாதிருந்த சிலை. கல்லின் பாஷை விரக்தியின் ஊற்று. கல்லில் ஒளிரேகை, இருளில் புகுந்து அடிக் குரலில் குமுறும் புறா ஒன்றின் சோகமென ஊமையான சிலை முகம். புறங்கள் தோறும் அசைகிறது.

கர்ப்பக்கிரஹ இருளில் திரிகள் எரிகின்றன. கிளியஞ்சிட்டி தீபங்கள் கொண்டுவந்த மகளிர் சூழ்ந்துவர அலபீடு கோபுர வாசல், சிற்பிகள் வாழும் புஷ்பவனத் தெரு, கூட்டமாய் உறங்கும் மரங்கள், கீழே ஊர்ந்து நகர்கிற நதி.

இடிந்த மாடத்தில் இருந்து சென்ற சிலை விளக்கு. கசியும் மாடம். ஒளிபட்டு இருண்ட மாடம்.எண்ணெயும் திரிகள் விழுந்த மசகும் கோடு கோடாய்ப் பதிவுகள். உள்ளே புகை மறைத்த காலம் அடிமனசில். இருளில் நகரும் வெண்பருந்து. காலத்தில் மௌனமான மரம் ஒன்றின் சாஸ்வதநிலைபோலும் அவள் மௌனம். எதிர் நின்று எதிர்கொள்ள முடியாத முகம். கண்கள் ஆழத்தில் புதைந்து உள்ளே சஞ்சரித்துக் கொண்டிருந்தன. கருமைக்குள்ளிருந்தவாறே என்னைப் பார்த்தாள் எதிர்பார்ப்பில்லாமல்.

அவளுள் எரியும்கோப விளக்கொன்றின் சுடர் தீவிரமடைந்தது. உயிரை நோக்கி ஆயிரமாய்க் கதிர்கள் வீசி அழைத்தன. தன்நிலை இழந்து உள்ளே... புகையான நிலை. அங்கே ஆண்டாள் சிறைபட்டு சுவருக்குள் பதுங்கியிருந்தாள். தனிமைப் பெருநிலையில் இந்த அகால இருள் அவளுள் அடைந்து கிடக்குமென்று எதிர்பார்க்கவில்லை. சிறு துவாரம் கிடைத்தால் தப்பி வெளிப்பட்டு விடலாமென. அடிமை போலும்உலகின் வட்டத்தில் எதிர்கொள்ள ஏதுமற்று அனாதையென அவள் நிலை.

அவளுள் அசந்தர்ப்பமாக மாட்டிக்கொண்டதால் என் வருகை கலவரமாகி விட்டது. வரவேற்று அன்புதர சமிக்ஞையற்று

தாறுமாறாய் கோடுகள் வந்தன. இருளின் அடியில் அமர்ந்திருந்த கைதி போலும் என் நிழல் கண்டு மருண்டு இன்னும் தொலைவில் அதிர்ந்து, எனக்கு எட்டாத இடம் புகுந்தாள். உள்ளே இருந்தன பல அறைகள். சுவர்களில் ஓவியங்கள் விநோதவகைக் கோடுகள், பாசுரங்களின் ஆதார ஊற்று சுரந்து கொண்டிருந்தது. மனபிம்பங்களில் அலைந்து திருடனைப்போல் அவள் அறைகளில் தேடினேன். உள்ளே அவள் இல்லை.

அற்புத சிருஷ்டிகளின் இருப்பிடம் கண்டு திகைக்கையில் எதுவும் அவளுள்ளிருந்து வெளிப்படாமல் உள்ளே இருந்தன. தூரத்தில் முனகலாகக் கேட்டது அவள்தானா என்று புரியவில்லை.

எதுவுமற்ற வெண்படலத்துக்குள் போய்க்கொண்டிருந்த பாதை. மண்புழுவென இருபக்கமும் அசைந்தது உயிர். ஜீவனொளி போன்றே இவ்வெறுமையில் மின்னும் விந்தைப் பொழுது. விழையாமல் விழையும் வெளி; உயிர். ஆண்டாளின் உயிரிடம் கண்டு அதிசயிக்க, 'வெளி' ரூபம் கரைந்து மெலிந்து கனமற்ற பனித்திவலையாய் என்மேல் விழுந்தாள். அவ்வுயிர் வியக்கத்தக்கவகையில் கூடவே இருந்து இரவு முழுவதும் தழுவி என் ஜடரூபம் மலர்ந்து காலையென உருமாறியிருந்தது. மௌனமாய் எரிகிற மலர் ஒன்று பனித்திவலைகளால் நிரம்புகிறது.

இருளின் உள்ளே ஆண்டாள் இருந்த வீடு. காவிநிற மாடங்களில் புறாக்கள் இன்னும் மறையவில்லை. ஆண்டாளின் பசுக்கள் எங்கு மறைந்தன. கழுத்து மணி புலம்பிய பாதைகளைத் தேடி வருவோம். ஆண்டாள் சென்று மறைந்த திசைகளுக்கு அப்பால் கேட்கும் பாசுரங்கள்.

கிராமத்தின் ஆத்மாவில் ஆண்டாள். அவள் இருந்த மாடவீடு, செங்கல் வைத்து அடுக்கடுக்காகக் கட்டிவைத்த ஓவியம்போல்

இரவில் அவள் வீடு, வசீகரஒளியுடன். நிலவு புகுந்த கருமேகம் பிளந்து ஆதி மகளிர். ஆதிமகளிர் சூழ ஆண்டாள் வருகிறாள். உயிரின் உள்ளே பாசுரம். இசையில் வளரும் உலகங்கள். ஆதிமகளிர் சூழ்ந்த நெருப்பு. குரவையிட்ட பாடல்.

நீல வண்ண பிந்து சூழ்கொண்ட வட்ட வெளி. இரவின் நீல நிறம் கிராமத்தை மூடியுள்ளது. மேற்கு மலைத் தொடரும் நீலமாய் எழுந்து உயிரைத் தொடுகிறது. பாசுரங்கள் பாடி வளர்ந்த பிராய காலம். ஆண்டாளுடன் கூடி விளையாடிய மார்கழி மாதம். வந்து வந்து மறையும் கண்ணாடி உள்ளே பசுக் கூட்டம்.

ஆண்டாளின் பசுக்கள் எல்லாம் தோட்டத்தில் மேய்கிறது. செடிகளுக்குள் பசுவின் முகம். இலைமறைவில் பசுவின் கண்கள் நீர் கசிந்து மறையும் யாருக்கும் தெரியாமல். பசுவின் முகம் அழியாத காடு. காட்டு ஓடையில் புலம்பும் புல்லாங்குழல். தம்மையறியாது கனியும் அன்பு. மார்கழி பொலிவுற்ற காடு. காடே அவள் மனசு.

வேடன் அம்பில் வில்திறம் அதிர்ந்த கானகத்தே பறவைகள் தொகுதி: ஒலிக்கோடு. பகலில் உறங்கி இரவில் அலறும் மிருகங்கள். மறைந்த நதி.

ஆண்டாளின் தெருக்களில் மீண்டும் வருகிறது. மூளிக் கோபுரங்களில் வௌவாலின் குரல். உள்ளே சாஸ்வதமான உயிர்கள் வழிவழியாய்க் கிடக்கின்றன.

ஆண்டாள்கோயில் கோபுர வாசலில் சிறுமிகளும் பெண்களும் மறையவில்லை. பிரஹாரம் வேண்டிய பேரமைதியுடன் பூர்வகால ஸர்ப்பம் ஒன்று யுகங்கள் பல கடந்து வருகிறது.

நாக சிற்பத்தின் அருகே புற்றொன்றில் தலைகாட்டி மறையும் ஸர்ப்பம். பால் வார்த்து வருகிறார்கள். வெளிப்பிரஹாரத்துக்கு

அருகில் நாகலிங்கமரம். அதில் வாழும் ஸர்ப்பத்தின் குடும்பம். ஆண்டாள் பால் கொண்டு வந்த காலம். நாகலிங்க மரம் சாட்சியாக ஸர்ப்பத்தின் கோடுகள் கோயில் சுவர்கள் எங்கும்.

கனவின் ஆழத்துள் அழைத்தன ஸர்ப்பத்தின் கோலங்கள். வளைந்து வளைந்து ஆடும் விஷம் சுமந்த ஸர்ப்பங்கள். தேகமெங்கும்படம் விரிகோலம். விசும்பிய வால் மீதமர்ந்து சுருண்டுஉள்ளே... வெகு தூரம் இழுத்தது. இருளானபாதை உள்ளே சுற்றி சுற்றி இறங்கும். ஆழத்தில் இருள் புரண்டு உள்ளிழுத்தது. ஒரு கணம் மௌனம். நினைவுகளின் சூட்சுமத்திரவம் ஒளிர்ந்து ஸர்ப்பம் ஒன்றின் பார்வை, உணர்வில் உயிரில் கலந்து ஒலிகளற்ற புயலில் உறைந்தது.உள்ளே கரு கருவென சிலைகள்.

ஒளி நடுங்கும் உள்தளத்தில் தழுவும் ஜீவகோடி விதைகள் எழுந்தன. ஸ்பரிசத்தின் ஒளித்திவலைகள் ரகஸிய மொன்றின் கருங்கோடுகளில் ஈரமாய்ப் படிகிறது. ஸர்ப்பத்தின் ஸ்பரிச லயம். எங்கோ மறைந்த ஆண்டாளின் பெண்மையுரு, மாறாத புன்னகை. எங்கும் ஒளி ஊமையான மோனம். மனத்தின் கருமைபிளந்து உதடுகளின் துடிப்பு. அவள் தானா.

கால நீர் புரண்டு வருகிறது. எல்லாவற்றின் மீதும் ஆண்டாள். என்னை இழந்து மெலிந்து ஒளித்திவலைகள். உள்வட்டக் கண்ணாடியில் கூட்டமாய் ஸர்ப்பங்கள்.

ஆழ்ந்த இருளில் மகுடி சுழன்றது. மகுடியின் தீவளையம் ஸர்ப்பத்தில் ஆடியது. சிலைகள் எழுந்து நின்றன. உள்ளே இருளில் நகரும் ஸர்ப்பங்கள்.

பொந்தை விட்டு வெளியேறி நகரும் பாதையில் சௌனக முனியின் ஸர்ப்பயாகம் நடந்து கொண்டிருந்தது. யாக குண்டத்தில்

வீழ்ந்த ஸர்ப்பங்கள் எழுந்த தீயில் ஆடி வெளியேறுகின்றன.

வேதவியாசனின் புற்றில் உயர எழுந்து தவமான ஸர்ப்பம் கமண்டலத்தில் சுற்றி புராணம் கடந்து வருகிறது. கலையைத் தீண்டி அழிவற்ற ஸர்ப்பம் காலகாலமாய் ஆண்டாள் கோயில் பிரஹார இருளில் கருங்கோடுகள் வரைகிறது. கோடுகள் அதிரும் ஆழத்தில் கல்லில் எழுந்த சிற்பக்கூடம். இசைவடிவ ஸர்ப்பம் திசைகளில் எழுந்த மோன நிலை.

காற்றில் கலந்த மழையின் குரலில் ஆதி மகளிர் சென்ற பாதை. நிலம் ஆதியின்யோனி. ஒவ்வொரு அணுவிலும் அவள் அதிர்வு. உள்ளே கருமை புரண்டு சீறும் ஸர்ப்பங்கள்.

மழையில் நனைந்த தெருவில் இருந்து வருகிறார்கள். எங்கள் காவிநிற மாடங்களில் புறாக்கள் இன்னும் மறையவில்லை.

ஆண்டாள் விஸ்வரூபமோகினீ. அவளைப் பார்க்காமலே ஒரு தனித்த சுரம் சிதைந்த ராகம் எங்கள் தெருவில்.

மார்கழி முழுவதும் ஆண்டாள் வளைந்து வளைந்து விளையாடுகிறாள். பெண்கள் வாசல் முழுவதும் கோலமிடுகிறார்கள்.

அவள் கல்மடந்தை, சிலை ஒன்றின் ஆழத்தில் நெஞ்சறுக்கும் பெண்சோகம், கோபுரத்தை அண்ணாந்த பார்வையில் தொண்டைக்குள் வலியை உணரும் போதெல்லாம் எங்கேயோ கோயில் அம்பலத்தில் வயதானவர்கள் பாடிக்கொண்டிருந்த ஆண்டாள் பாசுரங்கள். மூளிக் கலசங்களில் மோதும் சிறகுகளோடும் காதல் தேக்கிய கண்களோடும் எங்கள் காவிநிற மாடங்களில் புறாக்கள் மறையவில்லை.

பிணக்கூலிகள்

மேகத்தின் நிழல் வண்ணாந் துறையைக் கடந்து தோட்டக் காடுகளுக்கு விழுந்தது. தொலை தூரம் வெயில் அசைந்தது.

வகுரனும் சுடலியும் நீலம் முறுக்கிப் போட்ட வெள்ளைக் கண்டாங்கிகளை முள்ளுச் செடி மேல் காயப் போட்டார்கள். புருஷனும் பெஞ்சாதியும் விழுந்து விழுந்து துவைத்துக் கொண்டிருந்தார்கள். தூரத்திலிருந்த சுடுவெயில் நகர்ந்து கம்மாய்க்கரை மலைப்பாம்பாய் நெளிந்தது.

கம்மாய்க்கு மேல் உயரமான பருத்திக்காடு. பொம்பளைகள் குனிந்து பருத்தி எடுக்கிறார்கள். மடிப்பருத்தி சுமந்த மேலத் தெருப் பெண்கள் சீக்கிரம் திரும்பிவிட்டார்கள்.

அவர்களுக்குப் பிந்திவரும் உருவம் பெத்தம்மாளைப் போல தெரிந்து மறைந்தது. வேலி மேல் வெள்ளை உருப்படி அசைந்தது.

அக்கக்கோ பெத்தம்மா... அக்கக்கோ பெத்தம்மா 'எட்டமீரு உண்டாரு... ஒல்லி எட்டவுண்டாதி பெத்தம்மா' வகுரன் தெலுங்கில் பேசி பெத்தம்மாளை நிற்க வைத்து விடுவான். பெத்தம்மாளின் கண்டாங்கிச் சேலையைப் பொதியிலிருந்து உருவி உதறினான். மேல் முந்தியில் அகப்பட்ட வெத்து முடிச்சைப் பல்லால் கடித்து அவிழ்த்தான். பெத்தம்மா காயம் ஆகிப் போச்சே... வெத்து முடிச்சு... சுருங்கிய முடிச்சுப்பகுதியைச் சுருக்கெடுத்தான். பெத்தம்மா இருந்த அடையாளமும் இல்லை. காற்றில் மிதந்த காந்தலைக் குடித்துப்

பெருமூச்சு விட்டான். சேலையைத் தண்ணீரில் முக்கி மனசு கேக்காமல் கல்லில் அறைந்தான்.

பெத்தம்மாளைத் தலைமுழுகாட்டி - மாத்துக்கட்டி பாடைகட்டி மாத்து விரித்துக் கொண்டு போக வேண்டும். மாத்து கொடுக்க வேஷ்டி சேலைகளைப் பொதி சேர்த்துக் கொண்டு வந்திருந்தான்.

வெள்ளங்காட்டி கழுதைகளை பத்தி கம்மாய்க்குள் இறங்கியது.

சுடலி துஷ்டி வீடு போய் சாவுத்துணி எடுத்து, ஊர்ச் சோறெடுத்துக் கொண்டு வந்தது கூட நினைவில்லாமல் துவைத்துக் கொண்டிருந்தான்.

மந்தைக்குப் போனால் கூவி அழைப்பான் வகுரன். ஓ பெத்தம்மா... அக்கக்கோ பெத்தம்மா... இட்ட மீறி சேசாரே... ஈட ஏண்ட பெத்தம்மா... என்று பேச்சுக் கொடுப்பான். அன்று அழுக்கெடுக்கப் போனால் வெஞ்சனப்பாடு தீரும்.

பெத்தம்மா.. பெல்லஞ்சருகு தீசிஈயண்ட... ஆகு ஒக்கா தீசிரண்ட... பெத்தம்மாளைப் போட்டு சிரியோசிரியென்று சிரிக்க வைத்து வருவான். வாங்கித் திங்க பருத்தி அள்ளித் தரும். பெட்டிபோட, கரிவாங்க, சில்லறைத் துட்டு தரும். பெத்தம்மா கல்யாணப் பட்டு கரையில் காயும்போது நாயக்கரை அனுப்பி வகுரன் கிழிச்சிப் போட்டானா போச்சே... என்று மீரு போயி சூசி ரண்ட சம்ப்பி எத்த பொய்யேண்டு என்று பயந்து விடும்.

ராச்சோத்துக்குக் குழம்பும் கருவாட்டு மண்டையும் கொடுத்த மகராசி.

கீழத்தோட்டத்தில் வெங்காயம் நறுக்கப் போனா சுடலிக்குப் பெட்டி நிமுர கோலி ஈர வெங்காயம் குடுக்கும். வீடு வாசல் எல்லாம் சீரழியும்.

பெத்தம்மா செத்துப் போனாலும் கையும்காலும் செவேர்னு இருக்கு. அடுக்கடுக்கா பச்சை குத்திய கோலம். நெத்தியில் துட்டு வைத்திருந்தது. நாயக்கர் வீட்டு மாடாக்குழி அமந்து போச்சு.

வகுரனுக்கு பெத்தம்மாவை நினைத்து வருத்தம் ஓடியது. மேலுகாலெல்லாம் சேத்துப்புண். சொங்கும் சொரியும் பத்திய வகுரன். அவன் பேச்சு அப்படி. செத்துப்போன பெத்தம்மா சிரித்தால் வகுறு வெடித்துவிடும். வகுரன் போக்கான ஆள். வார்த்தையில் முள்வைத்து விடுவான். அவன் பேச்சே செந்தட்டி மாதிரி அரிக்கும். மூக்கை உரித்து விடுவான். வேலிமுள் அடித்து கரணைவைத்திருந்தது. பொத்துக்காலை ஏந்தி ஏந்தி நடந்து திரிந்தான்.

சுடலி சுவை முள்ளெடுக்கப் போனாள். செம்பட்டைச்சி எலி வால் முடியில் சேலைப் பாடரை கிழித்து ரிப்பன் கட்டியிருந்தாள். எப்போது பார்த்தாலும் இருப்புச் சிரங்கையும் மொலிங்கையையும் மாற்றி மாற்றிச் சொரிந்து கொண்டு, ஒரு தினுசாகத் தலையைச் சாய்த்துமுகத்தைக் கோணுவாள்.

வேலிச்செடி நிழலில் வைத்திருந்த பானையில் பலர் வீட்டுப் பருக்கையும் கூட்டாஞ்சோறும் பானைச்சுவரோடு பதுங்கி உறைந்து கிடந்தது. மேலே தெளிந்து போயிருந்த நீச்சுத் தண்ணீரைப் போணியில் இறுத்துக் கொண்டுவந்து வகுரனிடம் நீட்டினாள்.

முகம் வேர்த்து வடிய அவளைப்பார்த்துக் கொண்டே போணியை வாங்கி நீச்சுத்தண்ணியை மண்டினான். ஒருபட்ட வத்தலை மென்று தீர்த்தான்.

தலைப்பாகையிலிருந்து பீடியை உருவிப் பற்றவைத்து சுண்டி இழுத்தான். அதே பீடியில் இன்னொரு பீடியைப் பற்ற வைத்துக் கொண்டு கரைக்கு வந்தான்.

கரையடி வண்டிப்பாதையில் வகுரன் கழுதைகள் புழுதியைப் பரத்தியபடி புரண்டு கொண்டிருந்தன.

மெலிந்த அனல் காற்றில் கம்பாக்கரையில் மஞ்சள் பூத்த ஆவரஞ்செடி லேசாய் அசைந்தது.

மேலத் தெருவில் பொட்டல் பச்சேரி பகடைகள் கொட்டும் குழலையும் ரொம்ப நேரமாய் ஊதியடித்துச் சத்தம் ஓய்ந்த ஒப்பாரியில் ஊதினார்கள்.

'ஏய் புள்ள... உருப்படிய ஒணந்துபோச்சு. சுருட்டிப்போடு' சுடலி கழுதைகளைப் பத்திக்கொண்டு வந்தாள். வகுரன் கழுதைகள் கம்மாய்க்கரைச்சரிவில் இறங்க முடியாமலும் குதிக்கமுடியாமலும் தாயமாடின. ஓடிவந்து முன்னங்கால் தளையை அவிழ்த்து விட்டான் வகரன். உடனே குதிரைப் பாய்ச்சலில் துறைக்கு ஓடின. சுடலியும் வகுரனும் காய்ந்த உருப்படிகளை முந்திபிடித்து சுருக்கெடுத்து மடித்துப் பொதி சேர்த்தார்கள்.

கரையோரவண்டிப்பாதையில் கழுதையோடு திரும்பினான் வகுரன். சுடலி வண்ணாந்தாளியை இடுப்பில் தூக்கி வந்தாள்.

கம்மாக்கரையில் நீரின் விளிம்போடு துவைகல் தனியாகக் கிடந்தது. வரிவரியாக அலை மோதித் திரும்பியது. பகடைகள் ஊதும் நாயனம் காற்றுவாக்கில் கம்மாய்க்குக் கேட்டது. தெருவில் பெரிய பெரிய மஞ்சள் முகமுடைய ஆழிகள் ஆடுகின்றன. வண்ணானும் வண்ணாத்தியும் கழுதைகளோடு துஷ்டி வீடு போனார்கள்.

தெருத் திருணைகளில் சுத்துப்பட்டி ஜனம். மஞ்சள் முக ஆழியில் காது வடித்து டோலக் போட்டிருந்தது. வீரசின்னு குடி வெறியில் பொய்க்கால் குதிரையில் வந்தான். வண்ணானைப் பார்த்துக் குதித்து ஓடிவந்து வகுரனைச் சுற்றிச் சுற்றி ஆடவும் வகுரனும் தலையை

உருட்டி உருட்டி வீரசின்னு ஆட்டத்தை ‘சரி சரி நடக்குதா’ என்பதுபோல் காலைத் தூக்கி நடந்தான். தூரத்து ஊர்களிலிருந்து வரவேண்டியவர்கள் எல்லாம் வந்து விட்டார்கள். எல்லோரும் காத்திருக்கிறார்கள்.

அரங்கு வீட்டுக்குள் பெத்தம்மாளைச் சாத்தி வைத்து, கேந்திப் பூ அரளிப்பூ மாலையால் சோடித்திருந்தார்கள்.

நாயக்கமார் வீட்டுப் பெண்கள் கழுத்தைக்கட்டி ஒப்பாரி வைத்தார்கள். அப்போதுதான் வந்து சேர்ந்த பெத்தம்மாளின் பெண்பிள்ளைகள் சத்தம் போட்டு அழுதார்கள். சிலர் விசும்பி விசும்பிக் கண்ணீரில்லாமல் குனிந்து கொண்டார்கள். முக்காடு போட்ட கிழவிகள் இழுத்து நீட்டிய பிலாக்கணம் வீட்டைப் பிளந்து வெளிப்பட்டது.

ராத்திரியே சுத்து ஊர்களுக்குத் துஷ்டி சொல்லப்போன கிச் சான்பகடை திரும்பி வந்து சேர்ந்தான்.

‘ஏலே வகுரா... சோலி ஆகட்டுமுடா - அசலூர் ஆட்கள் தயா மாடிக்கிடக்கு... சீக்கிரமா ஓஞ்சோலியப்பாரு’ என்றார் தலையாரித் தேவர். திருணையிலிருந்த பெரியவர்களும் சத்தம் கொடுத்து முடுக்கினார்கள் வகுரனை.

பொத்துக்காலன் தூக்கித் தூக்கி ஓடி வந்தான். கிச்சான் பகடையைக் கூட்டிக் கொண்டு வாகை மரத்தில் ஏறி கொப்புகளை வெட்டினான்.

பொழுது சாய்ந்து கொண்டிருந்தது. வகுரன் கொண்டு வந்த வாகைக் கொம்புகளை வளைத்துக் கட்டினான். பெரிய தேக்கு வாரியல்களைப் படுக்க வைத்து நான்கு பக்கமாகவும் பாடைபோக பிடிகம்புகளை நீட்டினான். பாடையில் அலங்காரம். மாரிமுத்துப் பண்டாரம் கொண்டு வந்த அரளி மாலை ஓலைப்பாயில் இருந்தது. பாடைக்குள் மாத்துக் கட்டி சிகப்பு பாடரில் துணி சுற்றி ஒவ்வொரு முழமாய்ச் சரத்தை வெட்டிக் குஞ்சம் கட்டினான் வகுரன்.

பெத்தம்மாளை குளுப்பாட்ட தூக்கிக் கொண்டு வந்தாள் சுடலி. கனத்த சரீரம் - அம்மாளை மஞ்சக் குளுப்பாட்டினாள். கொண்டு வந்த மாத்து கண்டாங்கி சேலையைப் பெத்தம்மாவுக்குக் கட்டி, பொம்மையை அலங்கரிப்பதுபோல் தலைசீவி பொட்டு அகலத்தில் துட்டை ஒட்டிவைத்தாள். திறந்து கிடந்த உதட்டை மூடினாள். இறந்து முழித்த முழியை மூடி மூடியும் திறக்காமலும் மோனத்தில் ஆத்தாளை இருக்க வைத்தாள். கால் கட்டை விரலைச் சேர்த்துக்கட்டி கழுதைக்குத் தளை கட்டின மாதிரி கட்டி நாழி நெல் வைத்துப் பத்தியை ஏற்றினாள். அப்போது ஊர்க்கோடியில் நாய் பிலாக்கணம் கேட்டது. சாவுடன் பொழுதும் விழுந்தது. பெட்ரோமாக்ஸ் வெளிச்சத்தில், பெத்தம்மா அரச்ச மஞ்சளாய் உச்சியிலிருந்து உள்ளங்கால் வரை ஆத்தா உடம்பெல்லாம் தங்கம் என்றாள் சுடலி.

உடனே பெத்தம்மா மகள் நாய்க்கு மறுப்பு சொல்லி பிலாக்கணம் தொடுத்தாள்.

சோடித்த அழகு பொம்மை புதுப்பட்டுடுத்திக் கொலுவீற்றிருந்தது. நெத்தியில் ஒட்டிய நாலணா லைட்வெளிச்சத்தில் மின்னியது. வீட்டு முத்தத்துக்கு சொந்த பந்தம் சூழக் கொண்டு வந்தான் வகுரனும் குடிமகனும். குடிமகன் வேலு ஓங்காரமெடுத்த சங்கு எல்லா அழுகையையும் அடக்கி எழுந்து மரண பயத்தை ஏற்படுத்தியது. அதற்கு மேலும் எழுந்த கிழவிகளின் கடைசி ஒப்பாரி அடிவயிற்றில் அடித்து அழுததைக் கண்டு பெரியவர் சத்தம் போட்டார்.

பகடைகள் மேலாக்கவும் கீழாக்கவும் எடுத்து ஊதிய நாயனம் பெரிய ஊத்தமாய்த் தெருவழி நகர்ந்தது.

வகுரனும் சுடலியும் மாத்து விரிப்பு கொண்டு ஓடினார்கள். வகுரன் கிந்திக் கிந்தித் தெருவில் விரித்த துணி மீது பாடை தூக்குபவர்கள் பாடையோடு நகர்ந்தார்கள். செல்லப் பேராண்டி நெய்ப்பந்தம் பிடிக்க...

ஜனம் கோவிந்தா... கோவிந்தா... என்று குரல் எழுப்பியது.

சுடலி மிதிபட்ட விரிப்புகளைச் சுருட்டிக் கொண்டே வந்தாள். சுருட்டிய விரிப்பை எடுத்துக் கூட்டத்துக்குள் ஓடிப் புகுந்து பாடைமுன் கொண்டு போனாள். அடுத்த வேட்டியை விரித்தான் வகுரன். ஒவ்வொரு மாத்தாய் விரித்து விடுத்து பின்னால் ஓடிய பாதையைச் சுருட்டித் திரும்பவும் பாடைக்கு முன் கொண்டுவந்து விரித்து பாடை நகரவும் பின்னால் வந்து விடும் பாதையை திரும்பத் திரும்ப சுருட்டி முன்பாதை அமைத்து விரிப்புப் பாதை தொடர ஊருக்குக் கிழக்கில் உள்ள சுடுகாட்டுப் பாதைக்கு அலங்காரப் பல்லாக்கு அசைகிறது. பல்லாக்கில் பெரீய சரீரத்தில் பொம்மை போல் உயிர் இருப்பது போல் பெத்தம்மா அசைந்தது.

சுடுகாட்டு எல்லை வரை ஊர் ஜனம் வந்து நின்றது. அந்த இடத்தில் நான்கு பக்கமும் பாதை. பாடை தூக்கி வந்தவர்கள் எல்லாப் பக்கமும் பாடையைத் திருப்பி நகர்த்தி ஐதீகத்தைச் செய்தார்கள். பெத்தம்மா ஆவி எந்தப்பக்கம் போனதென்று கேட்டுகுடிமகன் சங்குஊதியும் சுற்றிவந்து கொள்ளிப் பானை உடைத்தார்கள். அந்த இடத்தோடு ஆழிக்காரனும் குதிரைக்காரனும் நின்று விட்டார்கள். அவர்கள் கரையில் அமர்ந்து பீடி குடித்துக் கொண்டிருந்தார்கள். பகல் பூராவும் ஆடியதால் மலந்து கிடந்தார்கள்.

சுடுகாட்டுக்குக் கொள்ளிச் சட்டியும் கொள்ளி வைக்க வேண்டிய மகனும் பாடையும் வேறுசிலரும் போனார்கள்.

சுடலி, பெத்தம்மா படுத்திருந்த பாய் தலையணியை சுருட்டிக் கொண்டு வந்து கம்மாய்க் கிடங்கில் விசிறி எரிந்து விட்டுப் போனாள். துட்டி வீட்டுக்கு வந்த பெண்கள் மந்தை தோட்டத்து பம்புசெட்கிணத்தில் குளித்தார்கள். அவர்களுக்கெல்லாம் மாத்துக் கெட்ட வெளுத்த கண்டாங்கிகளைக் கொண்டு போய்க் கொடுத்து,

துஷ்டிவீட்டுத் தீட்டுச் சேலைகளைப் பொதியாகக் கட்டித் தூக்கிக் கொண்டு வண்ணாக்குடியைப் பார்த்துப் போனாள்.

சுடுகாட்டில் பெத்தம்மா எரிந்து கொண்டிருந்தது. அங்கே பிணம் எரிக்கும் கோலுடன் கிச்சான் பகடை.

கம்மாய்க்கரை கிணத்தில் பெரியாட்கள் எல்லோரும் குளிக்கவும் அவர்களுக்கு மாத்து வேஷ்டி கொடுத்தான் வகுரன்.

பெட்ரோமாக்ஸ் வெளிச்சம் கம்மாக்கரையில் இருந்தது. ஏகாலி குடிமகன் பகடைகளுக்கு துட்டு பகிர்ந்தார்கள். மடிச்சில்லறைகளைப் பரிமாறினார்கள்.

அய்தீக வழக்கப்படி வண்ணானுக்கு நின்னான் கூலி முக்கால் ரூபாய் போட்டார்கள். சில்லறையை முந்தியில் மடித்துச் சொருகினான்.

ஈர வேஷ்டிகளையும் அழுக்கையும் பெரிய பொதியாகக் கட்டித் தூக்கிக்கொண்டு பெட்ரோமாக்ஸ் போகும் வெளிச்சத்தோடு நடந்தான். வகுரன் நிழலும் பொதியும் பல மடங்கு ஊதிப் பெருத்து விழுந்தது.

கம்மாய்க் கிடங்கில் கிடந்த பெத்தம்மாளின் கோரம்பாயும் தலைகாணியும் மிதந்து கொண்டிருந்தது.

வண்ணாக்குடிக்கு வகுரன் நடந்து போகிறான். பெட்ரோமாக்ஸீடன் கூட்டம் மேலத்தெருவுக்குள் அசைந்தது.

நான்கு பக்கமும் மரணவாசல்

எல்லா இடங்களிலும் இருப்பற்று மறைந்து கொண்டிருந்தேன். எதுவும் புலப்படவில்லை. அறையை மூடில் தனிமையில் இருந்தால் தற்கொலைதான். கழுத்தில் இறுகும் வெறுமையில் காற்றோ பீடிப்புகையோ கூட அடைக்கிறது.

சுவரில் நகர்ந்த பல்லியின் மருண்ட கண்களுடன் மனம் பதிந்து நகர்ந்து வெள்ளை வெளியான சுவரில் ஏறியது. சுவரைப் போல் இருந்தேன். தளர்ந்து போய் சுவரில் சாய்ந்து பீடி குடித்துக் கொண்டிருக்கிறேன். சுவரை ஒட்டி நகரும் பீடிப்புகை ஜன்னலில் நின்று கரைந்தது. சுவர்க் கீறலுக்குள் வெளிப்படும் எறும்பு வரிசை. சின்ன எறும்பு பெரிய எறும்பு சிறகு முளைத்தது சிறகு முளைக்காதது ஆயிரக்கணக்கில் உயிர்த்தொடர் அசைந்து நகர்கிறது. இந்த வரிசையில் எங்கிருக்கிறேன்.

மனங்களின் பாறைகள் உட்புக வழியின்றி முனங்கலும் கதறலுமாய்க் கொதித்தன. எங்கும் இறக்க முடியவில்லை, எட்டாத உயரத்தில் அமர்ந்திருந்தது மரணம். செங்குத்துப் பாறைகளில் ஏறி முன்னே செல்ல வழுக்கும். மரணம் தீவிரத்துடன் எரிந்து கொண்டிருந்தது.

தப்பிச் செல்லும் வழியில் நண்பனின் கடந்த கால உரு உயிரில் ஸ்பரிசித்து ஒன்றி வளர்ந்து ஆவியில் கலந்தது. அவன் மௌனம் இறுகலானது. வார்த்தைகள் இறந்து விழுந்தன. எதிர்பார்ப்புகளில் சருகுகள் உதிர்ந்தன. தட்டுத் தடுமாறிக் கால்களை இழுத்து நடந்தேன்.

மௌனத்தின் ஸ்பரிச அலை இழுத்த பாதை வறண்ட மணல் வெளியாய்ப் புதைந்தது.

கோர நகரங்களின் பிடியில் பகல் விரிந்து கிடந்தது. அமிலமான காற்று. இறந்து கிடந்தவர்களுக்கு அடியில் என் வேர்களைத் தேடும் அலைதல்.

எதிரில் தென்பட்ட நிர்வாணமான நிழல்களுக்கு எந்த முகவரியும் இல்லை. சாலை பிளந்து கிடந்தது. தெருவில் அனாதையான கழுதைகள், மௌனமாய் சமைந்த சோகம். மதிய வெய்யில் என்னை அமிலத்தில் கரைத்துத் திரவமாக்கியது.

வெயில் வெயிலென வாழ்க்கை நெற்றியைச் சுட வேலிச் செடிகளுக்கு நடுவில் கிழித்துச் சென்றது பாதை.

பிளவுகளுக்கிடையில் தோன்றும் என் நிகழ்கால வெளி. சில ஜன்னல்கள். கம்பிகள். புஸ்தகங்கள். 18ம் நூற்றாண்டுப் பிரேதங்களோடு சிறை வைக்கப்பட்டிருக்கிறேன்.

இருப்பில் உறைந்த பிரேதங்களோடு தனியே பேசுவது வெட்கமாக இருக்கிறது.

ஆதிமரத்திலிருந்து நிர்வாணமாக ஓடிவந்த அந்நியன் என் நெற்றியில் உதடுகளை வைத்து ஸ்பரிசித்தான். திரும்பிப் பாராமல் நடந்தவனின் நிழல் எட்டி நின்று பேசியது.

'நான் அவனல்ல. உனக்குள் தற்கொலை செய்து கொண்ட சகமனித ஆவி' என்றது.

ஆவியின் ஸ்பரிசம் நண்பனின் உதடுகளின் வெறுமையை உணர்த்தியது.

இப்போது தார் பூசிய இருள் எங்கும். சூன்ய வெளி பிளந்து என் வேர்கள் எட்டி மண்ணைத் தொடுகிறது.

என் ரத்தத்தின் பாறைக்குள் மரங்களின் அரளிப்பான காடு. கருஞ்சிறகு விரிந்த இரவில் என் தந்தை எலும்புகளின் முனகல். ஜீவகோடி ரகஸியங்களின் பாதை. தான் தோன்றி யான ஆழத்தில் உறைந்த, கால விந்து எனக்குள் எட்டிப் பாய்கிறது.

ஆதிப்பெண்ணின் திறவுபடா யோனி திறந்து புணர்ந்த இரவில் லயமடைந்து வடிந்து பாறைகளாய்ச் சமைந்தேன். மூப்படைந்த மலைகளின் தாடியுடன் காலத்தை எட்டி வளர்ந்தது தியானம்.

குருமலையில் இடிவிழுந்து முதல் கல் உருண்டு ஸப்த நதி யானேன்.

ஊழிப்பெருவெளியில் பாதை வெட்டிக் கொண்டே நகர்ந்தது நதி. கருஞ்சிறகு விரிந்த இரவுகள் பறந்து வந்தன. யுகங்களாயின. யுகங்கள் உறைந்து கல்லானது. கல்லை மனமாக வடித்த பெண்ணுரு நதியுடன் நடந்து வரும் குரல்.

அவள் தோளில் அமர்ந்த புராதனப் பறவை சிறகு விரித்து இரவாக இருந்தது. காலத்தில் வெட்டிய அவள் ரூபம். உடல் கல்லாயிருந்தது. பெரிய பெரிய முலைகளுடன், ஒளிரும் முலைகளின் அண்ணாந்த பார்வை, அபாந்திரத்தில் பொங்கிய பால், வெண் புறாக்களின் சடசடப்பு அவள் ரூபவதி. உண்ணாமுலை சுரந்த பாலில் பனித்துளிகளும் பருவங்களும் தோன்றி மறைந்தன. அரளித்த காடுகள் ஜீவராசிகள் பட்சிகள். பட்சிகளின் ஒலித் தொகுதிகள் படிந்து படிந்து ஸ்படிகப் பாறைகள். எச்சம் விழுந்த நதிக்கரையில் பறவைகளின் கால் பதிவுகள்.

நதி வற்றிச் சுருங்கி மணல் வெளியானது. வெறுமையில் புதைந்த நகரங்கள். நகரங்களுக்கு மேல் குத்துச் செடியின் நிழலைக்கூடக் காணவில்லை.

இடிந்த கோட்டை மேல் அமர்ந்து ஒரு தனித்த காகம் கரைந்து கொண்டிருந்தது. கருமை பூசிய சிறகுகளோடு காகங்களின் பாலைவெளி.

மலர்களும் வனங்களும் நதியும் உதிர்ந்த வெளி கருப்பாய் உறைந்தது. இருளில் மறைந்த கோடுகளில் புள்ளியாய் நகரும் பருந்தின் தீவிர அலைவுகள்.

செடி முளைத்த மதில் சுவர் மட்டும். ஆதிப் பெண்ணுரு ஆதி மரம் பிளந்து மறைந்தது.

நினைவுகளின் பாறைகளுக்குள் உறைந்த மௌனம். மரங்களின் அழுகுரல். நிலவின் ஊமையான மோனம். காலத்தில் மறைந்த அவள் வடிவா? ஆதி நிலா எங்கே?

மூளிமரங்களின் நடுவே சிதைந்த நிலாவின் உரு வடிந்த ஒளி. தனிமையும் சஞ்சலமும் கருக்கிருட்டாய் மங்கி மங்கிச் சரிந்து செல்லும் மணல் பாதை. நாலு பக்கமும் மரணம் அசைந்து கொண்டிருந்தது.

நிழல்கள் என்னை இழுத்துச் சென்றன. வாய் பிளந்த விருட்சத்தின் யோனிகள் அழைத்தன. மதில் சுவரில் காற்றின் ஊளை, நான்கு பக்கமும் மரண வாசல். ஆதி மரத்தில் தலை கீழாக உரிக்கப்பட்ட பிரேதமாகத் தொங்கினேன்.

படிம உயிராய்ச் சுருண்டு மீண்டும் மரத்தில் காய்த்துத் தொங்கும் கனியானேன். வற்றி உறைந்து விதையாய்ச் சுருங்கி உறக்கம் தொடர்ந்தது. யுகங்களும் பருவங்களும் பனிக்காலங்களும் மூடி உதிர்ந்தன.

இன்று நான் சூன்யத்தில் எரிந்து கொண்டிருக்கும் சிறு விதை. ஒரு கிரகத்தின் வெறுமையுடன் சதாவும் சூன்யத்தில் மிதந்து கொண்டிருக்கிறேன். பிரக்ஞையற்ற என் பிறந்த வெளி.

கீறல்

இன்று வராமல் போன நண்பனுக்காய்க் காலம் குறிப்பிடாத அறையில் காத்திருத்தல். ஏனோ, அருகில் நெருங்கி விலகிச் சென்ற ராமசாமி. அவன் இல்லாத போதும் அருகில் இருக்கிறான் என்று உணர்ந்தான் நரேந்திரன்.

காலை வெயில் புறப்பட்டு வந்தபோது நீண்ட கோடுகள் விழுந்தன. அறையிலிருந்து கிளம்பியதும் தெருவில் அனேக நிழல்கள் உயரமானது. நடந்து நடந்து பஸ் நிலைய விரைவுகளுக்குள் கலந்து ராமசாமி வரும் பஸ்ஸூக்காக காத்திருத்தல். ஊர்பேர்தெரியாத யார் யாரோ பரவிக்கிடந்த பிளாட்பாரங்களுக்கு வந்துபோகும் பஸ்களும், பிரயாணிகளும், ஆழ்ந்த பஸ்ஸ்டாண்ட் நடை வியாபாரிகள் லாட்டரி, பழைய சஞ்சிகை சுமந்து வியாபித்த குரல். டவுன்பஸ்ஸின் மூர்க்கமான ஓட்டம். திணறல். குமி குமியான அயலூர் மனிதர்கள். பிளாட்பாரத் தூணில் தொங்கும் கயிறில் பீடி பற்றவைத்து இழுத்தான்.

வெயில் அதிகரிக்கவும் நிழல் அடர்ந்து ஆட்களை நகர்த்தியது. வளைந்து நெளிந்த பஸ்நிழல்கள் நகர்ந்து செல்லச் செல்ல ராமசாமிமுகம் பதித்த பிரயாணிகள் ஒவ்வொரு பஸ்ஸீக்குள் இருப்பதாக தேடித்தேடி ஜன்னல்கம்பிகளைப் பிடித்து முகம் பார்த்து நகர்ந்தான்.

நின்றபடி நடந்தபடி ஓடிப்பிடிக்க எண்ணி பஸ்ஸில் பிதுங்கி வழிந்தவர்கள் செருப்போசை ஓடிக்கொண்டிருக்கும். இரண்டு பக்கமும் தேடினான். ராமசாமியின் முகம் விழுந்த ஜன்னல்கள் வந்தன.

தூசுபடிந்த கண்ணாடிக்குள் வரைகோடுகள் மங்கும் ராமசாமி முகம் கர்லிங் முடி. காட்டன் சிலாக். சிரித்தபடி ராமசாமி பஸ்டாண்டுக்கு வெளியில் வரும் மஞ்சள் மூக்கு லாரிக்குள் டிரைவருக்கும் கிளீனருக்கும் நடுவில் அமர்ந்து போகிறான். கிட்ட நெருங்கிவந்து லாரி கடந்த போது ராமசாமி இல்லை. லாரியின் பின்புறம் டீசல்புகை சாலையில் கரைந்தது.

மீண்டும் தொலைதூர வண்டிகள் வேகமாகத்திரும்பி அரை வட்டமடித்து உருமியபடி நின்று வீருடன் மறுபக்க வழியில் முதுகைக் காட்டி புகையைப் பரப்பிச்சென்றன. ஒவ்வொரு தடம் எண்ணுக்கும் அட்டவணைப்படுத்தப்பட்ட நேரம் தெளிவாகக் குறிப்பிடப்பட்டிருக்கும். எந்த வண்டியில் ராமசாமி வருவான். சென்னையிலிருந்து வரும் மார்த்தாண்டம் பஸ்ஸிலா, திருவனந்தபுரம் எக்ஸ்பிரஸிலா, எல்லா ஜன்னலிலும் அவனைத் தேடித் தேடிக் கழுத்து திரும்புகிறது. பஸ்ஸூக்குப் பின்னால் ஓடிநிற்கும் மனம்.

எண்ணிக்கையற்ற பஸ்ஸில் வந்து கொண்டிருந்தான் ராமசாமி. கருப்புத்தார் ரோட்டின் மேல் கருப்பான வெயிலில் நடுரோட்டில் நடந்து போனான். நேர் உச்சியில் வெயில் சுமந்து நடந்தான். செருப்புக்குக்கீழ் தார் இளகியது. மூன்று கிலோமீட்டர் தொலைவு வெள்ளையடிக்கப்பட்ட கட்டிடங்கள் வெயிலில் அழிந்து அசைந்தன. ஜன்னலைத்தொடும் வெப்பத்தை மூடி இருளும் வீடுகள். வெயிலில் புகையும் ரயில்வே பீடர்ரோடு. ஸ்டேஷன் வாசலில் படம்போட்ட தோள்பையுடன் ராமசாமி. வேகமாக நெருங்கவும் உள்ளே போகிறான். அவனை விரட்டிப்பின் தொடரவும் உள்ளே போகிறான். ஒவ்வொரு பிளாட்பாரதூணிலும் நின்று சிரிக்கிறான் ராமசாமி. தோள்பையுடன் தூணில் சாய்ந்து கைகளைக்கட்டி யாரோபோல்

பார்க்கிறான். வெறுமையான பிளாட்பாரவாசிகள் தானே இயங்கும் போது இயக்கம் தென்படுவதில்லை. ரயில்வே ஸ்டேஷன் புக்ஸ்டாலில் கண்ணாடி போட்ட ஆசாமி எவ்வளவு காலமோ சிலையாகிவிட்ட மங்கல். யூனிபாம் அணிந்த போர்ட்டர்கள் ஸ்டேஷனில் இருக்கும் நிரந்தரப் பெட்டிகளில் மடக்கித் தூங்கு கிறார்கள். முகத்தை நீட்டித் தூங்கும் ஸ்டேஷன் நாயின் கண்கள் திறந்து பார்த்தது. காயம்பட்ட கருப்புத் தடங்கள் விழுந்து பாழடைந்த மூஞ்சியால் அவனைத் தெரிந்து கொண்டதுபோல் காதை அசைத்தது. அதன் கிட்ட நெருங்கினான் உடனே எழுந்து ஓடியது. யாரோவிரட்டும் வேகத்தில் தண்டவாளங்களைத் தாண்டி ஓடி வெயிலில் மறைந்தது.

ரயில் வருவதற்கான பெல் அடித்தபோது உள்ளே அதிர்வு இறங்கி உசுப்பியது. ராமசாமி வரவிருக்கும் ரயிலின் குரல் தூரத்திலிருந்து மெதுமெதுவாய் மேல் எழுந்து வருகிறது. வெயிலில் நெளிந்து கரையும் ஊதலில் ராமசாமி முகம்.

பிளாட்பாரம் அதிர்ந்தது டீசல் எஞ்சின் பெருமூச்சுடன் சுமந்து வருகிறது. நீண்ட தொடர் கடந்து போனது அருகில் மெதுவாய் பிளாட்பார தூண்களைக் கடந்து போன எல்லாப் பெட்டிகளிலும் ராமசாமி இருந்தான். அவனுக்கு எதிரில் 36474 கோச். பதிவு 46 ஷீட் காலியாக உள்ளது. ராமசாமி வந்திறங்க வேண்டிய விநாடிகள் ஒவ்வொரு துளியாய் இறங்கி நிமிடங்களாகி அடர்ந்து கனக்கிறது.

ஆனால் வண்டி நகரும் மெதுவான அசைவு. இழுக்கப்பட்ட வேகம். பின்னால் இணைக்கப்பட்டுள்ள கோச்சுகள் காலியாகவே போகின்றன.

கடைசி கோச் வாசலில் வெள்ளையூனிபாம் அணிந்து கார்டு முகம். பச்சைக் கொடி, ரயில் போன பின்னும் கண்ணுக்குள் அசைகிறது.

வெறிச்சோடிய பிளாட்பாரப் பெஞ்சில் சாய்ந்து தளரும் உடம்பு. அவன் வராத மூன்று நிமிஷங்கள் அவன் உள்ளே புகுந்து அடர்த்தி ரயிலுடன் தொலைவில்.

அடுத்த ரயிலுக்காகக் காத்திருக்கிறான். கைகால் உடம்பில் ஒவ்வொரு அணுவிலும் அவனுக்கான அதிர்வுகள். எழுந்து நடக்க முடியவில்லை.

இனிவரும் ரயிலில் அவன் வரலாம். வராமல் போகலாம்-இப்பொழுது பிற்பகல் மூன்றுமணி ஆகிவிட்டது.

சேது எக்ஸ்பிரஸின் அழுத்தமான குரல், ராமசாமியின் முதல் கடிதத்துடன் கேட்கிறது.

இப்போது எதிர்பார்த்த திசைக்கு எதிர்த் திசைப் பயணமாய் சென்னை செல்லும் சேது எக்ஸ்பிரஸ் அவனையும் அவன் அறை ஜன்னலையும் கடந்து போகிறது.

அவன் வராதபோது அவன் இல்லாமல் ஜன்னல் வழியே காத்திராமல் மூடிய அறைக்குள் உள் சுவரில் வடிக்கிற உயிர். நடுங்கும் விரல்களுக்கிடையில் வெறுமை அசைகிறது. இன்று நாளும் முடியாமல் காலத்தின் புஸ்தகத்தில் ஒரு முடிவில்லாத நாள் நண்பனுக்காகக் காத்திருக்கிறது. சுற்றி நிகழ்ந்தவற்றில் விடுபட்ட உணர்வு முன்பு முன்பென்ற கடந்தவற்றில் பரவியது. தனிமையோடு அறையில் அடைந்து கிடக்கும் வெளிச்சம் அதிகரிக்க அதிகரிக்க அறையில் இருக்கும் நான்கு புற சுவர்களுக்குள் ஐந்தாவது சுவர்போலும் அவன் நிலை.

வீட்டை ஒட்டிய விளையாட்டு மைதானத்தில் வளைந்துவரும் பாதை. மைதானத்தை வட்டமடித்துச் செல்லும் கருப்புத் தண்டவாளங்கள் வெயிலில் இருண்டு கிடக்கின்றன. அவற்றைத்

தாண்டி ராமசாமி வந்தான். அவன் தொலைவில் வருவது தெரியும். பாதங்கள் அழுந்த நடந்து வரும் ராமசாமியின் நடை. ஏதோ அலாதியில் கேட்கும் தடுமாற்றத்துடன் நடந்து வருவான். பொட்டல் பரப்பில் கண்களை ஓட்டி சலித்துப்போனதும் உடல் கருப்படைந்து அறைமுழுவதும் மாறியது. சுவர்கள் அசைந்து நெளிந்தன. அவனுக்கும் அறைக்குமான வரைகோடு அழிந்து ஜன்னல் மட்டும் திறந்து கொண்டது. சாயும் வெயில் நீண்டு மஞ்சளும் வெள்ளையுமாகப் பரவிய வெறுப்பை உணர்ந்தான். ஒரு துண்டு மேகம் மெல்ல மெல்ல ஜன்னல் கம்பிகளுக்குப் பக்கமாக நகர்ந்து பார்வையிலிருந்து மறைந்தது. நீண்ட பகல் இன்னும் முடியாமல் அசதிமேலிடத் தூங்கிப்போனான். தன்னைப்பற்றிய நினைவுகள் அப்போதில்லை. உறக்கத்தில் இமைதடித்து மூட முடியாமல் எரிந்தது. குழம்பிய நிழல் உருவங்கள் நடமாடிக்கொண்டிருந்தன. யாருமில்லாத மாடி அறைக்குள் உடைகள் கலைந்து படுத்துக் கிடந்தான். கண்களில் இயல்பான மூடல்இல்லை.

உறக்கமும் விழிப்புமாக வெளிச்சத்தங்கள் கலங்கிப்போனது. இடைவிடாத சத்தத்துடன் குட்ஸ் ரயில் கடகடத்து மறைவது விடாமல் தேய்ந்து உறுத்தியது. சுவர் முழுவதும் உஷ்ணம் வியாபித்து எழுந்து வெள்ளைப் புகையாய் ததும்பி வழிந்தது. கண்ணாடிக்குள் ஊடுருவிய வெள்ளை நிறம் கூசியது.

சிறுவர்களின் ஒரேமாதிரியான விளையாட்டில் உருவான கூச்சல் அதிக வெளிச்சத்தை ஏற்படுத்தியது. சிறுவனின் உற்சாகக் கூக்குரலுடன் உந்தப்பட்ட பந்து இரண்டாவது முறையாகக் கண்ணாடி ஜன்னலைத் தாக்கியதும் அறை முழுவதும் அதிர்ந்தது. இரண்டாகப் பிளவுபட்டு சிறு அளவு நீளத்துண்டு உடைந்து விழும் சப்தம். கீறலில் இடைபுகுந்த பார்வை தவித்துக்கொண்டிருந்தது. விளையாட்டு

மைதானம் நிசப்தத்தில் மூழ்கியது. நரேந்திரனால் எழுந்து மைதானத்தை பார்க்காமல் இருக்க முடியவில்லை. ஒரு சுடுகஞ்சியும் இல்லாத வெறிச்சோட்டத்தில் மைதானம் அசைந்தது.

மேல்மாடி அறையிலிருந்து இறங்கும் இருபத்தி மூன்றுபடிகளில் ஒவ்வொன்றாக கால்களை நகர்த்த வேண்டியிருந்தது. உடைந்த கண்ணாடிப்பரப்பு தலைக்குள் வெளிச்சமான அதிர்வை ஏற்படுத்தியிருக்கும். கபாலம் பிளவுபட்டு ரத்தம் கசிவதுபோல் வலி. மயக்கம் மேலிட மைதானத்தை கடந்துபோய்க் கொண்டிருந்தான் நரேந்திரன். தண்டவாளங்களைத் தாண்டி போகும் தெருவில் நுழைந்து மறைந்தான்.

திரும்பவும் நிதானமாகப் பீடி புகைத்தபடி நரேந்திரன் அறைப்படிகளில் ஏறி அறைக்குள் புகுந்து உள்புறமாகத் தாழிட்டுக்கொண்டான்.

திடீரென்று ராமசாமி முகம் தோன்றி அவனுக்கு முன் நரேந்திரன் கரைந்து மறைந்து கொண்டிருந்தான். ராமசாமியிடம் எதையும் சொல்லவோ கேட்கவோ முடியாத நிலை. அம்மா இருந்தபோது ராமசாமியுடன் ஜன்னலில் நின்று குதித்து விளையாடியது. மூன்று சக்கர வண்டியில் நரேந்திரன் அமர்ந்திருக்கிறான். ராமசாமியைச் சுற்றுகிறவண்டி-முன்னும் பின்னும் வளைந்து சுற்ற ஒவ்வொரு முறையும் ராமசாமி வருகிறான்.

ஜன்னல்கம்பிகளில் பொழுது விழுந்து இரவு குளிர்ந்தது. சட்டை இல்லாமல் வெறும் தரையில் படுத்துக் கிடந்தான் நரேந்திரன். வெறும் முதுகை சிமிண்ட் தரையில் கிடத்தி வெகுநேர குளிர்ச்சியில் காலம் ஓடியிருந்தது. சிறு பிராயத்திலிருந்து சிமெண்ட் ஈரத்தில் படுத்துப் புரண்டது. திரும்பத் திரும்ப சிமெண்ட் குளுமையில் இருக்கும் ஆதரவு எங்குமில்லாத போது அறைச் சுவர்கள் அவனைப் பார்த்தன. எழுந்து

போக முயற்சித்துத் திரும்பவும் படுத்துக்கொண்டான்.

யாரோ வருவது போல் பாதங்கள் அழுந்த நடந்துவரும் ஒலி. திரும்பவும் கால்களை அழுந்த அழுந்த உரசி நடந்து வருகிறார்கள். நிதானமான நடையில் கிட்ட வந்து விலகிச் சென்று தேய்கிற தொலைவுவரை துணுக்காகக் கேட்கிறது. செருப்புகள் வேகமாக ஓடிவருவது போல் கதவுப்பக்கம் வந்து படிக்கட்டுகளை விட்டு தட்டித்தட்டி இறங்கிச் செல்வதை ஒவ்வொரு படிக்கட்டிலிருந்தும் செருப்பு பதியும் ஓசையை எண்ணி எண்ணி நின்று போயிருந்தது. காலடிகளைப்பின் தொடர்ந்து அவனும் நடந்து கொண்டிருந்தான், நீளமான தெருவில். அவனை யாரோ பின்னாலிருந்து கூப்பிடுகிறார்கள். முன்னால் போய்க் கொண்டிருந்த உருவத்தை விடாமல் துரத்திச் சென்றான். முன்னும் பின்னும் இணைக்கப்பட்ட மூர்க்கமான பிணைப்பிலிருந்து துண்டித்துக் கொள்ள நினைத்தான்.

தெருவில் இருந்த பெட்டிக்கடையில் ஒதுங்கி பீடி பற்ற வைத்துப் புகைத்துக் கொண்டிருந்தான். கையிலிருந்த பீடி நடுங்கியது. பதைப்புடன் சந்து வழியாக ஆள் நடமாட்டமில்லாத இடத்தை நோக்கிப் போய்க்கொண்டிருந்தது பாதை.

அவன் கால்கள் நடப்பதை, பாதங்கள் அழுத்தமாக பதிவதை உணரமுடிந்தது. அவன் மூச்சுவிடும் சத்தத்தை அவனே கேட்க முடிந்தது. ஊரின் எல்லையைக் கடந்திருந்தது பாதை. டிசம்பர் மாதப் பனியில் சூழல் வெண்ணிறமடைந்து குளிர்ந்து கொண்டிருந்தது. மேலும் கால்கள் இயங்கியது. வெண்புகையில் தலை கிறுகிறுத்தது. யாராவது வந்து விடுவார்கள் என்று பயந்தபடி சாலையைக் கடந்து கொண்டிருந்தான். சூழலில் இருந்த ஒவ்வொரு பொருளும் மறைந்து கொண்டிருந்தது. செருப்பின் ஓசை கூட மறைந்து கொண்டு வந்தது. வெண்படலத்தில் அவன் கைகால்களும் மறைந்து விட்டன. அவனை யாரும் அடையாளம் காண முடியாது.

சாலை மரங்களின் வரைகோடுகள் பனிப்புகையில் மூழ்கிப் வெண்ணிறமாகியது. ஸ்தூலங்கள் மறைந்தபடி குளிர்ந்த பாதை. தரையை விட்டு மிதந்து கொண்டிருந்த பாதை. சூனியத்தை ஊடுருவி நகரும் கண்ணுக்குத் தெரியாத பாதை. எதிலும் மோதிக் கொள்ளாமல் வெண்மையில் மிதந்து மிதந்து இயற்கையின் துகளில் குளிர்ச்சியை மட்டுமே உணர்ந்தான்.

இழைபிரியும் மூச்சுக்கான இடைவிடாத போராட்டத்துடன் நகர்வு, மூச்சின் சப்தம் அற்றுப்போயிருக்கிறது. இக்கணம் நிசப்தத்தில் மூழ்கி மெல்ல இறந்து கொண்டிருந்தது. எதுவுமற்ற வெண்படலத்தில் சற்று இடைவெளியில் மூச்சின் உஷ்ணம் மட்டும் விலகி விலகிப் பாதையை ஏற்படுத்தி நகர்ந்து கொண்டிருந்தது. வெண் திரையைப் பிளந்தபடி அதன் கீறல்: அதிலிருந்து ஊடுருவித் தப்புவதற்கான வேகத்தில் கண்ணாடிப் பரப்பில் பிளவுபட்ட இரு துண்டுகளுக்கு இடைவெளியில் ஊடுருவி நகர்ந்து கொண்டிருந்த உயிர்.

அவன் இருப்பதற்கான அடையாள மற்று போயிருந்தது. இடைவெளி தூரம் மட்டும். அவனுக்கென்று விடப்பட்ட தூரம்.

நீலநிறக் குதிரைகள்

ரூர்கேலாவில் இரும்பு வாடை. ஊரை மூடிய அரக்கு இருள். ஸ்டேஷனில் இருந்து வெளியேறினான். மனிதர்களை இரும்பாலான வானம் மூடியிருந்தது. மரத்தில் உதிர்ந்த இலைகளாய் இரும்பு பரவிக் கொண்டிருந்தது.

ரூர்கேலாவிலிருந்து இரவு 11.30க்கு பாட்னா மெயில். அப்போதிருந்த மனநிலையில் பீஹாருக்குள் நுழைய முடியாமல் ஊர் திரும்பி விடலாமா, வேறு எங்காவது இறங்கி விடுவதா என்ற குழப்பத்தில் நடந்தான்.

அவசரமாய்ப் பஞ்சாபி ஹோட்டலில் நுழைந்ததும் அங்கு விலைமலிவான கலர்சாராயம் குடித்துக் கொண்டிருந்தது கூட்டம். மீன்துண்டு, பரோட்டா, சோடா குப்பிகள் இவற்றுக்கிடையே ஐநூறு மில்லிவரை குடித்திருந்தான்.

அவனுடைய நண்பர்கள் அவனைக் கைவிட்ட போது, இந்த உலகத்தில் தான் ஒரு தனிமையான மனிதன் என்பதைத் தெரிந்து கொண்டான். வெகு நாளாக மனசுவிட்டு விரிந்து திரிய எந்த ஊரில் வேண்டுமானாலும் இருந்து கொள்ளும் மனநிலை உருவாகியிருந்தது.

மங்கலானபாதை. வழிகள் அடைபட்ட நகரத்தில் கலர் சாராயம் குடித்து அழிவதென்று கூட்டம். அவர்கள் முகம் கொஞ்ச நேரத்தில் போதையில் நெளிந்து தகரம் போலாயின.

கடைவாசலில் கிடந்தான். அவனைத் தூக்கி நிறுத்தினார்கள். கையை விட்டதும் மிதந்து கொண்டிருந்தான். இரும்பு மஞ்சளான போதைஅலைகள். ரூர்கேலாவின் மேல் நீந்தினான்.

பின்னோக்கிச் சுடும் துப்பாக்கிகளின் குமுறல். நீலநிறக் குதிரைகள். மரங்கள், பாறைகள், குகைகள், சரித்திர இடிபாடுகள், மதில்கள், எல்லையற்ற தனிமை மீது செல்லும் நீலநிறக் குதிரைகள், நட்சத்திரங்களுக்குக் கைகோர்த்து நகரும் குதிரைகள்.

நகரத்தின் மீது இரும்புக் கறை. இரும்பு உலையின் குமுறல்களோடு மனிதர்கள். துருப்பிடித்த தெருவில் நிழல்கள் மௌனமாய் நகர்ந்து கொண்டிருந்தன. யாரும் தப்ப முடியாது. இங்கு வந்தவர்கள் சாவதைத் தவிரச் செய்வதற்கு ஒன்றுமில்லை. அரிமானங்களில் மனித வாடை. மாபெரும் புகைபோக்கிகள் உறுதி செய்தன.

குடிபோதையில் இருந்த அவர்கள் கண்களுக்குள் அர்த்த மின்மையின் பெருஞ்சிரிப்பு. சூரிய அஸ்தமனத்தின் நித்யத்துவத்தின் மீது அழகை மறுதலித்துவிட்ட கண்கள், மேலும் மேலும் அச்சமடைந்து கிளர்ந்த பறவைகளின் சிறகடிப்பு ஒலி நகரின்மீது. டிசம்பர் மாத இலைகள் வெறுமையில் உறைந்திருந்தன. பாழ் விழுந்த கோபுரத்தின் சிரஞ்சீவித் தன்மை மீது தழும்புகள்.

அவனிடம் டிக்கெட்டும் பிரயாணச் செலவுக்குப் பணமும் இருந்தது. தப்பிவிடுவான். இங்கிருந்து ஓட நினைத்தான். எந்தப் பக்கம் ஓடுவது? நாலு திசைகளிலும் இரும்பின் காற்று. மூச்சுக்குழலின் அடியில் துருப்பிடித்திருக்குமா. வெளி மூச்சில் தூசுப்படை.

பூட்டிய கடைத்தெருவில் விழுந்து கிடந்தான். டிசம்பர் மாதக் குளிர். இரும்பு குளிர்ந்து நகரம் நடுங்கியது.

லாட்ஜ் என்று பேருக்கு இருந்த பழைய குடோனில் சதுர அறைக்குள் தஞ்சம் புகுந்தான். லைட் இல்லை. அரைகுறையாக எரிந்த மெழுகுவர்த்தியும் சில பீடிகளும் அவனுடன் இருந்தன. மேஜை நாற்காலிகளின் நிழல் விழுந்திருந்த தரையைப் பார்த்தான். மெழுகுதிரி வெளிச்சத்தில் அறையே அவனை விரட்டுவதாக இருந்தது.

வெளியில் ரூர்கேலாவின் மீது தற்கொலையில் தொங்கும் இருள். திறந்த கதவுவழியே பார்த்துக் கொண்டிருந்தான். மங்கலாக நினைவுகள் திரும்பத் திரும்ப வந்தன. யாரோ ஒருவன் போலிருந்தான். யாரோடும் உறவு கொள்ள முடியாமல் விலகிப் போகிறது. பாதங்களின் சப்தம் மட்டும் கேட்கிறது. இருளின் கால்கள் அவனைப் போல் நிழல்கள். எந்த இரவு. அவன் வந்த இரவு மறைந்து காலத்துடன் மறையாமல் வரும் இரவு வந்தது. இந்த இரவு இந்த அறையில் அவனைத் தவிர யாருமில்லை. ஆழத்தில் புதைந்து ஒரு தனிமையான அறைக்குள் வடிவம் கொண்டுவிட்ட நிலை. மெழுகுத்திரியின் வெண்மைக்குள் நூலில் சுடர். தனியாக அந்தரத்தில் நடுங்கியது. அவனைப்போல் தவித்து முடிவில் நின்று எரிகிறது. எவ்வித நோக்கமும் இன்றி. அர்த்தமற்றுக் குவிகிற இருளின் விளிம்புகளில் சுடர் அசைகிறது. நகரம் அவனைப் பார்த்துக் கொண்டிருந்தது.

நிகழ்காலம், வெளிச்சம், ஒலிகள் அசைவுகள் இழந்து மறைந்து கொண்டிருந்தது. ரூர்கேலாவின் பௌதீக உடல் மறைந்து உள்ளுறைந்த நகரம் தன்னுள் அடக்கமாகப் பதுக்கி வைத்த நகரை எடுத்துக்காட்டியது. நகரம் திறந்து வழிவிட்டுப் பேசத் துவங்கியது.

நாகரிகங்கள் அறிவுச் சாதனைகளுக்காக மதிக்கப்பட வேண்டுமா? மூதாதைகள் விதைத்த விதையிலிருந்து முளைத்த குறுத்துகள் எவ்வளவு தூரம் இன்று பரவிவிட்டன. எதிர்கால மனிதனின் ஆன்மீகச் செல்வங்கள் காலியாவதைப் பார்.

கலைப்படைப்புகள் புகழப்படுகின்றன அல்லது இகழப்படுகின்றன. இங்கு எனக்கு என்ன தேவையென்றே தெரியவில்லை. பெரும் பெரும் உலைக் கூடங்களை சுமந்து இரும்பின்தலைவிதியை நானே சுமக்க வேண்டிய நிலை.

நான் இங்கு எந்த மனிதரோடும் சினேகிதம் கொள்வதில்லை. பிறகொரு நகரத்தில் அந்நியன் போல் திரிகிற உன்னைக் கேள்விப்பட்டேன். இங்கு வருவாய் என்ற நாள் கல்வெட்டில் இருக்கிறது. முடிவுவரை வந்தவன் என்னைச் சந்திக்கிறான்.

தன்னுள் அடக்கிவைத்த ரகசியம் ஒன்றைச் சொல்லவரும் மௌனத்துடன், குறுகலான தெருவில் அவனை அழைத்துச் சென்றது நகரம்.

அங்கே புனித நதி இடம்பெற்ற ரூர்கேலா. ஒரிசாவின் புகழ் பெற்ற நடன மாது சந்தோஷினி மொகாபத்ரா ராஜகுமாரனோடு ஆற்றின் கல்மண்டபத்தில் அமர்ந்து வெகு நேரம் ஒருவரை ஒருவர் பார்த்தபடி ஆழ்ந்து நதியில் கரைந்து நகரும் நிலை.

மனிதன் தேடும் உன்னதம் எல்லாம் யாந்ரீகமான விஷயம். இந்தப் போர் நூற்றாண்டுகாலம் நடந்தன. பின்னோக்கிப்பார். ரூர்கேலாவில் எந்திரங்கள் தோன்றுவதற்கு முன்னால் வானத்தின் தன்மையான ஒலி. கேட்பதற்கு எவ்வளவு பெரிது. அம்புகளால் துளைக்கப்பட்ட இதயத்தின் படம் ஒன்றை எடுத்துக்காட்டியது நகரம்.

அவன் பார்த்துக் கொண்டிருந்தான் புனித நதியின் கரையோரம் அமர்ந்தபடி. மனிதர்கள் உருவாக்கிய ரூர்கேலா நகரமே! இன்று இரவில் ஆழ்ந்தவாறு உன்னைப் பார்த்துக் கொண்டிருக்கிறேன். உன்னிடம் இருந்து கொண்டிருக்கும் ஸ்பரிசம் இந்த விளக்குகள் எதுவரைக்கும் ஒளி வீசிக்கொண்டிருக்கும். இன்றைய ரூர்கேலா மீது இரும்பின் புகை வளையம். மாபெரும் புகைபோக்கிகளில் சாத்தான்

அமர்ந்திருக்கிறான். அவன் இறங்கி வருவதற்குள் உனக்குள் மிஞ்சியிருக்கும் அர்த்தங்கள் கூட யாந்ரீகமாகி விடலாம்.

இரும்பின் கரகரப்பான கார நெடி. நகரின் அந்தராத்மாவில் ரத்தத்தின் இரும்பு வாடை. உள்ளே கேட்க முடியாத தூரத்தில் நகரில் ஆகிருதி அழுது கொண்டிருந்தது.

நதி ஒன்று சல சலத்தது. போன யுகத்தில் யுத்தங்களின் கறை படிந்த நதி மறைந்தது. ரூர்கேலாவின் கலாச்சாரம் உன்னதமடைந்த நாட்கள் அவனுக்குத் தெரிந்திருக்க நியாயமில்லை. அவனோ லட்சியமோ தேடலோ இல்லாத நரம்பு நோயாளி. இந்த நகரைப் பார்வையிட வந்த பழைய யாத்திரீகன் அல்ல. இன்றைய வறட்சியின் சின்னமான அவனுக்கு வயதென்ன ரூர்கேலாவின் வயதென்ன இங்கே வாழ்ந்தவர்கள் எல்லாம் நூறு வயதுக்கு மேல் வாழ்ந்து மறைந்தார்கள். நாட்டுப்புற மக்கள்கூடி வளர்த்த கலைகளின் மையமான நாட்கள் எவ்வளவோ.

அவன் தேடிவந்த நகரத்தின் ரகசியம் இதுதான். வால் நட்சத்திரம் தோன்றி மறைந்த நாளின் சேதி. இங்கு வந்து சேர்ந்த மனிதர்களுக்கு ரூர்கேலா கல்லறையாகும் நாள் சமீபித்துக் கொண்டிருந்தது தான்.

இரும்பு வயல்களின் உருவான காற்றும் இருளும் நகரில் வீசியது. யுகங்கள், இன்னும் பல யுகங்களுக்குப் பின்னால் வரும் அவனைப் போன்ற மனிதனை எதிர்பார்த்துக் கொண்டிருக்கிறது. நகரம் மனச்சுமையுடன் விழித்திருக்கிறது உயிரின் எந்த அலகுகளுக்கும் அழிவைப்பற்றிய பிரக்ஞை இருக்குமா? என்று திடமாக வாதிட்டது நகரம்.

அறையில் இருந்தவாறே கேட்டுக்கொண்டிருந்தான். இந்தக் கேள்விகளுக்கு அவன் விடை சொல்லவில்லை. ரூர்கேலாமேல் நட்சத்திரங்களை நோக்கிக் குலுங்கும் நீலநிறக் குதிரைகளின்

பிடரிகளைப்போல் பறந்து கொண்டிருந்தான். வனத்தில் கனைத்து மலையில் நிலைத்து கடல் நடுவில் தோன்றும் நீலக்குதிரை.

அவனைப் பற்றிக் கேட்டவர்கள் சொல்கிறார்கள்: ஊர்சுற்றும் இன்பத்திற்காகவே வாழ்ந்து கொண்டிருந்தான். லியோ டால்ஸ்டாயின் கல்லறையைச் சுற்றியுள்ள மரங்களில் பனி கொட்டுவதைப்பற்றிக் கனவு கண்டான். ஆனந்த்பூர் ரயில் நிலையத்திற்கு அருகில் மண்கூரை வீடுகளின் அழகைப் பற்றி எங்காவது பேசித் திரிவான். தொலைவான ராஜஸ்தான் பெண்களைப்பற்றிய குறிப்புகள் இருந்த டைரி கிடைத்தது. பாலைவன எல்லைகளில் அவனுடைய கையெழுத்து காணப்பட்டது. எல்லையற்ற தனிமையில் திரிந்தான். இருண்டகுகை ஓவியங்களில் தீப்பந்தம் ஏந்தியபடி மணிக் கணக்கில் சமைந்தான்.

பதிவறை

யுகங்களின் மனச்சுமை இழுபடும் ஓசை

குமுறும் வழிகளில் நடந்து கொண்டிருந்தேன்

கணப் பொழுதில் நிசப்தம்

குலுங்கிய பீஹார் நகரங்களில் பூகம்பம் கிளம்பிய

ஆகஸ்ட் 21   1988.

பூமி கிழிந்து கிளம்பிய தீக்குழம்பிய குரலில் உறைந்திருந்த கணங்கள்

மூடிய அறைக்குள் எல்லாம் நடுங்குகின்றன

ஒவ்வொரு அணுவிலும் கணங்களின் நடுக்கம்

அதிர்கிறது உயிர்ப்பெட்டி

ஒவ்வொரு நகர்வும் கழுமரம்

அன்று ரத்தான இஸ்பாத் எக்ஸ்பிரஸ்களுக்காகக் காத்திருந்த பயணிகளோடு... நானும்

தண்டவாளங்கள் அருகில் கசியும் நீர் ஏற்றும் பம்புகளில் பயணிகளுக்கான செலவு நீர் கொட்டிக் கொண்டிருந்தது.

1,2,3,4, பிளாட்பாரங்கள் நிறைந்த பயணிகளூடே பீகார் குழந்தைகள்.

ஓவர் ஹெட், எக்யூப்மெண்ட் இன்ஸ்பெக்ஷன் வேன் மூன்று எஞ்சின்கள் பொருத்தி வெள்ளோட்டம் வந்தது.

23123: 23087: 23126 எண்களிடப்பட்ட எஞ்சின்கள்.

மர வெறுமையில் நூற்றுக்கணக்கான காகங்கள் ஒரே திசையை நோக்கி அமர்ந்திருந்தன.

குருவிகள் இடம்விட்டு இடம் பெயர்ந்து கூட்டமாய்க் கட்டிடங்களுக்கு மேல் விளையாடுகின்றன.

எனது அழுக்கு ஜேப்பில் |msÀ KiÌñºÌsÒ[U தீப்பெட்டியும் மிச்சமாக கேரள தினேஷ் பீடிகள் சில

நமத்துப் போன சார்மினார் சிகரெட்டில் எரிந்த தீக்குச்சிகள் கீழே விழுந்து கிடந்தன.

5-25க்கு நாக்பூர் பாசஞ்சர் வரவேண்டும்.

சக்ரதார்பூர் ரயில் நிலைய விடுதி முன்னால் 'கரம் சாய... கரம் சாய...'

ரயில் நிலையத்தில் ஆழ்ந்து கேட்கும் குரல்கள். ரயில் நிலைய ஆடுகளின் அலைச்சல்.

நொண்டிப் பிச்சைக்காரன் கைத்தடி நகரும் ஓசை பீஹாரி மொழியில் எங்கும் மனிதத் தலைகள் தண்டவாளங்களில் தொலைவை நோக்கி...

மதுரைக்கு வந்த ஒப்பனைக்காரன்

பட்டினியும் வறுமையும் பின்துரத்த

மவுண்ட் ரோட்டில் புதுமைப்பித்தன்

மதுரைத் தெருவில் ஒப்பனைகள் கலைத்தெறிந்த

ஜி. நாகராஜன்

நிரந்தரத் தற்கொலையில் வாழ்ந்துகொண்டிருக்கும்

ஆத்மாநாம்

இந்த விதிகளுக்கு அப்பால்

எழுதப்படாத சரித்திரத்தில்

அலைந்து கொண்டிருக்கிறான் ஒப்பனைக்காரன்.

சுண்ணாம்புக்காரத் தெருவில் நாடகக்காரி இருந்தாள்: கொழும்பு மலேயா வரை அவளோட புகழ் பரவியிருந்தது. அவளுக்கு ஒப்பனை செய்யும் யுவனொருவன். சாஸ்திரம், இசை, ஓவியம் பயின்றவன். பல நாடகங்களைப் யார்த்தான். கல்கத்தாவின் வீதிகளில் அவனைப் பற்றி பரவியது. பர்மா, மலேயாவுக்குக் கம்பெனி சென்ற சமயம் அங்கும் பல நாடகக் குழுக்கள் தோன்றின.

மீண்டும் நாடகங்கள் எழுத வசனகர்த்தா எழுத்தாணியை தீட்டுகிறார். திறந்த ஏடுகளில் நாடகங்கள், பாடல்கள், சரித்திரம் முக்கியத்துவம் பெற்றன. மிருச்ச கடிகம் - வட மொழியிலிருந்து

18ஆம் நூற்றாண்டின் இறுதியில் தமிழாக்கம் செய்து அரங்கேறியது. நாடகாசிரியன் சூத்ரகன் எனும் அரசன் சிருஷ்டித்த பாத்திரங்கள், சூத்திரதாரன் - நடி - விதூஷகன் - சாருதத்தன் - வசந்தசேனை என்று. யுவனின் ஒப்பனையில் இரவுகள் மெல்ல நகர்கின்றன. கம்பெனி கொடி கட்டியது.

சந்திரமதி வேடம்பூண்டு லோகிதாசனைச் சுடுகாட்டுக்கு கொண்டு வருகிறாள். புத்திர சோகத்தில் சந்திரமதி. பிணந்தள்ளும் கோலுடன் அரிச்சந்திர மகராசன் எரிக்கப் பணம் கேட்டு வாதிடும் காட்சி.

குடிகார கோவிந்தன் விஸ்வாமித்ர முனிவராய் இரவில் வந்து நிற்கிறான்.

சீலைகள் காற்றிலாடுகின்றன. பிணம் எரிகிறது. சடலங்கள் எழுந்து ஆட ஆட தீமூண்டு எரிகிறது பாடல். மயானகாண்டம் உச்சக்கட்டம்.

விடிவெள்ளி முளைத்து அரிச்சந்திர நாடகங்களுக்கு அருகே சரிந்து கொண்டிருந்தது. மேடைகளில் சரியும் நட்சத்திரங்களைப் பார்த்து வருகிறார்கள் ஒவ்வொரு காலமும்.

சந்திரமதியானவள் நாடகம் ஓய்ந்த வீதிகளில்பிச்சையெடுத்து வருகிறாள். மலார் ராகம் ஓய்ந்தது. கடல் கடந்த காலம் மறைந்தது. ஒப்பனைக்காரன் யுவம் இழந்தான். பதினெட்டாம் நூற்றாண்டின் இறுதியில் வளையத் துவங்கிய அவன் மூக்கு பெரிதாகி சுருண்டு கருத்துப் போனது.

பிச்சைக்கிழவியான பழைய நாடகக்காரியின் பிரேமையினால் கிழவன் பழைய யுவன் போல் ஒப்பனை கொண்டான். திப்புவின் சட்டை அணிந்து கொண்டான். 'வீரன் திப்புசுல்தான்' நாடக ஒப்பனை. திப்புவின் தொப்பி பழுதான தொப்பி. தொப்பிக்கு அழகாகக் கோழி ரோமங்களை நட்டி குஞ்சம் அமைத்தான். வெள்ளி மீசையென்றாலும்

திப்புவின் வீரம் துடிக்கும். வாய் திறந்தால் வசனம். வெள்ளைப் பரங்கியரை வாள் கொண்டு துண்டித்த வாய் வீச்சு.

சுய எள்ளலாய்க் கிழப்புன்னகை. உதட்டின் ஓரங்களில் மீசையும் சேர்ந்து சிரிக்கும் கண்ணுக்கு அழகான கிழவனவன்.

ஒவ்வொரு நாளும் ஒவ்வொரு வேடம் தரித்து மதுரை வீதிகளில் தோன்றினான். உடைவாளை உருவியபடி வேகமாய் நடந்தான். நாடகச் சுவடிகள் சுமந்து செல்லும் ராவுத்தன் குதிரை. கம்பீர சுல்தான்

நடை. அவன் வளைக்குள் புகுந்த பெருச்சாளிகளைப் பற்றி சிந்தைவயப்பட்டிருந்தான்.

பல ஒப்பனைகளில் பெருச்சாளிகள் வரும் இரவுகள்... சுவடிகளைக் கடத்திக்செல்லும் பழுதான துணிகள் ராஜாவின் சட்டை மந்திரியார்வேஷ்டி. சீமான்கள் வேஷத்தில் பெருச்சாளிகள். நடமாட்டம். சேகரித்த பாடல்களைப் பாடும் பெருச்சாளிகள். சுவடிகள் மேல் மோகம். பழமையில் மோகம். அதிநவீன பெருச்சாளிகள் சுவடிகளைக் கரைத்துக் குடித்தன.

பெருச்சாளி கடித்த வஸ்திரங்களை மூட்டித் தைப்பது ஊசி நூலின் வேலை. ஏடுகளைக் கொரிக்கும் நவீன பெருச்சாளிகளை நகரின் மேல் ஏவுகிறது கிழவனின் மந்திரப் புல்லாங்குழல். நெடுங்காலம் அது. மதுரை நகரம். விளக்குகள் ஏற்றிய இரவு. கிழவன் தனிமையில் பாடுகிறான். மூப்படைந்த அவன் மூக்கு பாபகெனோ படைப்பில் வரும் பறவை மனிதனைப் பாடும். கோட்டை - நடனமண்டபம்- அரண்மனை இரவு - நதிக்கரை காட்சிகள் - நாடகத் தெரு ஸ்கிரீன்கள் எல்லாம் கிழிந்தன. அவன் பாடலில் வரும் யுவன் நகரங்களுக்கு மேல் பறந்து பார்க்கிறான். இசைக்குழு கோரஸ் பாடுகிறது.

நூற்றாண்டுகள் அடுக்கி வைக்கப்பட்ட ஒப்பனைக்காரன் வீடு.

திரைச் சீலைகளில்வரைந்த சித்திரங்கள். பாய்ஸ் கம்பெனி இசைக்குழுவின் போட்டோ. மீசை கிருதாவுடன் தோன்றும் பழைய நடிகர்கள். நாடகக்காரி ரங்கூனில் வைத்து எடுத்த படம். பழுதடைந்த யுவன் இவர்களுக்கு நடுவில் அமர்ந்திருந்தான். ஒப்பனைப் பொருட்கள் நிறைந்துள்ளன. நாடகம் போட அழைப்பு வருமென்று நப்பாசையில் கிழவன் காத்திருக்கிறான்.

அதுவரைக்கும் எல்லா ஒப்பனைகளிலும் தன்னைப் பார்த்துக் கொண்டான். வெயில் கிளம்பும் வேளை நாடகத்திற்கு ஆயத்தம் நடக்கும். வசனங்கள் தலைகீழ்ப் பாடம். பெரிய கஞ்சப்பிரபு வேடம் தரித்துக் கொண்டான். அதைக் கலைத்து விட்டுச் சற்று நேரம் ஓய்வு. பின் அடுத்த ஒப்பனை. புராணிக வணிகன் தோன்றினான்.

மதுரை நகருக்கு அதிசய வணிகன் வந்திருக்கிறான். நகருக்குள் பரபரப்பு.

கிழவனின் சின்னக் குடிசை. மண் சுவர் பதித்த நிலைக் கண்ணாடி, கண்ணாடி முன் அதிசய வணிகன். பல தேசங்கள் கடந்து வருகிறான். வெளிநாட்டு மீசையை எடுத்துப் பெரிய மூக்கில் இணைத்து மூக்கால் பேச தொடங்குகிறான்.

வாத்தியக் கருவிகள், பின்னணி இசை முழங்க நகருக்குள் வணிகன். ஒவ்வொரு எட்டிலும் ஹார்மோனியத்தின் குரல் அதிகரிக்கிறது.

ஏலம் விடவேண்டியதை மூட்டையாக்கி, கட்டித்தூக்கிக் கொண்டு போகிறான். ஏலம் விடுவது வணிகன் தொழில். சீமானைப் போல் ஜரிகைக்கரை வேஷ்டி மின்னுகிறது. ஜன நடமாட்டம் அதிகமான பகுதிகளில் வணிகன் நடமாடுகிறான். தெருவில் போவோர் அவனைக் கடந்து செல்ல முடியாது. எதிரே முகவெட்டைப்

பார்த்ததுமே சொல்லிவிடுவான் வருவது யாரென்று. முற்பிறப்பைச் சொல்லும் வணிகனின் நிமித்தகம்.

தமிழன் மானம் காத்த புலவனைய்யா நீர் என்பான். இவர் தானய்யா குதிரைவீரன், தக்காண இளவரசி சாந்த் பீபியின் குதிரைலாயத்தில் குதிரைகளுக்குச் சேணம் கட்டியவன்.

அய்யா கவிஞரே வருக... நீங்கள் பாடினதால் குதிரை தின்ற மேய்ச்சல் நிலங்கள் வளர்ந்தன. கவி பாடப் பாடப் புல் வளர்ந்தது பாண்டிய நாட்டில்.

டவுன்ஹால் ரோட்டில் வணிகன் நடந்து கொண்டிருந்தான். அவன் முதுகில் செல்லும் சுமையில் ஏராளமான ரகஸியங்கள். வணிகனின் கையிலிருந்த உடைவாள் தவறி விழுந்து விட்டது, குனிந்து எடுக்கிறான். இது என் பரம்பரை வாள், பரம்பரை மீசை என்று கூவுகிறான். வழிநடை வியாபாரிகள் இரைச்சல். சந்தியை அடைகிறான்.

அதிசயங்கள் எல்லாம் ஏலத்தில் விடுகிறேன். எதை வேண்டுமானாலும் கேளுங்கள். துணி பொம்மையை எடுத்து ஆட்டுகிறான். இதோ அரிமர்த்தன பாண்டியன் எனக்களித்த முத்து மாலை. வைரம் பதித்த கிரீடங்கள். கோவலன் கொண்டு வந்த சிலம்பு. இரும்புத் தொப்பிகள். பரங்கியரின் துரோகத் துப்பாக்கிகள். இதைப் பாருங்கள், ஜெர்மன் நாட்டு புஸ்தகங்கள், களிமண் ஊசிகள், முடிதிருத்தும் கருவிகள் கட்ட பொம்மு பிச்சுவா, புலித்தேவன் பிடித்த வாள், அரச வஸ்திரங்கள், ஆபரணங்கள், பகல் வேஷக்காரனின் முகமூடிகள். இரும்பு முகமூடிகள். ராஜதந்திரிகளின் சதியில் பயன்பட்ட தூதுச் சுவடிகள். சங்கேத பாஷைகள் அடங்கிய ஏடுகள், வானசாஸ்திரம், தத்துவம், சரித்திரம் படைத்த பொம்மைகள், உலகயுத்தம் ஒடித்த ஊசிகள், பீரங்கி மூக்குகள், மதுரை எரிந்த சாம்பல்

கிண்ணங்கள், மண்டையோட்டு அதிசயங்கள்... மாயக்குரங்காட்டி சொல்லடா சொல்லு! மதுரைக்கு வந்த சேதியைச் சொல்லடா சொல்லு! மரப்பாச்சி குதிரைப் படை யானைப்படை. யானை வேணுமா குதிரை வேணுமா? எதை வேண்டுமானாலும் வாங்கலாம்! விலை சகாயம்.

கூவி விற்கிறான் கிழவன். பாதசாரிகளை வழிமறித்து முதுகைப் பின்னுக்கு வளைத்து வணங்கி வரவேற்கிறான். அவன் பேச்சு சாதுர்யத்தால் கூட்டமே நிற்கிறது. வியந்த கண் இமை விரித்து நிற்கிறது.

எல்லாம் உங்களுக்கே! எழுத்தாணிகள் வேண்டுமா. புலமை வாய்ந்த எழுத்தாணி. ஒட்டக்கூத்தன் பிடித்த எழுத்தாணி. விலைமலிவு.

காலத்தைத் திறந்து காட்டும் பேனா வேண்டுமா. கவிஞன் பேனா கட்டியம்கூறும் பேனா, நாட்டின் நெம்புகோல் பேனா, விலைசகாயமான பேனா சார்!

நக்கீரன் பேனா சார். அரசியல் பேனா சார், சிகப்புப் பேனா சார், பேனாவுக்குள்ள என்னருக்கு சொல்லடா சொல்லு! பேனாவுக்குள்ள பூதமிருக்கு; அற்புதப்பெண் இருக்கு; கேளுங்கள் ரூபாய்க்கு ரெண்டு பேனா சார்!

உங்களுக்கு வேண்டிய முகமூடிகள் முகத்தை மூடும் இரும்பு முகமூடிகள். திறந்த முகத்தை மூடும் முகமூடிகள் இத்தனையும் உங்களுக்கே என்ன விலை... கேளுங்கள்... வாங்க சார் வாங்க!

விளக்குகள் ஏற்றிய மதுரை வீதி, எங்கும் ஒப்பனை கலைந்து முகம் வீடு திரும்பும். டவுன்ஹால் ரோட்டில் விபரீத வியாபாரங்கள். கிழவனின் ஏலவிளக்கு எரிகிறது. விளக்கின் அடியில் விலைபோகாத நிழல்கள்! எல்லாப் பொருளும் ஏலத்தில் எடுக்கலாம். கிழவன்

களிக்கூத்தாடுகிறான். கூட்டம் நிரம்புகிறது; தேவையான பொருட்களை வாங்கிக் கொள்கிறார்கள். பழைய பொருள் மேல் மோகம். கொலுவில் வைக்கும் பொருள், விநோத பொருள், வேண்டாத பொருள் மேல் புது மோகம். எல்லாமே விலை போகும்.

நாடகமாடி முடித்த மதுரை. அன்று அரங்கேறிய நாடகங்கள். விளக்கேந்திய காவலர்கள். தீப்பந்தம் ஏற்றி வைத்த கிராமத்தில் ஓலைக் கொட்டகையில் கிருஷ்ணலீலா, பவளக்கொடி, நல்லதங்காள், கோவலன் கதைகளுக்குப் போட்ட ஒப்பனைகள். இரவில் வந்துபோன கதாபாத்திரங்கள். ஸ்திரீபார்ட் வேஷங்களில் நடன சங்கீதம். திரைச்சீலைகள் அசைகின்றன. காட்சிகள் மாறுகின்றன. ஹார்மோனியம் கண்ணுச்சாமிப்பிள்ளை அடுத்த கட்டத்திற்கான சுதியை ஏற்றுகிறார். தைல விளக்குகளுக்கு எண்ணை ஊற்றுகிறார்கள்.

ஒப்பனைக் கண்ணாடியில் எரியும் தீப்பந்தம். வெளிச்சத்தில் அர்ஜுனன், தருமன், துரியோதனாதிகள், கிருஷ்ணன் எல்லாரும் வசனங்களைப் பேசிக் கொள்கிறார்கள். பாஞ்சாலி சேலையுடுத்திக் கொண்டிருக்கிறாள். துச்சாதனன் பாஞ்சாலியோடு வசனங்களை ஒத்திகை பார்த்துக் கொள்கிறான். பாரதியின் பாஞ்சாலி சபதம்.

ஜனக்கூட்டம் உற்சாகமடைகிறது. நாடகாசிரியர் நோட்டுப் புஸ்தகத்திலிருந்து அடுத்த கட்டத்துக்கான உச்சரிப்பு அடையாளங்களை எச்சரிக்கை செய்கிறார்.

ஒப்பனை மேஜை மீது ஆபரணங்களும் வஸ்திரங்களும் பட்டு உடைகளும், பவுடர் சாயங்கள், ஒட்டுத்தாடி, நரைமுடிகள். சகுனிமாமாவுக்கு ஒப்பனை நடக்கிறது. ஒப்பனைக்காரன் ஆழ்ந்து ஈடுபட்டு முகவடிவு உருவம் அணிகலன்கள் என்று சிருஷ்டியில் இருக்கிறான்.

மேடையேறிய பாஸ்கரதாஸின் நாடகங்களுக்கு உயிர் கொடுத்த ஒப்பனைக்காரன். எம்மெஸ் விஸ்வநாததாஸ், குடிகார கோவிந்தன் டிகேயெஸ் சகோதரர்கள் நடித்த பாஸ்கர தாஸின் பாடல்களை அன்று பாடாதவர்களே இல்லை. தேசீயம் பற்றி... விடுதலை பற்றி... பஞ்சாப் படுகொலை பற்றி... காந்தி பற்றி... பகத்சிங் வீரம் பற்றிப் பாடல்களோடு ஜனக்கூட்டம் அலையென எழுந்தகாலம்.

நாடகம் ஓய்ந்த வீதிகளில் ஒருவன் பாடிக்கொண்டு போகிறான். அரங்குகளுக்கு வெளியேயும் பாடல்கள். முதல் முதலில் தீவிர காங்கிரஸ் தொண்டனுக்கு ஒப்பனை செய்து கொண்டிருந்தான் கிழவன். பகத்சிங் நாடகம், திப்புவின் வீர வரலாறு, கட்டபொம்மு, புலித்தேவன் கதை எல்லாவற்றுக்கும் ஏற்ற ஒப்பனை நடந்தது. ஒப்பனைக்குரியவை துப்பாக்கிகள், ஈட்டிகள், சுடுகருவிகள் ஒவ்வொன்றையும் கிழவன் கொண்டு வந்தான்.

சரித்திரத்தில் எழுதப்படாத சித்திரமாய்ப் போய்க் கொண்டிருந்தான் ஒப்பனைக்காரன்... கால தேச வர்த்தமானங்களில் செல்லாத வேஷங்கள் எல்லாம் வேடிக்கை காட்டும் குரளி வித்தை போலும்.

அந்த இரவுகளில் திரைச்சீலைகளுக்குப் பின்னால் லாந்தர் ஒளியில் அவன் செய்த முகங்கள் ஒவ்வொருவரும் அவனுடன். நாடகங்களில் உருவான உற்சாக கட்டங்களை அடைந்தான் கிழவன். திப்புவின் சட்டைக்கு உயிர் வந்தது. ஒப்பனைகள் எல்லாம் சரித்திரம் பேசும் அவனிடம்.

இரவானதும் கிழவன் வீடு திரும்புகிறான். அவனிடம் எந்தத் துயரமும் பாவங்களாய் மாறுகிறது. ஏலவிளக்கேந்தியபடி இருளில் போகிறான். ஒப்பனைக்காரன்... பெரிய பெரிய நிழல்களோடு நகர்கிறது ஏலவிளக்கு.

வேர்கள்

ஊர்க்கோடியிலிருந்து நாய் குரைத்தது தூரத்தில் சன்னமாய்க் கேட்கவும் முழிப்பு தட்டியது. மனசுக்குப் பக்கத்தில் குழந்தையின் அசைவு. விழுந்துகிடந்த மார்புகளில் வெதுவெதுத்ததும் முண்டிக் கொண்டு முணங்கியது. உச்சி முகந்து தழுவிக் கொண்டாள்.

வாசலில் குழந்தையின் அய்யா. அழுக்குப் பொதிமேல் மல்லாக்கப் படுத்துக் கிடக்கிறது. அது போடுகிற குறட்டையும் சத்தமாய் கேட்கிறது 'பாவம்... அதுக்கும் மேலுக்கு ரொம்ப அலுப்பு;

ஓரமாய் வெள்ளாவித் துறையில் அடுப்புகள் இழுத்து மூச்சு விடுகிறது. அதன் நெருப்பில் ஊதிக்கொண்டு சாரக்காத்து அடிக்கிறது. வெள்ளாவிப் பானைகள் இரைச்சலிடுகிற சத்தம். உவர் முறுக்கிய ஊர் கண்டாங்கி உருப்படிகளின் வேக்காட்டு மேல் சின்ன தூரல் துளைக்கிறது.

உவர்மண்; ஊர்ப்பட்ட அழுக்கு; அவர்கள் எல்லோருடைய வேர்வையும் கலந்து போய்விட்டன. இந்த ராத்திரியோடு சேர்ந்து வாசனையும் புகையுடனும் அடிக்கிறது. வண்ணாக் குடில்லாம் வியாபித்துச் சுற்றுகிறது.

இரண்டு மூன்று நான்கு வீடுதான். பக்கத்தில் கோசுகுண்டுக்குப் போகும் ரோடு இருக்கிறது. நிறைய வண்டிகள் வரிசையாகப் போய்க் கொண்டிருக்கின்றன. வண்டிச்சக்கர ஓசையுடன் மாட்டுச் சலங்கை, போகிறவர்களின் பேச்சுகளும், சல்லி ரோட்டின் கிடுகிடுப்பில் ஒரு

நடுக்கத்துடன் கேட்கிறது. சாயந்திரம் சாத்தூருக்குப் பருத்திப்பாரம் ஏற்றிப்போனவை திரும்பி விட்டன.

சாமக்கோழி அப்பதையே கூப்பிட்டிருக்கும். வீட்டுப் பக்கத்து சின்னால மரத்தில் ரொம்பப் பறவைகள் கலைந்து கொள்வதும் கீச்சட்டம் போட்டுக்கொள்ளவும் செய்தன.

இதுக்கு அய்யாவ எரவாரத்தில் வந்து படுக்கச் சொல்லணும் மழக்காத்து பெலத்து அடிக்கிறது. உடம்புக்கு சேட்டமில்லாமல் போகப் போவுது. நாளைக்கு நீராவித்துறைக்குப் போகத் தாயமாடிப்போகும்.

''இங்க பாரும் ஏ மச்சாவி... மச்சாவி இது எழவுக்குக் காத விஞ்சு போயிருக்குமே''

வண்ணாக்குடிப்பக்கம் யாரோ வேத்தாள் வருகிற சத்தம். கூப்பிடுகிற குரல் ஏ... ஆவுடைத்தாயி... ஆவுடத்தாயி

உடம்பிலிருந்து குழந்தையைப் பிரித்துத் தட்டிக்கொடுத்து விட்டுப்போனாள்.

அந்த வண்டிகள் ரொம்ப தூரத்தில் போகிற சத்தம் கேட்கிறது. அவனுக்கு அழுக்குப்பொதியிலிருந்து எழுந்திரிக்கப் பிரியம் வராது. ஒன்னுக்கு முட்டிக்கொண்டு வரவும்தான் எழுந்தான். உறக்கச்சடவோட கிழக்காமல் போய் ரோட்டைப் பார்க்க நின்று கொண்டே இருந்துவிட்டு வந்தான்.

திரும்பவும் படுத்துக்கொள்ளவும் பொதியெல்லாம் தூரல் விழுகிற ஈரம். உடம்பு வெடவெடத்தது அச்சலாத்தியாய் வந்தது. பொதிக்கு அடியில் சொருகிவைத்த பீடியை உருவி வெள்ளாவிக்குப் பக்கம் போனான். குனிந்து அடுப்பைக் கிளைக்கவும், பளிச்சென்று நிறைய கண்களாகிப் பார்த்த பொடிப் பொடிக் கங்குகளில் ஒன்றைப்

பீடியில் ஒட்டவைத்து இழுத்தான். அடுப்பில் சாம்பல் பறந்தது. இரண்டு மூன்று தும்மல். இருந்த உறக்கச்சடவு போய்விட்டது.

பொதியைத் தூக்கிக்கொண்டு வீட்டுக்குள் போனான். அவளைத் தேடினான். 'கழுத... இன்னேரம் பச்சப்புள்ளயப் போட்டுட்டு எங்க போயித் தொலைஞ்சது.' குழந்தை காலைத் தரையில் அடித்துக்கொண்டு கிடந்தது. 'ஏஞ் செல்ல மகராசா... ஆத்தா எங்க போயிட்டா... ஊருக்குள்ள போயிட்டாளா.. எங்கண்ணுப்புள்ளய விட்டுட்டுப் போயிட்டாளா...''

பொதியில் சாய்ந்து கொண்டு பிள்ளையை மடியில்போட்டுக் கொண்டு கொஞ்சினான்.

கூரை முகட்டில் ராக்ஷச வாய். அந்தப் பொத்தல் வழியாக மழைத்துளிகள். சாரக்காத்து எல்லாம் இறங்கிக் கொண்டன. மழையின் சத்தம் கூரையில் ஒரு மாதிரி வீட்டுக்குள் வெண்கல பாத்திரத்தில் ஒரு மாதிரி வெளியில் ஒருமாதிரி கேட்கிறது.

குழந்தையிடம் கொஞ்சிக்கொள்ளப் பதமான நேரம் வந்துவிட்டது. அவனுக்குத் தூக்கம் எப்படி வரும்? சுகமான அழுக்குப் பொதி. குழந்தை குணங்கியது. சுற்றிச் சுற்றி தடித்துக்கொண்டு விழும் மழைச் சத்தம். பிறகு அவனுக்கு என்ன வேண்டும். ஆவுடைத்தாயி போனதைத் தேடவில்லை. குழந்தைக்குச் சிரிப்பாணி... சுழித்துச் சுழித்து அடித்தகாற்று கூரை முகட்டில் விசிலடித்து இறங்கி சுவரொட்டியில் வெளிச்சத்தை அணைத்து விட்டது.

பெரிய அப்பச்சி வீட்டில் வெங்கிடம்மாளுக்குப் பிரசவம் ஆகலை. அழிப்பாய்ச்சிய திண்ணையில் நிறையப் பேர். வீட்டுக்குள் ஊடுவிட்டத்தில் கம்பியிலிருந்து இறங்கியபடி ஒரு பெட்ரோமாக்ஸ் லைட் வைக்கப்பட்டிருந்தது. அது இரைந்து சத்தம் போடுகிறது.

அதைச் சுற்றி விட்டில் பறந்ததும். சிம்ளியை உடைக்க முடியவில்லை. அதில் அறைந்து மோதி விழுந்தன. கால்களை உதைத்துக் கொண்டு கிடக்கிறது.

உறக்கம் வராத ரொம்பச் சின்னப் பிள்ளைகள் அந்த நிறைய வெளிச்சத்தில் கண்ணைக் கூசிக்கொண்டு லைட்டையே பார்த்துக் கொண்டிருந்தன. தெருப் பொம்பிளையாட்களும் ஒன்றும் புரியாத முகங்களாய் வீடு நிறைந்திருக்கின்றனர்.

அரங்கு வீட்டுக்குள் வெங்கிடம்மாள் உஷாரில்லாமல் அம்மாளைக் கூப்பிடுகிறது. ‘அம்மாதான் கேக்க முடியாத ஒசரத்துல இருக்காளே‘ யாரோ சிலர் சடைத்துக்கொண்டு சொன்னார்கள். சில பெரிய மனுஷிகள் உற்றுப்பார்த்துக் கொண்டு சும்மா இருக்கிறார்கள்.

ஆவுடைத்தாயி வந்துவிட்டாள். இவள் வரவும் எல்லோருக்கும் தெம்பு வந்து விட்டது. வெளியில் மழையும் பெலத்துக் கொண்டது. திண்ணையில் அவள் வருகையால் சலசலப்பும் கேட்டது. வீட்டுக்குள் ஒரே கசகசப்பாய்.

‘இப்படி மரிச்சுக்கிட்டா எப்படி. வெலகுங்க புள்ளகளா செலாத்தலா காத்த விடுங்க’

அந்த வேளையில் ஆவுடைத்தாயிக்குத்தான் நிறைய அதிகாரம் வந்து விடுகிறது.

வெங்கிடம்மாளைத் தொட்டுப் பார்த்து ஆசுவாசப்படுத்தினாள். வெங்கிடம்மாளின் பார்வைக்குத் தைரியம் வந்து விட்டது.

‘ஆத்தா... சீரகத்தை வெடிக்கப் போட்டுக் கொண்டாங்க’

‘புளிச்ச தண்ணிய மோந்தாங்க’ அதைக் கொடுத்துப் பிரவசத்திற்கு வெங்கிடம்மாளைத் தயார்ப்படுத்தினாள்.

'நல்லா மஞ்சள மையா அரைச்சு அனேகம் கொண்டாங் கத்தா'

வீட்டுப்பெண்களின் நடமாட்டம். ஆவுடைத்தாயின் கட்டளைகள். ஊஞ்சல் கொண்டியில் வாளிக்கயிறைக் கட்டி கைப்பிடியாய் அதில் துணியைக் கட்டி வெங்கிடம்மாளைப் பிடிக்க வைத்து நிறுத்தினாள்.

'ஆத்தா. செல்லாத்தா.. இந்த மஞ்சள் உருண்டய கடக்குணு முழுங்கிருத்தா'

இந்தத் தண்ணியக் குடியாத்தா... ஹங்... அம்புட்டுத்தா அம்புட்...டு...த்தா.

மழை அந்த ஓட்டு வீட்டின் மேல் சத்தம் போட்டு விழுந்தது. அடி வயிறு எக்கி முன்பாய்ந்து வந்தது. ஆம்பளப்பிள்ளை. அந்தக்கொடியிலிருந்து எடுத்து அங்கணக்குழிக்குக் கொண்டு போனாள். வீட்டுக்குள்ளும் வெளியிலும் எல்லாமுகங்களிலும் சிரிப்பாணி. சந்தோஷம்.

கருப்பட்டி சிப்பத்துக்காக ஆள் போனது. செட்டியாரை எழுப்பிப் பூட்டிய கடையைத்திறந்து சிப்பம் தூக்கி வந்தான் ஒருவன்.

'கருப்பட்டி சிப்பத்த பிரிங்க' பெரிய அப்பச்சி திருணையிலிருந்த தோரணையாக கத்தினார்.

ஆவுடைத்தாயி பேறு காலம் பார்த்து முட்டு வீட்டுத் துணிகளைப் பொட்டணமாகக் கட்டித் தூக்கிக்கொண்டு வந்தாள். மாத்துக் கண்டாங்கி தரவேண்டும். ஆவுடைத்தாயி கம்மாய்க்குள் குனிந்து முட்டு வீட்டுத்துணிகளை அலசும் போது வண்ணாக் குடி சின்னால மரத்தில் நிறைய பறவைகள் கிளம்பி விட்டன. சலசலப்பும் கூப்பாடுமாய்க் கேட்கிறது. சிலதுகள் தூரத்துக்குப் பறந்து கொண்டிருக்கின்றன.

ஈஸ்வரி அக்காளின் பாட்டு

ஈஸ்வரி அக்காளைப் பிரிந்தபோது வீட்டுமுருங்கைமரம் பிஞ்சும் பூவுமாக இருந்தது.

அவள் பெரியபத்து படித்துக் கொண்டிருந்த சமயத்தில் தாத்தாவின் சம்மதத்தோடு கூட்டிக்கொண்டு போனார்கள். ஈஸ்வரி அக்கா திரும்பி வருவாள் என்று தாத்தா சொன்னார்.

நம்ம ஊரிலேயே ஈஸ்வரி அக்காதான் நென்மேனிக்கு படிக்கப் போனாள். அங்கு சலூன்கடை போட்டிருந்த குடிமகன் பொன்னுச்சாமிக்கும் அவளுக்கும் வேதக்கோயில் திருவிழாவில் வைத்துக் காதல் பிறந்துவிட்டது. அவளுக்காக மரச் சிலுவையும் வெள்ளைப் பாசியும் வாங்கிக் கொடுத்தான். உடனே பள்ளிக்கூடம் பூராவும் தெரிந்துவிட்டது. ஒரே பேச்ச எல்லாருடைய கேலிப்பேச்சையும் வாங்கிக் கட்டிக் கொண்டாள். பதில்பேச முடியாமல் தலைகுனிந்தபடி வீடு திரும்பினாள்.

தாத்தாவும் விடுவதாக இல்லை. வந்ததும் சண்டை. தாத்தாவின் கோபம் தணிவதற்கு ஒரு இரவும் ஒரு முழுப்பகலும் பிடிக்கும். உடனே ராசியாகிவிட்டார்கள். தாத்தாவுக்கு ஈஸ்வரியின் முகத்தில் முழிக்காமல் விடியாது. கிணத்துவெட்டு வேலைக்கும் போகமுடியாது. கிணத்துவெட்டு இளவட்டங்கள் ஈஸ்வரியின் வீட்டு முற்றத்தில் என்னேரமும் சீட்டாடிக் கொண்டிருந்தார்கள். அவளுக்கு ஏற்பட்ட மனச்சடவை அவர்களாலும் பொறுத்துக் கொள்ள முடியாது.

கிணத்துவெட்டு வேலை முடிந்து திரும்புகிற சாயந்திரத்தில் நென்மேனி மிட்டாய்க் கடையிலிருந்து நூல்சேவு வாங்கி வருவார்கள். ஈஸ்வரி எல்லாருக்கும் பங்கு வைத்துக் கொடுத்தால் அவர்களுக்குப் பிடிக்கும்.

ஒரு டஜன் ஈயடம்ளர்களும் காப்பிக் குண்டாவும் இருந்தன. ஈஸ்வரிதான் அவர்களுக்குச் சாயா போட்டுக்கொடுத்தாள். எல்லாரும் வெளிமுற்றத்தில் அமர்ந்து 'சேவை' நொறுக்கும் போது, ஈஸ்வரி போட்டுக் கொடுத்த குடல் இனிக்கும் சாயாவைத் பரிமாறிக் கொண்டார்கள். பீடிகுடிக்கத் தனீ தெம்பு தான். உடனே சீட்டாட கைகள் அமரும். நடுவில் கலைத்துப் போட்ட சீட்டுக்களாக பிரிந்து செல்வார்கள். அவர்கள் வீடுகள் எல்லாம் பள்ளத்தெருவில் இருந்தன. ஈஸ்வரியும் தாத்தாவும் இருந்தவீடு தனிவீடு. பெரியவாசல். பூவரசு மரம். பூவரசு மரம் இலைகளைக் கொட்டியது. மஞ்சள் பூ எங்கும் விழுந்து கிடக்கும். கூரை முழுவதும் காய்ந்த இலைச் சருகுகளும் பூக்களும். சாம்பல் படர்ந்த கூரைவீடு.

எல்லா விளையாட்டுகளும் பிறக்கிற நெடுவாசல். பள்ளிப் பிள்ளைகள் எல்லாம் குதியாளம் போடவரும். வீட்டுக்குப் பின்னால் தண்ணிப் பானைகள். இடுப்பு வளைந்த முருங்கை மரம். ஓலைவேய்ந்த நிரைசலுக்குள் ஈஸ்வரி அக்கா தினமும் குளிக்கிற சாயந்திரத்தில் ஊர்முழுவதும் மறையாத மஞ்சள் வெயில்.

ஊருக்குப் புதுக்கண்மாய் வந்தபோது வட்டமான கரையைச் சுற்றி புளியங்கண்ணு வைத்தவள் ஈஸ்வரி அக்காதான். புளியங்கண்ணுக்காகக் காடெல்லாம் தேடித்திரிந்தாள். சுத்துப் பட்டிகளில் இருந்து புளியங்கண்ணு சம்பாதித்துக் கொண்டு வந்தார் ஈஸ்வரியின் தாத்தா.

ஈஸ்வரி அக்கா கைப்பட ஊன்றிய புளியங்கண்ணுகளே

அவ்வளவும். தாத்தாவும் பேத்தியும் சேர்ந்து நீர் ஊற்றி வந்தது. தண்ணீர் இல்லாத பஞ்சத்திலும் தாத்தாவும் அவளுமாய் நடையாய் நடந்து தண்ணீர் எடுத்தார்கள்.

தூரத்தில் இருக்கும் கல்வெட்டாங்குழியில் இருந்து சுமந்து ஊற்றிய தண்ணீரால் எல்லாம் பிழைத்து விட்டன. கன்னுகள் எல்லாம் பெரிசாகி வளர்ந்து மரமாகி விட்டன.

பன்னி மேய்க்கும் பள்ளி ஈஸ்வரி. பன்னிக் கூட்டத்தோடு சண்டை போட்டுக் கொண்டு, கோரைக்கிழங்கைத் தோண்டும்போது பன்னி முட்ட வரும். ஓடிப்போய் அதை விரட்டிவிட்டு வந்து தோண்டினால் உர்... உர்... ரென்று ஊசி மூஞ்சியில் முட்டவரும் பன்னிகள். அவைகளோடு அடிபிடிசண்டையுடன் கோரைக் கிழங்கைத் தோண்டி, முந்தியில் சேர்த்துக் கொண்டாள்.

விளையாத மண்ணில் பூண்டு பூண்டாய்ப் பதுங்கிக் கிடக்கும் கோரைக் கிழங்கைப் பன்னிதான் முண்டித்தின்னும்.

அக்கா... எனக்கு... எனக்கு... என்று ஆளாய்ப் பறந்துவரும் பள்ளிப் பிள்ளைகளுக்குக் கோரைக் கிழங்கு கிடைத்தால் போதும். அலந்து போன கண்களுடன் கோரைக் கிழங்கை அசைபோடும் பிள்ளைகளின் வாயோரம் பால் கசியும்.

தரையைக் குனிந்தால் காடெல்லாம் தும்பைப் பூ. கடுகுமணி அளவு தும்பைப்பூவின் அடியிலும் தேன் இருந்தது. எல்லாருக்கும் எறும்புக் கண்கள்தான். நாசியில் நூறு வகை வாசம் உரசியது. தான் தோன்றிப் பாதைகளில் யாருக்கும் கேட்காத இசையும் சத்தங்களும் நிறைந்திருந்தன. திரியத்திரிய கழுதைகளின் செம்பட்டை முடி வளர்ந்தது. ஈஸ்வரி அக்காளின் பட்டாளத்தில் ரிப்பனுக்கு அடங்காத பரட்டைகள் வளர்ந்தன. ஓடைக்காட்டில் நிறம் நிறமாய் மணல். காற்று

ஊதியது. முள்ளுக்குள் பதுங்கி நடந்தார்கள்.

ராத்திரியே புதுசு. தூங்கினால் எல்லாம் திரும்பவும் மாறிவிடும். ஊரிக்கால் மாடுகளோடும் பன்னிக் கூட்டத்தோடும் கம்மாய்க்குள் இறங்கும் பள்ளிப்பிள்ளைகளுக்கு ஒவ்வொரு நாளும் அடைக்கலம் தரும் புளியமரம். கம்மாய்க் கரையிலிருந்து தணிவாகக் கிளைகளை நீட்டி இறங்கி நிற்கும் மரத்தைத் தொற்றி ஏறிக் கிளைகளுக்குள் மறைந்துகொள்ளும் மாட்டுக்காரப் பிள்ளைகள்.

மரத்திலிருந்து பிறக்கிற புதுக்கதைகளை ராத்திரி தம்பிமார்களுக்குச் சொல்லிக் கொண்டே தூங்கிப்போனார்கள்.

தாங்கமுடியாத அனல் காற்று வீசும்போதும் பூமியே பொறுமையின்றித் தணலாய் எரியும்போதும் மாடுகளை அரவணைத்து நிழலுக்குள் அமர்த்தி சாந்தப்படுத்தும் புளியமரம்.

ஈஸ்வரி அக்கா... நீ ஊன்றிவிட்டுப் போன புளியமரங்களே அவ்வளவும்... கரையை மூடிவிட்டன.

அன்றொரு நாள் வெள்ளை உடுப்பில் வந்த வேதக்காரர்கள் ஈஸ்வரி அக்காளையும் உடனழைத்துக் கொண்டு கம்மாக்கரை புளியமரங்களுக்கு ஊடாக நடந்து போனார்கள்.

பள்ளிப்புள்ளைகள் எல்லாம் அவர்களைத் தொடர்ந்து கல்வெட்டாங்குழி வரை போய் நின்று அவள் போவதையே பார்த்துக் கொண்டிருந்தார்கள்.

எக்கா... எக்கா... என்று கூப்பிட்டுக் கொண்டே நின்றார்கள். கண்ணைவிட்டு மறையும் வரை சத்தம் கொடுத்தார்கள். சீக்கிரமே திரும்பி வருமாறு அவளுக்குப் புரிந்த முகபாவத்துடன் தொண்டைக்கடியில் சொல்லிக் கொண்டார்கள்.

வெள்ளை உடுப்பணிந்தவர்களும் ஈஸ்வரி அக்காளும் மரங்களுக்குள் மறைந்து போகவும், எல்லாரும் உடனே வீடு திரும்பாமல் கல்வெட்டாங்குழியில் மிதந்துவரும் தண்ணீரை பார்த்தபடி நின்றார்கள், தண்ணீருக்குள் அக்காளின் முகம் தெரிவதும் அலைவந்து மூடுவதுமாக இருந்தது. எல்லாருடைய முகங்களும் தண்ணீரில் அசைந்து கொண்டிருந்தது. முன்பெல்லாம் இங்கு தண்ணீரில் குளிக்கப் போகக்கூடாது, முனி அடிக்கும் என்று பெரியவர்கள் கண்களை உருட்டி மிரட்டினார்கள்.

தாத்தாவும் அவளுமாகச் சேர்ந்துதான் எல்லாப் பிள்ளைகளுக்கும் கல்வெட்டாங்குழியில் மீன் இருப்பதைத் தெரிவித்தது.

கம்மாய்க்கு வரும் புதுத்தண்ணீரிலிருந்து மீன் பிடிப்பதற்கு படைகிளம்பும். எல்லாம் பெரிய பெரிய வெலாங்குமீன், பனிச் செத்தை, சிலேபிக்கெண்டை, கலர்மீன் என்று தூண்டிலில் பட்டுத் துள்ளியடிக்கும்.

ராத்திரிக்குக் கரியும்சோறும், ஈஸ்வரி அக்கா வீட்டு முற்றத்தில் தட்டுப் போன்ற நிலா தூங்கிக் கொண்டிருக்கும் போது கூட்டாஞ்சோறு நடக்கும். சாப்பிட்டதும் விளையாட்டு.

கண்ணை மூடிக்கோ... கண்ணை மூடிக்கோ... கள்ளன்வாரான் ஒளிஞ்சுக்கோ... அலாக்கால்... அலாக்கால்... கள்ளன் போல இருட்டுவந்து எல்லாரையும் கட்டிப்பிடித்துக் கொண்டுவிடும். மேகத்துக்குள் எட்டி எட்டிப் பார்த்தபடி ஒளிந்து கொள்ளும் நிலா. எல்லாப்பிள்ளைகளும் ஓடி ஒளிந்து கொள்ளவும் நிலா வெளிப்பட்டுக் கீழிறங்கும்.

இருட்டோடு அக்காளையும் கட்டிச்சேர்ந்து தூங்கும் ராத்திரியில் வெளி முற்றத்தில் நட்சத்திரங்களை எண்ணியபடி தாத்தா காவல்

இருக்கிறார். நட்சத்திரங்களை எண்ணி முடியாது தாத்தாவும் தூங்கிப் போவார்.

மேலே பார்த்தால் சொந்தமான நட்சத்திரக்கூட்டம், தாத்தாவின் கண்ணுக்குள்ளேயே வந்து விழும் நிலவு. தெருவில் கிடக்கும் பூச்சிகள். எல்லாமும் சத்தம் எழுப்பின. ஒவ்வொரு இரவிலும் ஈஸ்வரி அக்கா நிறைந்து கிடந்தாள். ஊர் முழுக்க வானம் பூராவும் ஈஸ்வரி அக்கா. சின்னசத்தம் கொடுத்தாலும் வந்துவிடுவாள்.

மல்லாந்து படுத்துக்கொண்டு வானத்தைப் பார்த்து யார் கூப்பிட்டாலும் என்ன... வென்று? பதில் குரல் கேட்கும்.

ஏனோ தாத்தா சொன்னபடி ஈஸ்வரி அக்கா திரும்பி வரவில்லை. ஈஸ்வரி அக்கா கன்னியாஸ்திரி ஆயிட்டா, வேதக்கோயில் திருவிழாவுக்கு வருவாள் என்று தாத்தா திரும்பவும் சொன்னார். ஈஸ்வரி அக்கா திரும்பிவந்து குடிமகன் பொன்னுச்சாமியோடு ஓடிவிட்டதாக சிலர் சொன்னார்கள்.

எங்கோ வடக்கில் தையல் டீச்சர் வேலை பார்ப்பதாக ஊருக்குள் சொல்லித்திரிந்தார்கள்.

வேதக்கோயில் திருவிழாக் கூட்டத்தில் வெள்ளை உடுப்பணிந்து வரிசையாக அணிவகுத்துச் செல்லும் கன்னியாஸ்திரீகளோடு ஈஸ்வரி அக்காளைக் காணவில்லை.

அவர்கள் பாடிச்சென்ற பாடலில் ஈஸ்வரி அக்காளும் சேர்ந்து பாடிக் கொண்டு செல்வதாக தாத்தா திரும்பவும் சொன்னார்.

'ஏசுநாதர் வருவார்... இன்னுங்கொஞ்சம் தருவார்...' திருவிழாவுக்குப் போன பள்ளிப்பிள்ளைகள் எல்லாம் ஏமாந்து திரும்பினார்கள். கோயில் வாசலில் கேட்ட ஒவ்வொரு பாட்டின் முதல் அடியையும் கோரஸாகப் பாடிக்கொண்டு திரிந்தார்கள்.

ஒவ்வொரு வருஷமும் வேதக்கோயில் திருவிழாவுக்கு ஈஸ்வரி அக்கா வருவாள் என்று நம்பினார்கள்.

மாடுமேய்த்துத்திரிந்த இடங்களுக்கெல்லாம் அழைத்துச் செல்லும் ஈஸ்வரி அக்காளின் பாட்டு, பள்ளிப் பிள்ளைகளுக்காக ஈஸ்வரி அக்கா திரும்பிவருவாள். அவர்கள் மாடுமேய்க்கும் இடத்துக்கே திரும்பிவந்துவிடுவாள். பள்ளக்குடியில் இருந்தவர்களின் கஷ்டங்களை எல்லாம் தீரவே தீராமல் பாடும்பாட்டு எப்போதும் கேட்டுக் கொண்டுவரும் சந்தோஷங்களை ஒய்யாரத் தொண்டையில் பாடிக்கொண்டு பிள்ளைகள் மாடுகளோடு வீடு திரும்புகிறார்கள். மேற்கில் மறையாத மஞ்சள் வெயில் சூழ்ந்திருக்க எருமைகளின் மீதேறிப் பாடிக்கொண்டு வருகிறார்கள் பள்ளிப் பிள்ளைகள்.

மிச்சமிருக்கும் விஸ்கியோடு பாடிக்கொண்டிரு

தனிமையும் சஞ்சலமும் கருக்கிருட்டாய் என்னை மூடியிருந்தது. உறவுகளுக்கான திறந்த வழி கிடைக்கவில்லை. வெக்கையை அள்ளிக் கொண்டு வரும் கடல்காற்றின் முனங்கலை இப்போது கேட்டுக் கொண்டிருக்கிறேன்.

சுப்பையா எங்கு போனான், என்ன ஆனான்? அவனைத் தேடிச் செல்ல முடியவில்லை. சங்கர், கைலாஸ், குமார் என்று எல்லா நண்பர்களும் வேலை கிடைத்து அடிமை சாசனம் எழுதிக்கொண்டிருந்தார்கள்.

ஜோதி அண்ணனைக் கல்யாணத்துக்குப் பின்னால், ஒருமுறை சந்தித்தது; வேண்டாத விருந்தாளிகளைப் பஸ்டாண்டில் வைத்துச் சந்தித்துக் கொண்டால் திருப்பிக் கொள்கிற முகம் மாதிரி ஆனது.

எல்லோரையும்விட்டு அந்நியமாகி கன்யாகுமரியில், கடலைப் பார்த்த ஜன்னல்கள் உள்ள வாடகை அறையில் உட்கார்ந்திருக்கிறேன். இன்னும் ஏழு மணி நேரம் இந்த அறையில். நேற்று இரவு வாங்கிய நெப்போலியன் விஸ்கியில் தண்ணீர் கலந்து வைத்திருக்கிறேன். இப்பொழுது யார் வந்தாலும் ஊற்றிக் கொடுப்பேன். நிறையக் குடிப்பது நல்லது. அதும் மனமறிந்த நண்பர்களோடு. கம்பெனி கொடுக்க யாருமில்லை. நான் மட்டும் தனியே குடித்துக் கொண்டிருக்க முடியாது,

மிச்சமிருக்கும் விஸ்கியோடு, பிரிந்து போன நண்பர்களுக்கான உன்னதப் பாடலை நான் மட்டும் வாசித்துக் கொண்டிருப்பேன்,

அழுத்தமான கடல்காற்று அடித்துக் கொண்டிருக்கிறது. அறை முழுவதும் உப்பூறிக்கரித்த வெக்கை புகுந்துள்ளது.

ஒரு பீடியை பற்றவைத்துக் கொண்டால் தம்... கிடைத்து எழுத உட்காரலாம். ஒரு முழு பீடியைச் சுண்டி இழுப்பதற்குள் வேர்த்து ஊற்றுகிறது. கண்ணில்பட்டுப் பிசுபிசுக்கிறது. கண்ணாடிக்கும் கண்ணுக்கும் இடைவெளி தோன்றிக் கண்ணாடியை எடுத்துவிட வேண்டியதிருந்தது.

அணைந்த பீடியை ரெண்டாவது முறை பற்ற வைத்து இழுத்தேன். உடல் அயர்ச்சியால் சாய்ந்து கொள்ளச் சுகமாக இருந்தது. முழங்கை மூட்டுகளில் அசைக்க முடியாத வலி, எழுத நினைத்ததை எல்லாம் அறையின் வெக்கை குடித்துக் கொண்டிருந்தது. கடல் உப்பும், உடல் பிசுபிசுப்புமாக உடல் மாயமாய் என் உருவம் எனக்கு முன் தோன்ற என் மூக்கைப் பார்த்துக் கொண்டிருந்தேன். மூக்குமேல் எண்ணைப்பிசுக்கு, வேட்டி முந்தியால் அழுத்தித் துடைத்து மூக்குவலி எடுக்கும்படி திரும்பத் திரும்ப துடைத்துவிட்டுக் கொண்டேன்.

இப்பொழுது முழுவதுமாக நான் மட்டும், சிவந்த என் மூக்கைப் பார்த்துக் கொண்டு உட்கார்ந்திருக்கிறேன். எனக்கு முன்னால் விரிவு கொண்ட கடல். எல்லா அலைகளும் கடலின் மையத்திலிருந்து கரைக்குத் திரும்பிக் கொண்டிருந்தன. மணலில் புரண்டு விழும் அலைகளின் புஜங்களைப் போல் மீண்டும் வலிமையுடன் கடலின் மையத்தை நோக்கிப் போய்க் கொண்டிருந்தேன்.

இந்த மஹா சமுத்திரம் போல் பிரியமான என் பாட்டியின் பெரிய பெரிய முலைகளைக் கட்டிப்பிடித்து அவள் மேல் படுத்துத் தூங்கிய என் பிராயகாலக் கனவுகள் எல்லையற்ற கடல் போல பரிமாணம் கொண்டது.

ஒரு அதிசய அதிதியை நேற்றுச் சந்திக்க நேர்ந்தது. மூன்றாவது மாடி அறையிலிருந்து இறங்கி வந்து கொண்டிருந்தான். பாட்டியிடம் பெற்ற நிஷ்களங்கமான ஸ்பரிசத்தை அவன் விரல்களைத் தொடும்போது உணர்ந்தேன். என்னை அவன் சந்தித்தபோது அரை மயக்கத்தில் இருந்தான். நான் அவனைக் கடந்து செல்லும்போது என்தோள் பட்டையைப் பிடித்து நிறுத்தி 'குட்மானிங் சார் நீங்க டூரிஸ்டா... இன்னக்கி பௌர்ணமி. கடலே நல்லா இருக்கும். நானும் டூரிஸ்ட். கும்பகோணம் பக்கம். மொட்டை மாடியிலிருந்து நைட்பூராம் கடலைப் பாக்கலாம் சார்.... நீங்களும் வாங்க சார்...

என்னைக் கடந்து போய் மேனேஜருடன் அன்யோன்யமான உறவில் பேசிக் கொண்டிருந்தான்.

இரவு பத்து மணிக்கு மேல் மொட்டை மாடியை அடைந்தேன். காற்றில் தலைமுடி கலைந்து ஆடிக் கொண்டிருந்தது. தரையில் கிடக்கும் நகர விளக்குகள். எங்கும் கடலின் இரைச்சல் மட்டும்.

அவனைப் பார்த்ததும் பேச வாயெடுத்த போது என்னைப் பேசாமலிருக்கும்படி கண்களால் நிறுத்தினான். அவனுக்கு எதிர்ப்பக்கமாக உள்ள திண்டில் அமர்ந்தேன். இரண்டு மணி நேரத்துக்குள் நீண்ட காலம் அவனோடு வாழ்ந்த அனுபவம் ஒருவருக்கொருவர் புரிந்து கொண்டு மௌனமாய் இருந்தோம்.

குப்பியை திறந்து ரா-வாக விஸ்கியைக் கடிதுத்துக் குடித்தான். சிகரெட்டைப் பற்றவைத்தபடி எனக்கும் கொடுத்தான்.

நேரம் ஆக ஆக அவனது தீவிரமான எதிர்நிலையான அன்பிறகு நான் முற்றிலும் வயப்பட்டு விட்டேன்.

அவனோடு இருந்த சூழலில் ஒளிர்விடும் கடல் விநோத மனநிலை கொண்டிருந்தது. பிறவி மௌனம் போல் உட்கார்ந்திருந்தான். மேலேயிருந்த நட்சத்திரங்கள் குளிர்ந்துகிடந்தன. பனி ஊற்றிக்

கொண்டிருந்தது. அவனது மௌனம் வெளி விளக்கம் கொண்டதாக பனியின் இறுக்கத்தில் குளிர்ந்தது. மௌனம் ஸ்பரிசம் உள்ளது. குளிர்ந்தது. கடலில் இரைச்சலுக்குப் பின்னால் ஆழ்ந்து அகமும் தீவிரத்துடன் என்னை இறுக்கியது. வார்த்தைகள் தராது: கௌரவிக்காது: பெருங்கால இருளில் உறைந்த கல்லாக அவன் மௌனமாயிருந்தான். என்னை ஊடறுக்கும் பார்வையில் சில வார்த்தைகளைச் சொன்னான். பேசிப் பேசி உணர்வுகளில் இருந்து விடுபடுவதை விட மௌனச் சிறையிலிருந்து உன்னைப் பார்ப்பது மேலானது. புரிந்து கொள்வதில் நுட்பம் கூடக் கூட வார்த்தைச் சலம்பல் உதிர்ந்து விடுகிறது.

நாங்கள் இருவரும் ஊர்பேர் தெரியாத அனாதைகளாக இந்த ஆர்ப்பரிக்கும் சமுத்திரங்களுக்கு முன் அமர்ந்திருந்தோம். வாழ்வு கணப்பொழுதில் முடிவுறுவதானாலும் சமுத்திரங்களுக்கு மேல் தோன்றியுள்ள பனித்துளியைப் போல் களங்கமற்று இருந்தோம். அர்த்தமும் அர்த்தமின்மையும் ஒரே கணநிலையாகி நின்றது. உயிர்வாழும் ஒரு கணம் போதுமானது. அவன் வாய்திறந்து நிதானமாகப் பேசிக் கொண்டிருந்தான். சிகரெட் புகையை இழுத்து அண்ணாந்து ஊதியபடி பெரிய அர்த்தங்கள் என்று எதைத் தேடிக் கொண்டிருக்கிறோம்... ஒவ்வொரு இரவுக்கும் பின்புலத்தில் தோன்றும் பனித்துளியில் நித்ய ஒலி இருக்கிறது. கொஞ்ச நாள் போனா உனக்குத் தெரிஞ்சிடும். சாதாரண வாழ்க்கையில் இருக்கிற உயிர்ப்பான கொஞ்சம் விஷயங்களே அர்த்தமாக இருக்கு. அவன் பேசிச் சென்றவற்றிலிருந்து ஜோதி அண்ணனும் சமயவேலும் அன்றொரு நாள் சந்திப்பு இலக்கியக் கூட்டத்தில் பேசிக் கொண்டிருந்ததை இப்போது உணர்ந்தேன். சமயவேல் இதை ஜோதியிடம் சொல்லிக் கொண்டிருந்தான். அந்தச் சிறுமியின் கண்களில் ஒளிர்விடும் உயிர்தான் நித்யம் என்றான். அதைக் கேட்டுக் கொண்டிருந்த ஜோதி என் பக்கம் திரும்பிப் படிக்கிறது மட்டும்

போதாது... உன் அர்த்தங்களும் கற்பனைகளும் உன்னை இந்த சாதாரண உண்மையைக்கூடத் தெரிஞ்சுக்க முடியாமல் மறைக்குது... செல்மாலாகர் லேவின் தேவமலர் படிச்சிருக்கியா! நான் தலையாட்டினேன். என்ன புரிஞ்சது? தேவமலர் மாதிரி கலையின் பரிமாண பூரணத்துவம் கூடிவரணும். அதை உணர்ந்து படித்தவர்களால் உணரமுடியும். அதில் அர்த்தம் என்பது இயற்கையின் மனிதனின் சாராம்சங்களை உணர்த்துவதாயிருக்கு... நீயெல்லாம் என்ன கதை எழுதுதரே... அன்று இரவு பூராம் ஜோதியும் சமயவேலும் அறையில் பேசிக் கொண்டிருந்தது. ஒவ்வொன்றும் மறு உயிர் பெற்று எனக்கு முன் தோன்றின.

வானத்தில் வெம்பரப்பான ஒளிதோன்றியிருந்தது. இருவரும் விடை பெற்றுக் கொள்ளும்போது விடிந்து போயிருந்தது. அறைக்கு வந்து பெட்ஷீட்டை உதறிக் கீழே விரித்துக் கிடந்தேன். தலைகனத்தது. சர்வீஸ்பாய் கொண்டு வந்த டீயைக் குடித்துவிட்டுப் படுத்துக் கொண்டேன்.

கிரீன் டிஸ்டம்பர் அடிக்கப்பட்ட ஒழுங்கான அறை. ஜன்னல் கண்ணாடிகளுக்குப் பின்னால் படபடக்கும் ஸ்கிரீன்கள். மூச்சு விட முடியாத சுவர்கள். நிலைக் கண்ணாடியில் டிஸ்டம்பரின் நிறம் பிரதிபலித்துக் கொண்டிருந்தது. இறுக்கமான சுவர்கள் நகர்ந்து என்னை நெறிக்கத் துவங்கின. கழுத்து நரம்புகள் புடைத்து ரத்தம் தலைக்கேறி கண்முழி பிதுங்கித் திணறிக் கொண்டிருந்தேன். ஸீலிங் ஃபேனின் திருகும் சத்தம் டியூப் வெளிச்சத்தில் எந்திரத்தின் கருஞ்சிறகுகள் சுற்றுகின்றன. கழுத்துப் பட்டையில் கொடும் நகங்களைப் பதித்து கருஞ்சிறகுகளால் என்னை மூடிக்கொண்டிருப்பதை உணர்ந்தேன்.

பெட்ஷீட்டில் கோளை வடிய அரைத்தூக்கத்திலிருந்து விடுபட்டு, மூச்சிறைத்துக் கொண்டிருந்த சமயம் அறைச் சுவர்கள் பின் வாங்கி நகர்ந்து கொண்டிருந்தன.

எல்லாவற்றிலும் விடுபட்டு ரொம்பத் தனிமையானவனாய் ஆதரவற்றவனாய் உணர்ந்தேன். ஒரு துளி ஈரம் அற்ற உலர்ந்த காற்று. எந்திர விசிறிகள், கழுகைப்போல் சிறகுகளை விரித்து மூடிக் கொண்டிருந்தன.

நவீன அறைகளின் ஒழுங்கிலிருந்து விடுபட்டுச் செல்ல நினைத்தேன். அறையைக் காலி செய்வதற்கு இன்னும் மூன்று மணி நேரமிருந்தது.

அறையைக் காலி செய்துவிட்டு வெளியேறினேன். மானேஜரிடம் விசாரித்தபோது மூன்றாவது மாடியிலிருந்தவன் காலி செய்துவிட்டுப் போய்விட்டதாகச் சொன்னார்.

வெளியில் கடல்காற்று கிறுக்குப் பிடித்து உளறிக் கொண்டிருந்தது. குழப்பத்துடன் மேற்கு நோக்கி நடந்து போகிறேன். பேன்ட் பாக்கெட்டில் மிச்சமிருக்கும் நெப்போலியன் விஸ்கி. அஸ்தமனச் சூரியனை வேடிக்கை பார்க்க வந்திருக்கும் டூரிஸ்ட்டுகள் கூச்சலும் ஆரவாரங்களும் பின்னணியாகக் கேட்டுக் கொண்டிருந்தது.

அலைகளின் ஓரமாக நடந்து கொண்டிருந்தேன். மணல்மேடுகளில் காற்றின் அலைகள் வடித்த சித்திரங்களைப் பார்த்தபடி நின்று கொண்டிருக்கிறேன். கடல் ஆர்ப்பரித்துக் கொண்டிருக்கிறது.

மணல் மேட்டிலிருந்து பார்த்தால் தெரியும் கோவளம் கிராமம் மிக அழகியது மீனவர்களின் கிராமம். அங்கு என்றோ எனக்கு அறிமுகமான ஸ்டீபன் அண்ணன் இருக்கிறான். அவன் வீட்டுக்குப் போய்ப் பல வருஷங்கள் ஆகிவிட்டன. ஊரை நோக்கி நடந்து போய்க் கொண்டிருந்தேன். ஸ்டீபன் வீட்டில் குழந்தைகள் அதிகம். எனக்குக் கொஞ்சம் மீன் கறி தர அவனிடம் இடமிருக்கிறது. மிச்சமிருக்கும் மதுவை அவனிடம் கொடுப்பேன்.

சூரியன் கடலுக்குள் இறங்கிக் கொண்டிருந்தான்.

தாத்தாவின் பேனா

ஸ்ரீ ஸ்ரீ பொன்னி அம்மணீ அவர்களுக்கு:

வனராஜ் மாமாவின் வந்தனங்கள் பல. உன் அம்மாவின் கடிதத்தில் குட்டிக்கதை எழுதியதற்கு பெரீய்ய சபாஷ். உன் முத்து மீனாச்சியின் குட்டிக் கடிதம் மாமாவின் தலையில் குட்டு வைத்துவிட்டது. உங்கள் கடிதங்களைப் பத்திரமாக வைத்துவிட்டேன். எனது நண்பர்களுக்குக் காட்டலாமா மாமாவைத் திட்டமாட்டியே சீனா பொம்மை கேட்டு எழுதியிருந்தாய். பாண்டிபஜாருக்கு நானும் ஜெயபால் மாமாவும் போனோம். ஜெயபால் மாமாவுக்கு சீனா பொம்மைக் காரனைத்தெரியும். ஆறுவாத்து பொம்மைகளை உடனே வாங்கி விட்டார் ஜெயபால் மாமா. ஆறு வேண்டாமே என்றேன். வாத்துகளைத் தனியே மிதக்கவிடலாமா கூட்டமாகத்தானே ஆற்றில் மிதக்கின்றன என்றார். ஜெயபால் மாமா ஊரில் பெரீய்ய ஆறு இருக்கிறதாம், ரொம்ப வாத்துக்களும்.

இன்னும் பொம்மைகள் பலப்பல. முயல் பொம்மை பிடிக்குமா. எலி பொம்மை பிடிக்குமா. குருவி பொம்மை பிடிக்குமா. காக்கா பொம்மையும் இருக்கிறது. தோகை விரித்த மயில் பொம்மை. குட்டிமான்களும் கலைமானும் வேண்டுமா. சிப்பியில் வண்ணம் தீட்டிய கோழிகள் இருக்கின்றன. சிப்பி வாத்துக் கழுத்து நீண்டது.

நீ கேட்ட ரயில் பொம்மையைத் தேடினோம். ஓடும் ரயில் பொம்மை கிடைக்காதே. ஜெயபால் மாமா உனக்காகக் கெலிடாஸ் கோப் ஒன்று வாங்கினார். தயவு செய்து அதை ஏற்றுக்கொள். மயிலை விடவும் நூறு

நூறு தோகை உண்டாகும். ஒரு கண் வைத்துப் பார்க்கலாம். இதைப்பற்றி என்ன சொல்ல...! எல்லாம் நேரில். நிற்க. நீ கேட்ட பேனாவே கிடைத்து விட்டது, டப்பாவுடன். பெட்டியில் துணிக்கடியில் பத்திரமாக இருக்கிறது. அபூர்வ குட்டிப்பேனாவாக்கும். தினமும் அதை எடுத்துப் பார்த்து விட்டுப் பெட்டியில் வைத்து மூடிவிடுவேன்.

உன் ஸ்கூல் சினேகிதியான முத்துமீனாச்சிக்குக் குட்டிப் பேனா வாங்கிவிடவா. வாங்கி விட்டால் மூக்கை உரித்து விட மாட்டாளே அவளுக்குப் பிடித்தவற்றை எழுது. உனக்கொன்று வாங்கினால் அவளுக்கும் வேண்டுமே.

அன்று உன்னோடு முத்துமீனாச்சியைப் பள்ளி செல்லும் பாதையில் பார்த்தேன். சின்னப் பாவாடைகட்டி பிரில்வைத்த வெள்ளைச் சட்டை போட்டிருந்தீர்கள். உங்களுக்குத் தெரியாமல் பின் தொடர்ந்தேன். போகிறவர் வருகிறவர்களை எல்லாம் பார்த்து அப்பப்பா...! இவ்வளவு கிண்டலா. உன் முத்துமீனாச்சியின் வெடுக்கென்ற வார்த்தையில் கேலி எங்கிருந்து தான் உதிக்கிறதோ. முத்து மீனாச்சி அம்மணிக்கும் சபாஷ் போடுவேன். இப்படி ஜோடி சேர்ந்து விட்டீர்களே. பிரம்மா உங்கள் இருவர் மூக்கையும் ஒரே சமயத்தில் செய்து ஒட்ட வைத்தார் போலும். மற்ற பிள்ளைகள் வகுப்பில் என்னபாடு படப்போகிறார்களோ? கடவுளே அவர்களைக் காப்பாற்று.

உன் அம்மா அப்படி இருந்தாள். நானும் அவளும் தாத்தா ஊரில் இருந்த போது எங்கள் பள்ளிக்கூடத்திற்கு ரெண்டுகல் தொலைவு நடந்து படித்தோம். காடும் வழிமறிக்கும். வெள்ளைநிற மண்பாதை வளைந்து வளைந்து சரியும். மரங்கள் இருந்தன சிறகைக் கோதிய பறவைகள் இருந்தன. பெயர் தெரியாத செடிகள். செடியில் நின்று உடனே பறக்கும் தட்டான் இருந்தது உன் அம்மா இருக்காளே...

தட்டானைப் பிடிக்க மெதுவாக அசைந்து இடுக்கி மாதிரி விரலை வைத்துக் கொண்டு நீளமாய் நீட்டினாள். தட்டானின் நீண்ட வால் இன்னும் நீண்டது. தட்டானுக்குத் தான் எல்லாம் தெரியுமே உடனே ஏமாற்றி விடும். அதன் கருப்புப் புள்ளிவைத்த சருகுச் சிறகால் என்னமாய் உயர எழுந்து போனது. கூட்டமாய் மிதக்கிற தட்டான் மேலும் கீழும் வந்து பாடும். ஆகாய விமானங்களின் வீட்டை விட அதிதொலைவில் இருந்த வீட்டுக்கு தட்டான் பறந்து போனது. பள்ளி செல்லும் பாதை நீண்டு செல்லும் சமயத்தில் நினைத்தபடி சுருங்கிக் கொள்ளும். நீட்டலாம் பாதையை மடக்கலாம். எங்கள் பாதை அப்படி.

நீங்கள் எப்படிப் போவீர்கள். அதிக நெரிசலான இடத்தில் வளைந்து நெளிந்து போகும் விந்தைத் தெருக்களில் உன் முத்துமீனாச்சியின் குரல் கேட்காத நாளே இராது இல்லையா. அப்படிப் பேச யாருக்கு வரும் என் கூடப்படித்த, பெண்பிள்ளை அப்படி யாருமில்லையே... முத்துமீனாச்சிக்கு வந்தனங்கள் பலப்பல. நிற்க.

உன் அம்மாவிடம் சொல்ல வேண்டாத சேதியும் சொல்ல வேண்டிய சேதியும் பற்றி உனக்குத் தெரியுமோ? உன் அம்மாவிடம் குட்டிப்பேனா ஒன்று இருந்தது. அதைத்தான் எவ்வளவு அழகான ஜாமிட்டரி பாக்ஸில் அவள் பத்திரமாக வைத்திருந்தாள். சாத்தூரிலிருந்து தாத்தாதான் குட்டிப் பேனாவை வாங்கி வந்தார் பாப்பாவுக்கு. பேனாவுக்காக அவளோட சண்டை பிடித்தேன் என்று உன் அம்மாவிடம் சொல்லாதே. அப்படி, ஒரு பேனாவை உனக்கு வாங்கி இருக்கிறேன் என்றும் சொல்லாதே.

அன்று பேனா வாங்கியதிலிருந்து உன் அம்மாவின் எழுத்துக்கள் உடனே மாறிவிட்டன. தாத்தாவின வீச்செழுத்தால் கவரப்பட்டாளோ என்னமோ, அவளால் 'தி' வரைவது கஷ்டம் உடனே தாத்தா மாதிரி

கூட்டெழுத்தில் 'தி' வரைந்தாள். 'த' வரைந்தால் கீழே இறங்கும் கொம்பில் அதிகமாகப் பேனாவினால் பட்டை அடிப்பது அவளுக்குப் பிடிக்கும். அன்று முதல் தாத்தா எழுத்தை அவள் தான் எழுதினாள். நாங்கள் எல்லோரும் பிச்சுப் புடுங்கிவிட்டோம் அவளை. அவள் எழுத்துக்கள் தாத்தாவின் சாயலைப் பெறுவதற்கு என்ன காரணம் என்று யாருக்குமே தெரியாது.

ஜாமிட்டரி பாக்ஸில் உள்ள கருவிகளைக் கடித்துக் கடித்துப் பல் பதிந்தது. பிளாஸ்டிக் ஸ்கேலைக் கரும்பிக் கரும்பி அதனால் கோடுபோட முடியாமல் போய்விட்டது. டெசிமீட்டரையும் செ. மீட்டரையும் மென்று முழுங்கினாள். கோடுகள் அழிந்தன. ஆனால் ஜாமிட்டரி பாக்ஸுக்கு அதிசயப் பொருட்கள் வந்துவிட்டன. அதே மாதிரி குடும்பித் தாத்தாவின் பீரோவும் அரக்கன் குகை. தாத்தாவின் பீரோவில் இரண்டு கண்ணாடி கிளாஸ் நிறைய உடைந்த பேனாக்களும் இங்கிலாந்து பென்சில்களும் இரண்டு பக்கம் சீவிய காப்பிங் பென்சில்களும் இருந்தன.

தாத்தா பீரோவை திறக்கும்போது கிர்ர்ர்ர்ர்ர்... ரென்ற குகைக் கதவு திறக்கும். இடுப்பில் அரைஞாண் கயிற்றில் தொங்கும் சாவிக் கொத்தில் பீரோ சாவியே மூன்று துவாரங்கள் உள்ளது. பீரோ திறக்கும் போது 'கடக்' கென்ற சத்தம் துணுக்காகக் கேட்கும். அப்போது கதவுக்குப்பின்னால் ஒளிந்து பார்த்தால் எல்லாம் தெரியும். பாப்பாவும் தாத்தாவும் குகைக்குள் எட்டிப்பார்த்தார்கள். பாப்பாவின் இமை விரித்த கண்ணில் குகையில் உள்ள பொருட்கள் புலப்பட்டன. பாப்பா இன்னும் தலையை நீட்டினாள். ரெட்டைச் சடை அசைந்தது. தாத்தா வைத்திருந்த ரகஸிய அறைகளைப் பாப்பாவுக்கு மட்டும் காட்டினார்.

தாத்தாவிடமிருந்த இரும்புத் துண்டுகள், காதறுந்த ஊசிகள், களிமண்

சீசாக்கள், விதவிதமான கத்திகள் உறையில் இருந்தன. பாப்பா அவற்றையெல்லாம் தொட்டுப் பார்க்கலாம். வெளியில் எடுக்கக் கூடாது. தாத்தாவுக்கு அந்தப் பொருட்கள் மேல் இருந்த ஆசை அளவில் அடங்காது. அவர் பீரோவிலிருந்து பேனா மூடி, பேனா கட்டை, கிளிப், நிப்பு, வெவ்வேறு கலரில் எடுத்து எடுத்துக் காட்டினார். கண்ணாடி கிளாசை வெளியில் எடுத்து வைத்துப் புதிய பேனா சேர்த்தார். பலநிறம்கொண்ட பேனா உருவாகிவிட்டது. திரும்பவும் எடுத்தவற்றைச் சரியாக உள்ளனவா என்று எண்ணிப்பார்த்து விட்டுக் குகையை மூடினார்.

தாத்தா மடியில் அவரே சேர்த்த பேனா இருக்கிறது. அவரது வீச்செழுத்துக்காக பலர் வந்து காத்திருந்தார்கள் திருணையில்.

பாட்டி தான் வெத்தலை உரலுடன் திருணையில் அமர்ந்து இடித்துக் கொண்டிருந்தாள். பாட்டி முதுகுக்குப் பின்னால் பதுங்கி எட்டிப்பார்த்தேன்.

அடே... அய்யா... பாட்டிகிட்ட கொஞ்சம் போயிலை வாங்கி கொண்டா சாமி... என்று வாஞ்சையாக அழைத்து செய்த தவறுக்கெல்லாம் சேர்த்து இடுப்பைக் கிள்ளி அழவைப்பார். ரத்தம் கன்றிப்போய்க் கதறி அழுவேன். ராத்திரியில் என் கழுத்தைச் சேர்த்துக் கட்டித்தூங்கும் தாத்தாவின் உடம்பில் வெத்திலை நெடி.

படுக்கையில் ஒன்றுக்கு இருந்து விடுவான் என்று தொடையில் கிள்ளி எழுப்புவார். தூக்கச்சடவில் உரல்பக்கம் கூட்டிப்போய் இருக்கவிட்டு 'இருந்திட்டியாய்யா' என்று கையைப் பிடித்து கொண்டு வந்து தூங்கவைப்பார் தாத்தா.

மழைக்காலம் வந்து விட்டால் தாத்தாவிடமிருந்து கதைகள் வரும். கேட்கவே கேட்காத சமயத்தில், தாத்தாவின் அதிசய குகை திறந்து கதை வரும்.

தாத்தா எங்கோ சஞ்சரித்துக் கொண்டிருப்பார். அவர் கதைகள் யாருக்குத் தெரியும். புராணம் படித்துப் பாராயணம்பாடி மடங்களில் தீப்பந்தம் ஏற்றிய நாளில் வருஷா வருஷம் தாத்தாவின் புராணக்கதை நடக்கும். எல்லாம் மழை நாட்கள். ஈரச் சுவட்டில் நடந்து வந்து வீடு சேர்வார். தாத்தாவின் கருப்பு உடம்பில் நெஞ்சுக்குழியில் முகம் புதைத்துத் தூங்கும் பாப்பாவுக்கு வாயிலிருந்து எச்சில் வடியும். பாப்பாவுக்குத் தாத்தாதான் தலை சீவி சடைப்போட்டு ரிப்பன் கட்டி விட்டு, பட்டுப் பொம்மையை அலங்கரிப்பது போல் அலங்கரித்துப் பள்ளிக்கு அனுப்பி வைப்பார். பாப்பாவின் செம்பட்டைத் தலையில் அழகான ஜடை அசையும். அப்போது எல்லாரும் அவளை 'பொம்மக்கா' என்றார்கள் உடனே ல்.... லென்று அழுது விடுவாள், ல்... குரங்கு, பாப்பாவின் 'டோலாக்கு' அசையும் பள்ளித் தெருவில் கூடவே போகப் போகப் பாதையும் நீண்டு செல்லும்.

பாப்பாவுக்குத்தான் தாத்தாவின் கனவுகளைப் பற்றிதெரியும். நெல் அறுப்புச்சமயத்தில் தாத்தாவின் குதியாளம் தாங்காது. வைக்கோல் போரில் நானும் பாப்பாவும் படுத்தபடி பேசுவோம்.

அப்போது தாத்தாவருவார் இருட்டில் சாவிமணி ஓசையுடன். தாத்தா இடுப்பிலிருந்து அஞ்சுபைசா அல்வாத்துண்டு சதுரமாய் வெளிவரும். திரிதிரி பொம்பக்கா விளையாட்டில் பாப்பாதான் ஜெயிக்கிறாள். தோற்றுப்போன தாத்தாவுக்குக் குட்டு விடுவாள். தாத்தாவின் குடுமியைப் பிடித்து ஆட்டுவாள். 'அய்யோ வலிக்கே... அய்யோ வலிக்கே...' என்று தாத்தா கத்துவார். களத்துமேட்டில் ஏகப்பட்ட சிரிப்பு வரும்.

உடனே காளியங்கோயில் சுவர்களுக்குள் ஒளிந்து கொண்டோம். வரட்டா... வரட்டா... என்று தாத்தா வைக்கோல் போருக்குள்ளிருந்து வெளிப்படுவார் வைக்கோல் பூதமாக.

வைக்கோல் போருக்குள் போன தாத்தாவைக் காணவில்லை. சுற்றி நின்று அழைத்தாலும் வரமாட்டார். ஆனால் தாத்தா செய்து கொடுத்த பேனா மட்டும் கிடைத்தது. தாத்தாவின் பேனாவில் இருந்துதான் குட்டிக்கதை வரும். தாத்தாவே சேர்த்த பேனாவுக்குள்ளிருக்கும் பழைய குகை. உள்ளே கருப்பு மை ஓடுகிற சத்தம் கேட்கிறது. குகைக்குள் என்ன இருக்கிறதென்று கடவுளுக்கே தெரியாது. தாத்தாவின் பேனாவைத்தான் எல்லாரும் வைத்திருக்கிறார்கள்.

இதையெல்லாம் உன் அம்மாவிடம் சொல்லாதே. முத்து மீனாச்சிக்கும் குட்டிபேனா வாங்கிவிடுவதென்று உனக்குக் கடிதம் எழுதும் போதே கிளி சீட்டைஎடுத்து விட்டது. கிளி சொல்கிறது 'முத்துமீனாச்சிக்குப் பேனா வாங்கிக்குடு' என்று. உனக்கு சம்மதம்தானே. யார் யாருக்கோ மாமா கடிதம் எழுதிக்கொண்டிருந்தேன். சரியாக எழுத்து வரவில்லை. உங்களுக்குக் எழுத எழுதக் கோடு வருகிறது. பேனாவுக்குள்ளிருக்கும் தாத்தாவின் விரல்கள் வெளிப்பட்டு விடும். அதற்காகவே தாத்தா விட்டுச் சென்ற பலநிறக் கூட்டுப் பேனாவை பத்திரமாக என் ஜேப்பில் வைத்திருக்கிறேன். பேனாவின் அடித்தூர்வரை, ஆழம் வரை வறண்டுவிட்டது. ஆனாலும் உள்ளே குகைக்குள் செல்லச்செல்ல கடலின் ஓசை கேட்கிறது. புயலின் அசைவு கேட்கிறது. களிமண்ணைப் பிசைந்து பிசைந்து வலித்த கரங்களால் தாத்தா செய்து கொடுத்த பேனாவைத் தொலைக்க மாட்டேன். உனக்காகவே பத்திரமாக வைத்திருக்கிறேன். அம்மணீ கடிதம் போடுங்கள் தாயே. முத்துமீனாச்சிக்கு மீண்டும் வந்தனங்கள் பெண்ணே. உங்கள் கடிதத்தை எதிர்பார்த்து வழிமேல் விழிவைத்துக் காத்திருக்கிறேன். வேகமாக எழுதிடுவீரே.

தங்கள் அன்புமறவா,

வனராஜ்.

ஆதி

நாற்பத்தி எட்டுக்கோடி வார்த்தைகளால் பின்னமுற்ற ஆதக் காளின்கதை. வெட்டி வெட்டி நகர்ந்து செல்லும் வார்த்தைகளுக்கு அப்பால் அகழ் இருள் பிரிந்து வந்தாள் ஆதக்காள். பெயர்களற்ற தீயுருவங்கள் ஒன்றையொன்று மூர்க்கமாகப் புணர்ந்த தீயில் எழுந்த ஒரே ஒரு மரத்தில் இலைகள் ஒடிந்து சருகாகி விழும்ஒலி துணுக்காகக் கேட்கிறது.

பீடிபற்றவைக்கிறான் ஊமையன். கைக்கூட்டுக்குள் நின்று எரிகிறது தீக்குச்சி. கரைகிற மனதின் வெறித்த பார்வை. ஊமையின் பிஞ்சு மனதில் தடம்பதித்துச் சென்ற செண்பக வல்லி அவள் சென்று மறைந்த திசையில் பீடிப்புகை வளைந்து வளைந்து பரவுகிறது.

வாடிய பறவை ஒன்று கிளைதாவிக் கிளைதாவிப் பின் காற்றில் பறக்கிறது.

ஊருக்குமேல் நீல வெளி. அங்கே.

பருந்து மௌனமாய் மிதந்து வெக்கையைக் குடிக்கிறது.

கீழே பருந்தின் நிழல் மங்கி மங்கி சரிந்து செல்லும்.

ஊமைக்குள் மறைந்திருக்கும் சஞ்சலம்

காட்டுப் பாதையில் எழுந்து நடக்கிறான்

சூரியன் மேலே

இருள் கீழே

தெம்மாங்கை இழந்த காற்று வீசும் கிராமப்பாதை.

பாட்டியின் தாட்டியமான முலைகள் எட்டிய வெளியில் மறைந்து கொண்டிருந்தது.

வெள்ளரித் தோட்டத்திலே... செண்பகவல்லி சுற்றிச் சுற்றிப் படருகிறாள். காட்டுப் பெண்ணின் அண்ணாந்த முலைகள். உண்ணா முலையில் வெது வெதுத்துப் பொங்கும் பால். கருப்பு முலைகள் எரியும் காட்டிலே தெம்மாங்கு தான் தோன்றி ஆழங்களில் பிறந்து விடும்.

கருப்புநிற மயிரடர்ந்த உருவங்கள் கையில் தீப்பந்தங்களுடன் ஆடிவரும் புராதன நடனத்தில் தீப்பற்றிய கால்களுடன் ஆடி வருகிறார்கள். அவன் முகம் பட்டு விந்தை உருவங்கள் தோன்றி மறையும். நெருப்பைச் சூழந்த ஆதி மகளிர். குரவையிட்ட பாடல்.

கள்வெறி கணக்கும் கண்களுடன் பாளை சீவும் அருவாள்கள் மின்னியது. பனைகளுக்கு ஊடே போகும் வண்டிப்பாதை. கள்ளு நுரை பொங்கும். கலயங்கள் புலம்பும். காய்ந்த ஓலை சரசரக்கும். ஆதக்காள் ரெண்டு கலயம் பால் குடித்து பிஞ்சிகளுக்கு வார்க்கிறாள். அந்த முலையில் பால் வற்றியதே இல்லை.

வளைந்து வளைந்து போகும் வண்டிப்பாதை. ஊழிப்பெரு வெளிமீது பாதை வெட்டிக்கொண்டே நகரும் கருப்பு வமிசம். கூண்டு வண்டிகள் வரிசை. காளைகள் தலையாட்டுகின்றன. கழுத்துமணி புலம்பி நகரும் வண்டிப்பாதை. ஊமையன் தெம்மாங்கு பாடுகிறான்.

பானைகள் ஆடும் தேரிமணலில் வாடி அமைத்து வாழ்ந்த ஆப்ப நாடு. நெஞ்சில் கருப்பு வடுக்கள் விழுந்து காய்த்துப்போன இருளன். கற்பக விருட்சம் பாளையில் கள்சுரந்தது. பனையேறும் கூட்டம். சுற்றிலும் கருப்பு வமிசத்தார் சபையில் இருக்கப் பனைஓலைக்

குருத்தை முடிந்து தாலியாகக் கட்டிகல்யாணம் நடந்தது. இருளன் கட்டிய தாலியோடு ஆதக்காளின் வம்சம்.

ஒரு மரத்தில் ஒரு பூ விழுந்து புலம்பி அழும். அழுத பூ விரிந்த காட்டில் ஆதக்காளின பேத்தி அம்சவல்லி பாட்டியின் அண்ணாந்த முலைகளைக் காட்டித்திரிந்தாள். கல்லோடையில் மலையனோடு புணர்ந்த இரவு வால் நட்சத்திரம் எரிந்து மறைந்தது.

அக்கினிச் சட்டிகள் தீ மூண்டு எரிகிறது. கூண்டு வண்டிகள் வைப்பாற்று மணலில் உரசிச் செல்கிறது. ஆழத்தில் விழுந்த மரத்தில் ஒரு பூ விரிந்து கொம்பூதியபடி கருப்பு வம்சம் சுற்றிச் சுற்றி வந்து மறையும்.

அம்சவல்லி அறுத்துக்கட்டிய தாலியோடு பலபுருஷனை மணந்து வெளியேறினாள். பனைகளின் கூந்தல் அறுந்து விழுந்தது. அறுந்த பனைமேல் இருளில் நகரும் பெண்பறவை அமர்ந்து கூவும். நிலங்களில் ஒடுங்கிய பூர்வகால ஸர்ப்பம் ஒன்று வானம் முழுவதும் எழுந்து மறைந்தது.

விரிவோடிய நிலங்களைக் கடந்து நடந்தார்கள். காய்ந்த சருகில் மிதித்து காடோ செடியாக அலையும், கருப்பு இனம். சாராயம் காய்ச்சித்திரியும். ஊரைச்சுற்றிலும் உடங்காடு. பிறந்த பிஞ்சிகளுக்கு சாராயத்தை தொட்டு சேனைவைத்துப் பிள்ளைகளை வளர்க்கும் காட்டுக்கூட்டம்.

ஊர் எல்லையில் காப்புலிச்சி அம்மன் கோயில் வருஷம் ஒரு கொடை. சாராயத்தையும் சேவலைக் காவு கொடுத்தும் அம்மனுக்குப் படையல், துடியான தேவிக்கு ஆட்டுத் தலையை அறுத்து வைக்கும் கிராமம். அம்மன்கோயில் சூடம் எரிகிறது இன்னும்.

ஆதக்காளின் கிழிந்த காதுகளோடு மேற்கே நகர்ந்த கூட்டம்

கழுத்தை ஒட்டிக்கட்டிய தாலியில் காட்டு மரிக்கொளுந்தைச் சுற்றிப் பிராயத்தில் தாலிகட்டிக் காதுகளை கிழித்துக்கொள்ளும். சீக்கிரமே பிஞ்சுகளை ஈன்ற பச்சை உடம்பில் வெது வெதுத்துப் பொங்கிய அமிர்தத்தை உறிஞ்சி வளரும் பிஞ்சுகள்.

பட்டைகள் உரிந்த கருப்புமரம் வானத்தை அண்ணாந்து தாயாதிகளைத் தேடி அழும். கிளைகளை நீட்டி வானத்தைப் பிசைந்து வாதயுறும். கிளைகளில் இலைகளும் கனிகளும் தோன்றும். பிஞ்சும் பூவுமான பருவத்தில் சூல் கொண்ட மரம் காலத்துடன் அசைந்து மொடு மொடுக்கும்.

களிமுற்றிப் புயல் கொள்ளும் சுழிகள் கொண்டு செல்லும் வேறு வேறு திசைகளில் பிரிந்து போனார்கள். கால்நடைகளோடு இரவு பகலாக நடந்த கூட்டம் கள்ளிக்காட்டில் குடிபோட்டு ஆடு மேய்த்து திரிந்தது. முன்னோர்களைப் பற்றிக் கதைகள் போட்டு அழித்தார்கள். மண்ணுக்குள் அடைக்கல மானார்கள். எல்லாம் அடங்கிய மண்ணைப் பிசைந்து வலி எடுத்த கைகளில் பிள்ளையை ஏந்தி வந்தாள் சண்முக வடிவு. மண்ணைக் கிண்டி மாளாமல் கொழு முனையில் விழுந்து செத்தான் சூரிய பாண்டி. அடுத்த தலைமுறைக்கு அவன் நாமகரணமிட்டார்கள். சூரியபாண்டியின் பேரன் ஊமையன் பிறந்தான். வாய் பேசாத ஊமைக்கும் செண்பகவல்லிக்கும் பிஞ்சும் பூவுமாக மனசு விளைந்தது. சூரியபாண்டி பேத்தி செண்பகவல்லி. ஆதக்காளின் குணரூபமாக இருந்தாள். பச்சைமனசில் வைத்த விதை வளர்ந்தது.

கைம்பெண்ணான சண்முக வடிவுக்கு ஒத்தைக்கு ஒத்தையான ஊமைப்பிள்ளை. கூடப்பிறந்த அண்ணனாய் இருந்தும் நல்ல ஸ்திதியில் வாழ்ந்த சுப்பையாத் தேவன் தங்கையை ஏறெடுத்துப் பார்க்கவில்லை.

செண்பகவல்லி பெரியபள்ளிக்கூடம் போகிறாள். இரவு விளக்கில்

அமர்ந்து சத்தம் போட்டு மனப்பாடம் செய்கிறாள். ஊமையன் அம்மாவுடன் காட்டுக்குப் போனான். தகப்பன் இல்லாத பிள்ளைக்குத் தாயார் தானே எல்லாம். காடே அவன் மனசு. அந்தக்காட்டில் வளர்ந்த செடியாகத்தான் செண்பகவல்லி சிறு பூவிட்டு வளர்ந்தாள்.

செண்பகவல்லி ருதுவாகி சடங்கு நடந்த வைபவத்தில் மாப்பிள்ளை தோரணையில் வேஷ்டி சட்டை போட்டு கண்மையினால் மீசையும் பொட்டும் வைத்துச் செல்லக் கொழுந்தனாருக்கு தலப்பாக்கட்டி அலங்கரித்தார்கள். முகத்தில் பவுடர் பூசி அப்பினார்கள். கன்னத்தைக் கிள்ளி வாராரைய்யா...மாப்பிள்ளை வழி விடம்மா செண்பகமே... என்று மாப்பிள்ளை அழைத்து செண்பகவல்லிக்கு மாலை போட்டான். எட்டுவயது மூத்த பெண்ணுக்கு முறை மாப்பிள்ளை சடங்கு வைபவத்தில் மாப்பிள்ளையாக அமர்ந்திருக்கிறார்.

சுற்றிலும் பெண்கள் கேலி பேசுகிறார்கள். மாப்பிள்ளையின் கன்னத்தில் இடிக்கிறார்கள். குனிந்த தலை நிமிராத செண்பகவல்லி முகத்தைத் தூக்கி நிறுத்தி... 'ஆத்தா... ரொம்பத்தான் வெக்கப்படுதியா... மாப்பிள்ளை கோச்சுக்கப்போவுது... மாப்பிள்ளைகிட்ட கையக்கொடும்மா செண்பகவல்லி' என்றார்கள். கருப்பு வம்சத்தில் எல்லாரும் சபையிலிருந்து ஆசீர்வதித்த கல்யாணம் அது.

இருளன் கோயிலுக்குப் பெண்ணும் மாப்பிள்ளையும் நடந்து போனார்கள். பெண்கள் சூழ்ந்து வர கோவில் வாசலில் செண்பகவல்லிக்காக வேண்டிக் கொண்டான். இரவில் கோயிலில் இருந்து புறப்பட்ட கணியான் கூத்தில் மாலையோடு பொண்ணு மாப்பிள்ளையும் பவனி வந்தார்கள். மாலை மாற்றிக் கொண்டார்கள். குலவைச் சத்தம் கேட்டது. செண்பகவல்லி போட்ட மாலையை யார்

சொல்லியும் களத்திக் கொடுக்காமல் மாலையைக் கட்டிப்பிடித்துக் கொண்டு தூங்கி விட்டான்.

மகன் தூங்குகிற சாயலைப்பார்த்து சண்முகவடிவு பெருமூச்சு விட்டாள். செத்துப்போன புருஷனை நினைத்து அழுதாள் சத்தமே இல்லாமல். மகனுக்கு அருகில் ஆவி சேர்ந்து படுத்துக் கொண்டாள். இரவு முழுவதும் மகுடம் அடிக்கும் சத்தம் கேட்டுக்கொண்டிருந்தது. கூத்து ஓயவில்லை.

ஊமையின் பிஞ்சு மனசில் செண்பகவல்லி தடம் பதித்து நடமாடினாள். காட்டுமரங்களும் செடிகளும் பறவைகளும் வசீகரித்தன. ஆதி என்கிற காட்டுமலர் குடியிருந்தது. வரிக்கு வரிமாறாத தும்பை மலர் வெளுத்த பாலாய்ச் சேதி சொன்னது. கல்லோடைகளில் பாறை உருவங்கள் எழுந்தன. ஊர் மறைந்த மலைப்பாம்பில் இடுப்புவரை புதைந்த சிலை பொழுதெல்லாம் சிரித்தது. சிலையைச் சுற்றிச் சுற்றி வந்தான். காலம் அரித்து பொந்தான புளியமரத்தின் அடித்தூரில் எழுந்த சிலை. புளியம்பூ உதிர்ந்து ஆதியின் தலையில் விழுந்தது. ஒவ்வொரு நாளும் மரத்தோடு எழுந்தது. அவன் கண்ட ஆதி முகத்தில் செண்பகவல்லியின் மடங்கிய மூக்கும் தாடையும். பச்சை சாறுகசிந்து இதழில் பிரிந்த புன்னகை. அவனிடம் பேச வந்தது. பிரமை பிடித்த ஊமை அதனோடு கலந்து போனான்.

ஒவ்வொரு பொழுதும் மரம் விந்தையாக அசைந்து கிளைநீட்டி அழைத்து உச்சிதங்கள் தரும். மர உச்சியில் கால் வைத்து அமர்ந்த பழங்கழுகு அவனைப்பார்த்தது. வாயை அண்ணாந்து இமை விரித்த செல்வன் மனசில் சிறகு விரித்து மிதக்கும். ரெக்கை அகன்று மிதந்த பறவையைப் பின் தொடர்ந்து காட்டின் எல்லையில்லா மரகதத்தில் நடந்து திரிந்தான்.

அவன் மனசில் ஒவ்வொரு நாளும் புதிய விந்தைகள் சென்று

அயரவைத்தது. வாய்திறவாத மௌனமான காட்டின் பெருந்துயரடைந்து புலம்பினான். எங்குசென்றாலும் ஆழ்ந்த மௌனத்தில் உறைந்த காடு அவனைச் சூழ்ந்திருந்தது.

பொழுது விழும் நேரம் பெரிய பள்ளிக் கூட வாசலில் செண்பகவல்லிக்காக காத்திருந்தான். பள்ளியில் இருந்த வேப்பமரத்தில் தேன்கூட்டை வியப்பாக ஆராய்ந்து கொண்டிருந்தான் ஊமை.

அவள் வரவும் அன்று பகலில் கொண்டு வந்ததையெல்லாம் கண்களால் விரித்து அபிநயத்தில் விளக்கினான். அவனைக் கண்ட பள்ளிப்பெண்கள் சிரித்தார்கள். வேடிக்கையாக எல்லாரும் சூழ்ந்து கூச்சலிட்டார்கள்.

அவளோ ஊமையின் பார்வையில் படிந்த ஒவ்வொன்றையும ஊடுருவிப்பார்த்தாள். ஒரே தட்டில் அவனோடு சாப்பிடப் பிடிக்கும். ஆசையாக பார்த்துக் கொண்டிருந்தாள் அவன் சாப்பிடுவதை.

செண்பகவல்லி பெரியபத்து படித்துக்கொண்டு இருந்த சமயத்தில் கண்ணாடி வாத்தியாருக்கும் அவளுக்கும் கல்யாணம் நடந்தது. பனங்குறுத்து முடிந்த பூர்வீக தாலியைத்தான் அவரும் கட்டினார்.

பந்தல் காலில் கட்டியிருந்த வாழை மரத்தைப் பிடித்து ஆட்கள் மேல் தள்ளி விட்டான் ஊமை.

'அடஎடுபட்ட புள்ளே... ஆள்மேலயா தள்ளிவுடுதே... புடிங்க அவன... புடிச்சு கெட்டுங்க அவனெ... ஆத்தா செம்புவல்லி... உன் கொளுந்தன விட்டுப் போயிராதத்தா... அவன் எங்க மேலே எரிஞ்சு வுளுதான்... வாத்தியாரோட கொழுந்தனையும் கெட்டிக்கத்தா மகராசி... என்று பெண்கள் சிரிப்பாய்ப் பேசிக்கொண்டார்கள். செண்பகவல்லி வெட்கப்பட்டுத் தலையைக் குனிந்து கொண்டாள். வாத்தியார் மாப்பிள்ளை கண்ணாடி வழியாக அவனைப்பார்த்தார்.

வாழைமரத்தோடு கட்டிச் சேர்ந்து கொட்டக் கொட்ட முழித்தான். எல்லாரும் அவனைச் சீண்டி அழவைத்தார்கள். யாருடனும் பேச மறுத்தான். செம்புலி... செம்புலி என்று அவன் மனசு சொன்னது.

எல்லார் முன்னிலையிலும் பிரியமுடியாத துக்கத்துடன் செண்பகவல்லி அவனைப்பார்த்துத் தலையைக் குனிந்து நின்றாள். அவனிடம் சொல்ல விரும்பியதென்ன. ஊமையாகப் பிரிந்து சென்றாள்.

தாயின் முதுகுப் பின்னால் ஒளிந்து கொண்டு எட்டிப்பார்த்தான்.

அவனோட செம்புலி... க்காக அவன் கட்டியிருந்த காட்டுக்கோயில் உள்ளே... கர்ப்பக்கிரகத்தில் சுடர் எரிந்து கொண்டிருந்தது. கருமெழுகு மின்னும் குழந்தை முகத்தில் ஆதி. பச்சை நிற இதழ் பிரியாமல் சிரிக்கிறான் ஊமை

அவனை விட்டு வெகு தூரம் தாண்டிப் போயிருந்தாள் செண்பகவல்லி.

கிணறு

எல்லாரும் முழுசாக இறந்துவிட்டதென்று சொல்ல முடியாது. எவ்வளவோ மாறிவிட்ட பின்னும் கிட்ணம்மாள் இருந்து கொண்டிருந்தாள். காட்டு வெள்ளாமை நடக்கிற காலந்தட்டியும் கிராமத்தில் இருக்கிற வீட்டில் தீபம் பொருத்தியபின் கம்போ, புல்லோ எதையாவது இடித்து சாமத்தில் உலைவைத்துப் பானைகளில் கஞ்சி கொதிக்கிற போது கிட்ணம்மாளுக்கு நினைவுகளில் தங்கிவிட்டவர்கள் மீது கொஞ்சமாவது வாஞ்சை ஒட்டியிருக்கும்போது எரிகிற தீயிலிருந்து பல நிழல்கள் அசைந்து மறையும்.

தன்பிள்ளை வீரசின்னு மருந்தைக் குடித்துத் தற்கொலை செய்து கொண்டான் என்று காதில் விழுந்த சேதி எரிகிற தீயுடன் பற்றுகிறது. அப்போதிருந்த கிட்ணம்மாளும் இறந்து விட்டாள். இப்போதவள் நடைப்பிணம் போல் உயிரை ஒட்டவைத்து அதற்குள் எத்தனையோ நிழல்களைப் பதுக்கி இருந்து கொண்டிருப்பவள்.

ஒவ்வொருவராய்த் தீயில் எழுந்து அசைகிறார்கள். கிராமத்தை விட்டு வெளியேறிப் போன நிழல்கள் சில. உள்ளூரில் கடைசிவரை இருந்து மாய்ந்து போனவர்கள். தொலை தூர விருந்தாடிகள். அவளுக்கு நினைவிருக்கும், எத்தனையோ தாயாதிகள் அவளைவிட்டு மறைந்தார்கள். அவளை மறந்து போனவர்களும் தொலைவில் இருந்தார்கள். கிராமத்தின் முதல் ஞாபகங்களாய் விரியும் துயரங்கள் கொண்ட மனிதர்கள் திரும்ப திரும்ப சஞ்சலமடைவார்கள். அப்படி

விதித்திருந்தது அவர்களுக்கு. ஒவ்வொரு ஊரிலும் கிட்ணம்மாள் இருந்திருப்பாள். அவளிடம் காணவேண்டியதென்னவென்று தெரியாமல் மறைந்திருக்கும். ஏனோ, கிட்ணம்மாள் என்ற பேருடை பெண் சஞ்சலப்பட்டே சாகவேண்டிய விதியிருக்கும் போலும்.

இடித்த புல்லை உப்புச்சேர்த்து கொதிக்கிற பானையில் பக்குவமாய்ப் பொங்கவிட்டு பாகாய் இளைக்கிறாள். வெண்ணை சேர்ப்பது போல் நிதானம் எடுத்துக் கிண்டி இறக்குகிறாள். கைம்பெண்ணின் கைப்பக்குவத்தில் எத்தனையோ புதிய தராதரங்கள் வந்து விட்ட பின்னும் புல்லு உணவாகிறது. மறைந்த தானியங்களில் சிலவேனும் எஞ்சி நிற்கிற போது உலைக்கு சிலரேனும் தீராமல் ஏற்றிய தீ: அதனோடு கிராமத்தில் விளக்கு மினுங்கி எரிந்தது.

அந்த விளக்கு எப்போதும் புகையும். சுவரொட்டிய இருட்டில் அதன் சிறு தூண்டலான ஒளியில் தன் புருஷன் ஞாபகம் நின்று எரிகிறது. அவள் புருஷன் சித்தையாத்தேவன் கிணத்து வெட்டில் கல் விழுந்து முடமாகிப் பின் எத்தனையோ வைத்தியத்திற்கும் பச்சிலைக்கும் ஆராத இடி வர்மத்தில் பட்டு மதுரை ஆஸ்பத்திரியில் அனாதையாகச் செத்துப் போனான்.

சித்தையாத்தேவன் தோண்டிக்கொடுத்த கிணறுகளால் சுத்துப்பட்டி சம்சாரிகள் பயிர் வளர்த்தார்கள். விவசாயம் மும்முரமாக நடந்த காலம். ஆளாளுக்கு சம்சாரிகள் கிணறுகளை ஆழப்படுத்தினார்கள். அடி ஊற்றைக் கண்டு பிடிக்க சித்தையாத்தேவனையே நம்பினார்கள். சித்தையாத் தேவன் அடித்து வைத்த தோட்டா எந்த இடத்தில் பிளவுபட வேண்டுமோ அங்கு பாறைகள் பிளந்து உருண்டன.

பாறைகளுக்கு அடியில் சூரியனின் முகம் படா ஊற்றில் சித்தையாத்தேவனின் விரல்கள் தொட்டுச் சென்றன.

இத்தனை தூரம் கிளம்பிய பள்ளக்குடி இளவட்டங்கள் பத்து இருபது பேர்களுக்கு மேல் கொத்தன் சித்தையாத்தேவனோடு புறப்பட்டு போன கடைசி நாள். ஊனமடைந்த புருஷனைத் தூக்கிக் கொண்டு வந்து சேர்த்த பள்ளத் தெரு இளவட்டங்கள் கொத்தன் இல்லாமல் கிளம்பிப்போனார்கள். எத்தனையோ வேலிதாண்டி நிலங்கள் வறண்டு கிடந்தன. காட்டின் அடிவாரம் வரை பாறையைப் பிளக்க வேண்டியிருந்தது. காடோ செடியான பாதைகளில் சித்தையாத்தேவன் கிணறுகள் தோண்டப் புறப்பட்டான்.

ஊழிப் பெருவழியில் ஊற்றைத் தேடி அலைந்து கொண்டிருக்கும் கருப்பு வம்சத்தில் சித்தையாத்தேவன் இருளடைந்த பாறைகளில் பாதைவெட்டிக் கொண்டே சென்றான்.

தலைமுறை தலைமுறையாகக் கல்லு சுமந்து வந்தாள் கிட்ணம்மாள். வீட்டு முருங்கைமரம் பிஞ்சும் பூவுமாக இருந்தபோது கிணத்து வெட்டு முடித்து இரவு வீடு திரும்பிய பின் பெட்ரோமாக்ஸ் வெளிச்சத்தில் அவர்கள் கல்யாணம் நடந்தது. வெளக்கு மேல் சிறு விட்டி பறந்து பாடியது. சுற்றிலும் கருப்பு வம்சம் சூழ நடுவில் இரைகிற விளக்கு. அமைதியாக எரியும் நிலவு. முன்பிருந்த காலங்களில் சென்று மயங்கித் தத்தளித்து கிராமத்தை இருளாக்கிய இரவு. கொத்தனுக்கு மனைவியானாள் சித்தாள். அதற்கு முன்பே பல இரவுகள் அவர்கள் சேர்ந்து வாழ்ந்த போது சுவரொட்டி விளக்கு மினுக்கி மினுக்கி கிட்ணம்மாள் மூக்குத்தி போல் இருட்டில் தெரிந்தது. அந்த கடுகும் வெளிச்சத்தில் சின்ன அளவு மனசில் தோன்றிய விந்தைகளும் கனவுகளும் கருவுற்ற சிசுவின் வளர்ச்சியில் இரவெல்லாம் உணர்ந்த சிசுவின் குரலை மனசால் சலனித்து சித்தையாத்தேவனுக்குச் சொன்னாள். இரவெல்லாம் முன்பே ஒருவர்மேல் ஒருவர் ஈண்டிக்கிடந்தார்கள். கிணத்து வேலை பார்த்த

அலுப்புடன் உறங்கி விடியவே எழுந்து போனார்கள். கிணறு தோண்டத் தோண்டபட பாறைகளின் ஆழத்தில் நீரைத் தேடும் தாகத்துடன் கருப்பு நிறக் கூட்டம் அசைந்து கொண்டிருந்தது. பாறையின் ஆழங்களில் வெடித்துப் புரண்ட நீரூற்றில் முன்னோர்கள் பற்றிய நினைவு தோன்றியது. கலங்கலாகிப் பின் தெளிவடைந்த நீரில் இதுவரைஎந்த உயிரின் கைபடாதபோது அவர்கள் பேராவலுடன் நீர் அருந்தினார்கள். இருள் படிந்து குளிரும் ஊற்றினடியில் கால்கள் முடமான சித்தையாத்தேவன் செத்துப்போனான்.

முற்கால எரிமலைகள் வெடித்துப் புரண்டு வெளிப்பட்ட கருப்பு வம்சம் தங்கள் தாயாதிகளான பாறைப் பதிவுகளில் ஒவ்வொருவராக மாண்டு போவார்கள் என்று பாறைகளில் எழுதப்பட்டிருக்கும்.

தகப்பன் வெட்டிய இடத்திலிருந்து மகன் தொடர்ந்து வெட்டி வெட்டி நகரும் பாறைகள். அடியூற்றைத் தாங்கிய தாய்ப் பாறையிலிருந்து வெடித்துப் புரண்டு வெளிப்பட்ட வீரசின்னு, சித்தையத் தேவன் எடுத்த அதே சம்மட்டி, தோட்டா, வெடி மருந்துடன் புறப்பட்டுப் போனான்.

‘எம்புள்ளை பாத்துக்கிருவான் கிட்ணம்மா... வீரசின்னு இருக்கான் பாரு... சிறு வயசுன்னு பாக்கியா தாயி... வெட்ட வெட்டத் தளுக்கிற ரத்தம் தாயி... எம்புள்ளை உன்னக் காப்பாத்தும்... இதுக்காக மனசு விடலாமா... பாக்குரவுக சிரிச்சுப்போட மாட்டாக. தைரியமா இரு கிட்ணம்மா...

உன்னால முடிஞ்சத செய்யி... நாளாசரியா குணமாகி வாரென்...போரன் கிட்ணம்மா...

சித்தையாத்தேவன் கடைசிவார்த்தைகளோடு சாத்தூரில் ரயில் ஏறியவன் தான். திரும்பி வராதுபோகும் ரயிலில் சித்தையா தேவன்

கிளம்பிப்போனார். மதுரை பெரியாஸ்பத்திரியில் பிணத்தை எடுத்து அடக்கம் செய்துவிட்டதாகத் தெரிந்தது.

அய்யா செத்த அன்றே சம்பட்டியைக் கிணத்து மேட்டில் விட்டு விட்டு ஓடிப்போனான். எத்தனையோ ஊர்களில் அலைவதாகச் சொன்னார்கள்.

பின் என்றுமே அவன் தாயாரை வந்து பார்க்கவில்லை. கோயில்பட்டி சந்திரவிலாஸ் ஹோட்டலில் தண்ணி வண்டி இழுப்பதாகச் சொன்னபோது ஆள் அனுப்பி அவனைக் கூட்டி வர ஏற்பாடு செய்தாள். இனிமே என்ன இருக்கு. அய்யாவே போனபிறகு... அம்மாவ நிர்மூளியா எப்படி வச்சுப் பார்ப்பேன்... என்று தாக்கல் சொன்னதும் ஒப்பாரி வைத்து அழுதாள்.

அவனுக்குப் பணம் தருவதாக ஏமாற்றிக் கூட்டிக் கொண்டுபோய் புத்தி சுவாதீனம் இல்லாத புள்ளையை அவனுக்குக் கெட்டி வைத்துக் கெடுத்தார்களாம். மனசு உடைந்து மிளகுச் செடி மருந்தை குடித்துக் கோயிலபட்டி பெரியாஸ்பத்திரியில் பிணத்தை அறுத்துப் பார்த்து அவனைப் போலீஸ அடக்கம் செய்து விட்டதாகச் சொன்னார்கள்.

வீரசின்னு பம்பாய் தாராவியில் ஈ.எஸ்.ஐ. கம்பெனியில் கொத்தனாராக வேலை பார்ப்பதாகவும் தன் தகப்பனைப்போல் கொத்தனாகி விட்டான் என்று பம்பாயில் இருந்து வந்த நாயக்கர் வீட்டுப் பையன் சொன்னதைக் கேட்டு அவள் மனசு அடங்காமல் அழுதாள். எல்லாம் அவள் கண்களுக்குப் படாத சேதிகளாக இருந்தன. வீரசின்னு எப்படியும் திரும்பி வருவான் என்று நம்பினாள். அவன் ஆஸ்பத்திரியில் சாகவில்லை என்று நம்பினாள். அவன் திரும்பி வருகிற வரை உயிர்வைத்திருக்க எண்ணினாள்.

வீரசின்னு பச்சப்புள்ள தொலைவட்டில் கிடந்து என்ன

கஷ்டப்படுகிறானோ... என்று கிட்ணம்மாள் தவித்தாள். அவன் செத்து விட்டான் என்று மற்றவர் சொன்னதை நம்ப மறுத்தாள். ஏனோ, அவளைத் தைரியப்படுத்த யாராவது அவனைப்பற்றி தகவல் சொல்லிக் கொண்டிருந்தார்கள்.

வளர்ந்த மரங்களும் மந்தையை விட்டு மறைந்து போயிருந்தது. ஏனோ, மலைப்பாறை சோகமடைந்து ஊரை ஒட்டி அப்படியே நினைவுகளில் பதிந்து போகிறது. அதன் எல்லாச் சுற்றிலும் ஆடுமாடுகள் மேய்கின்றன. வெள்ளாடுகள் பாறை மீது செங்குத்தாக ஏறிச்செல்கின்றன. பாறை இத்தனை உயரத்தில் நெடுங்காலம் ஊரைச் சேர்ந்தவரோடு இணைக்கப்பட்டு விடுவது வெளியேறியவர்களுக்கு அப்படி ஒரு கண் இருந்தது.

ஊருக்கு வருகிற ஒவ்வொரு சமயத்திலும் கிட்ணம்மாள் பாறைச் சுவர்களில் தட்டிவைத்த எருவட்டி மேல் விழுந்த விரல் தடம், வெளியேறிப்போன தன் மகனின் விரல் அழுத்தம் போல் காய்ந்து கொண்டிருந்தது.

கிட்ணம்மாள் வீடு முழுவதும் காய்ந்த வரட்டிகளை அடுக்கி வைத்துக்கொண்டிருந்தாள். கணவனில்லாத பெண்ணின் மனப்போக்கில் அலாதியான துயரங்கள் காய்ந்து வருகின்றன. அவள் வரட்டிகளைச் சேகரித்து வருகிறாள். சித்தையாத்தேவன் இருந்த இடத்தில் வரட்டிகளை அடுக்கி வைத்தாள்.

பற்றி எரிந்து போன சாம்பல் குவிசலில் எத்தனையோ முதியவர்கள் அணைந்து போயிருந்தார்கள். கிட்ணம்மாளுக்கு அப்படி மனசுக்குள்ளாகவே நீத்தி ஆறிய சாம்பல் குவிசல்கள் இருந்தன.

வரட்டியில் பதிந்து ஐந்து விரலும் இப்பொழுது பதிந்ததுபோல் அவள் கடந்தகாலப் பதிவுகளை அழுத்தமாகப் பதித்திருந்தது.

எல்லாக் காலங்களுக்குமாக வரட்டி தேவையிருந்தது. மந்தை மாடுகளுக்குப்பின்னால் சாணிக்கூடையுடன் கிட்ணம்மா வருவாள். குனிந்துசாணம் எடுத்துக் கூடை நிறைய அள்ளிக்கொண்டு போவாள். தான் கண்டுபிடித்த சின்ன இடத்தில் சாணத்தைச் சேகரித்து இரவு வரட்டி தட்டுகிறாள். ஊர் அடங்கிய நேரம் அவள் பாறையின் சுவர்களில் வரட்டிகளைப் பதிக்கிறாள். அந்த மங்கலான வெளிச்சம் போதும் அவளுக்கு. ஒவ்வொருவருக்குமான வரட்டி.

ஈரச்சாணத்தில் பதிகிற அவள் விரல்கள் துயரமடைந்து நடுங்குகின்றன. பாறையில் தட்டிய வரட்டிகள் பாறையாய் இறுகிக் காய்கின்றன. பனியிலும் வெயிலிலும் காய்கின்றன. இருளான போது ஊரின் எல்லைப்புறத்தில் நடமாடித்திரிகிறாள். இரவில் எழுந்து நடமாடும் ஒரே ஜீவன் அவளாகத்தான் இருக்கும். தனிமையும் சஞ்சலமும் கூடிக் கருக்கும் இருளில் தன்போக்கில் அலையும் கிட்ணம்மா புலம்பும் ஓடைகளிலும் சிற்றாறுகளிலும் எத்தனையோ துயரமான கிளைகளில் மிதித்து நடக்கிறாள். அவளோடு சேர்ந்து உருவான கிராமக்கதைகளில் அந்த ஓடைகளும் ஆறுகளும் கலப்பற்ற புராதன எல்லைகளை விரித்துக் கொண்டே ஓடுகின்றன.

உலர்ந்த காற்று

தபால்காரன் கொண்டுவந்த டிமாண்ட் நோட்ஸைத் திருப்பி அனுப்பாமல் கண்தெரியாத கிழவியிடம் ஒப்படைத்தார்கள். வண்டி மசகை,கிழவியின் இடதுகைப் பெருவிரலில் தேய்த்து ரேகை வாங்கிக் கொண்டான் தபால்காரன். கையெழுத்துப் போடத் தெரிந்தவரிடம் ரெண்டு சாட்சிக் கையொப்பம் பெற்றவுடன் சாஸ்திர வேதத்தின்படி பூபூபூபூபூ.... வென்று காற்றை ஊதிக் கொண்டு பூதம் பாட்டி மேல் ஏறியது. பூதங்களைத் தபால்பையில் சுமந்து வந்த தபால்காரன் சட்டப்படி ஸ்டாண்ட் போட்டு நிறுத்திய சைக்கிளை தள்ளிக் கொண்டு கிராமத்தை விட்டு வெளியேறினான்.

பாட்டி இடது கைப் பெருவிரலைத் திருணையில் தேய்த்துக் கொண்டாள். பனிரண்டு வருஷங்களுக்கு முன்னால் கோனார் வாங்கியிருந்த கடனுக்கான பூதம் அது. பூதம் கிழவியிடம் பேசியது. அச்சடித்த வார்த்தைகளால் திட்டியது. உன்னை எச்சரிக்கிறேன். என்னிடம் பணிந்துவிடு. இனி நான் உன்னுடன் இருப்பேன். என்னைக் கவனி, என்றது பூதம்.

பூதத்தின் கெடுபிடியான வார்த்தைகளைக் கேட்டு பாட்டிக்கு மேலும் சங்கடமாக இருந்தது. அதை விரல்களால் தொட்டுப் பார்த்தாள். பூதம் சிரித்தது. அதைப் பழங்கால வீட்டில் தலைகீழாகத் தொங்கவிட்டாள். அதற்கு சோறு தண்ணீர் கொடுக்க வேண்டிய கடமை வந்துவிட்டது.

பூதத்தை ஏவிய அதிகாரிகள் படை எடுத்து வந்தார்கள். குட்டிச்சாத்தானைப் போல் இங்லீசும் தமிழுமாகத் திட்டினார்கள்.

டிமாண்டு நோட்டிஸில் உள்ள அச்சடித்த வார்த்தை களைக் கக்கினார்கள். வீட்டுக்குள் தொங்கிய பூதம் கை தட்டிச் சிரித்தது. வந்த அதிகாரி அய்யாவைத் திருணையில் இருக்கும்படி சொன்னாள். மேலும் கோபமடைந்த அதிகாரிக்குள்ளிருந்த குட்டிச்சாத்தான் குதித்தது. திருணையிலிருந்து தட்டுத் தடுமாறிப் படியில் இறங்கி நின்றாள் பாட்டி. அவளைச் சுற்றிலும் படுத்திருந்த வெள்ளாட்டுக் குட்டிகள் திருணையிலிருந்து குதியாளத்துடன் வாசலில் குதித்து சாத்தானை முட்டிக் கொண்டு ஓடின.

ஆடுகளுக்காகத் திருணை விட்டத்தில் கயறில் கட்டியிருந்த ஆமணக்குக் குலை சாத்தானைப் பார்த்து ஆடியது. சாத்தானின் கோபத்துக்கு ஆளாக முடியுமா என்றது. சாத்தானின் மந்திரத்தால் கட்டுண்ட ஆமணக்குக்குலை ஆடாமல் அசையாமல் பணிந்தது. காற்று வந்ததும் சிரித்துக்கொண்டு ஆடியது. பாட்டி தூணைப்பிடித்துக் கொண்டு நின்றாள். சத்தம் வருகிற திசையில் தலைதிருப்பினாள். சாத்தானிடம் மண்டியிட்டு வேண்டினாள்.

‘கண் தெரியாத கபோதி அய்யா... நாங்க பணத்துக்கு எங்க போவம் அய்யா... ஈவுதாவு பாத்துப் போங்க அய்யா... எப்படியும் குடுத்திருதோம் அய்யா...’

சாத்தான் போன பின்னும் பாட்டி சுவரைப் பிடித்து காற்று வாக்கில் பேசிக் கொண்டிருந்தாள். ஆழ்ந்த இருளில் சுழன்றது பாட்டியின் குரல். மூக்கைச் சிந்தித் தூணில் துடைத்துக் கொண்டாள். செங்கல்லால் அடுக்கியிருந்த கோனார் வீட்டு ஓடுகளுக்குமேல் வெள்ளாட்டுக் குட்டிகள் கனைத்தன.

கோனார் விட்டுச் சென்ற சில ஆடுகளே பாட்டிக்குத் துணையாக இருந்தன. அவர் கொடுத்த கைத்தடி பாட்டிக்கு வழித்துணை. அவளை முட்டி மோதிக் குதியாளம் போடும் ஆடுகள் இல்லாமல் இனி பாட்டியால் உயிர் வைத்து இருக்கவும் முடியாது.

ஒவ்வொரு வீட்டு வாசலுக்கும் போய் எட்டிப் பார்த்த ஆட்டுக் குட்டிகளுடன் பிள்ளைகளும் சேர்ந்து ஓடி வந்தன பாட்டியிடம். ஆட்டுக் குட்டிக்கும் சிறு பிள்ளைக்கும் நிறம் தெரியாத பாசத்துடன் பாட்டி இருந்தாள்.

கடனைத் திருப்பிக் கேட்க வந்த பூதம் தலைகீழாகத் தொங்கியபடி பிள்ளைகளுக்குக் கதை போட ஆரம்பித்தது. 'விஜயாபுரி ராஜியத்தில் மகாராணிக்கு வைப்பாளனாக இருந்த அம்பட்டன் ஏழு குதிரை பூட்டிய வண்டியில் வரும் அரச குமாரர்களுக்கு முகச் சுத்தம் செய்யும் போது அரசகுமாரன் தூங்கி விடுவானாம்...' என்று ஆரம்பித்தது கதை.

பாட்டியும் காலைநீட்டி உட்கார்ந்திருந்தாள். அவள் மேல் படுத்துப் புரண்ட பிள்ளைகள் பாட்டிதான் கதை போடுகிறாள் என்று நினைத்து பயபக்தியோடு ஊம்... கொட்டின. தெருப்பிள்ளைகளோடு உறவில்லாமல் பாட்டியால் இருக்கமுடியாதா. பூதத்தைப் பார்த்ததும் பாட்டி அழுதாள். எனக்கொருசாவு வரமாட்டிங்கே... அவரப்போயி பாத்திரணும்... சாவு வல்லியே... நான் என்ன செய்யட்டும்.. என்றாள் பாட்டி.

'அப்பிதி எல்லாம் சொல்லாத பாத்தி... எங்கவீட்டுக்கு வா பாத்தி நான் சோது போதுதேன் பாத்தி' என்றாள் பக்கத்து வீட்டு சின்னப்பாப்பா. பாட்டியின் உடம்பில் ஆதூரத்துடன் சாய்ந்து கொண்டாள்.

பாட்டி சின்னப்பாப்பாவின் தலையைத் தொட்டு ஆசிர்வதித்தாள். அப்போது தெருவில் கத்திக்கொண்டுவந்த ஆடுகள் ஓடிவந்தன. எல்லாம் பாட்டியை நோக்கி ஓடிவரும் ஆடுகள். ஊர்க்காட்டில் தானே மேய்ந்து திரியும். கழுத்தில் கடடிய சிறுமணி கிணுகிணுக்கப் பாட்டியிடம் வந்து சேரும் ஆடுகள்.

சின்னப்பாப்பாவின் 'பர்ர்ர்ர்' ரென்று சளி அடைத்த மூக்கைச் சிந்திச்சேலையில் துடைத்துக் கொண்டாள் பாட்டி. 'ஆத்தா நீ பாசக்காரியா இருக்கியே... பாட்டி செத்துப்போக மாட்டேன்.. உங்க அம்மாகிட்டபோயி பாட்டிக்கு நீத்தண்ணி வாங்கிட்டுவா.. பாட்டிக்கு கெரக்கமா வருது போடா...'

பாட்டி இந்நேரம் தனிமையில் இருக்க விரும்பினாள். கடனைத் தீர்க்காமல் செத்துப்போகக் கூடாது. செத்தும் கருமாயப்படணுமா. கோனார் விட்டுச் சென்ற ஆடுகள் எல்லாம் பாட்டியை ஒண்டிக்கிடக்க, வெள்ளாட்டங்குட்டியைக் கைகளால் வருடினாள். எட்டயபுரம் சந்தைக்கு அனுப்புவதென்று தீர்மானித்தாள். ஆடுகள் கத்தத்துவங்கின மே..பே.. வென்று.

அப்போது கோனாரின் நரைமீசையும் தெருமுனையில் மறைந்துபோன ஆடுகளின் செருமலும் பாட்டியின் அந்தராத்மாவில் விழுந்தது. பாட்டியின் திரைவிழுந்த கண்களுக்கு ஞாபகங்கள் இருந்தன. பேர்போன மீசை கோனாரின் மீசை. அதைக்கண்டே பாட்டிக்கு நம்பிக்கை தாட்டியம் எல்லாம். நரை மீசையைத் திருகியபடி கைக்கம்பைத் தரையில் ஊன்றாமல் கம்பளிப்போர்வையைத் தோளில் போட்டுக் கொண்டு கோனார்களுக்கே ஆன ஆழ்ந்த தனிமையில் ஆடுகளுக்குப் பின்னால் திரிந்த கோனாரின் நிழல், அசைந்து சென்றது.

கோனார் இருந்த காலத்திலேயே தரிசான பூமியில் சூரியனின் நிழல் விழுந்தது. பயிர் வளர்க்க வாங்கிய கடனைத் திருப்பித் தரமுடியாமல் நம்பிக்கையான விதைகள் எல்லாம் பூமி பிளந்து கொண்டு விரிவுக்குள் போனது. அருகோடிய நிலத்தைப் பார்த்து நின்றார் கோனார். விரிவுகளில் பொங்கிய உப்பு நிறத்தை மாற்ற முடியாது. வரிவரியான கோடுகள் உடைய ஸர்ப்பம் வானத்தில் எழுந்து விட்டது. வைசூரிவந்த

ஆட்டின் வீச்சம் தெருமுழுவதும். அவற்றின் செருமல் சளி கோடு கோடாய் வடிந்து கொண்டிருந்தது. காட்டுப்பாதையில் இறந்து விழுந்தன. நடக்க ஏலாத ஆடுகள். அவற்றின் மரண இருளில் நடந்து போனார். ஆடுகள் எல்லாம் தரியில் கிடந்தன.

பாட்டிக்குக் கண்தெரியாமல் எல்லாம் மறைந்து போனதென்று கோனார் நினைத்தார். ஊரைச் சுற்றிய நிலங்களில் இருந்து வந்த உலர்ந்த காற்று பாட்டியிடம் பல சேதிகளைச் சொன்னது. பாட்டியின் இருண்ட கண்ணுக்குள் நூறுவகைப் பயிர் பச்சைகளின் கதை இருந்தது. தினை வளர்த்தாள். தானியங்களும் பயறு வகைகளும் என்று பட்டம் பட்டமாய் விளைந்து அறுத்து பயிர் வளர்த்த கதைதான் அது. காற்றில் கலந்து வந்த பயிர் வாடையை இப்போது பாட்டியால் உணர முடியாமல் போனது.

பேராசைக்காரக் கோனாரின் ஆசையைப்பற்றிப் பாட்டிக்குப் பெருமூச்சுத்தான். பத்து மொய் ஆடு வளர்த்து தெருவை அடைத்துக் கொண்டு, ஆள் விலக இடமில்லாமல் போக வேண்டும் என்று கிழவன் ஏங்கியிருந்தான். ஆடுகள் வைசூரியால் செத்துமந்த ஏக்கம் தீரவில்லை.

ஏ கெழவா... போகும் போது என்னத்த கொண்டு போகப் போரெ... உனக்கு இம்புட்டு பேராசையா.. என்றாள். கோனார் விசும்பி விசும்பி ஆடுகளை நினைத்து அழுதார். 'அட எளவே மனசாரிக்கோ... மிஞ்சினது வளந்திடும்...' என்றாள் பாட்டி.

கோனார் வெத்தலையை உரலில் தட்டிக் கொண்டிருந்தார். கோனாருக்கு அப்போது என்றுமில்லாத அயர்ச்சி ஏற்பட்டது. 'ஆத்தா... கொஞ்சம் போயிலைத்தடைய இப்படி கொண்டா ஒரு வடிய்யா வருது...' இடித்த உரல் சரிய வெத்திலை கோனாரின் மடியிலிருந்து குப்புற விழுந்ததும் கோனார் காலமாயிட்டார்.

அவர் மாதிரிசாவுவர வேண்டும். சாவு வீட்டு வாசல் வரை வந்து கூப்பிடும் தட்டியும் கோனார் வெத்தலை உரலை இடித்துக் கொண்டிருந்தார். பாட்டி எழுந்து முந்தியில் முடிந்து வைத்த போயிலையைத் தட்டுத்தடுமாடி எடுத்துக் கொடுத்ததும் கோனாருக்குச் சாவு வந்தது. நல்ல சாவென்று ஊர் மெச்சியது.

கோனார் விட்டுச் சென்ற கடனை அடைத்து விட்டால் நிம்மதியாகப் போகலாம் என்று பாட்டி நினைத்தாள்.

பழங்கால வீட்டுக்குள் தொங்கிய பூதம் கீழிறங்கி ஆட்டு யாவாரி மாதிரி குடைக்கம்புடன் தெருவில் சத்தம் காட்டித் திரிந்த போது பாட்டியின் காதில் விழுந்தது.

ஏப்பா... தனிக்கோடி.. இந்த மரிகளைப் பூராம் கொண்டு போயிரப்பா... அந்த கம்பேனிக்காரன் இன்னும் வாரானப்பா... தனிக்கோடி... போயி கெரயம் ஆக்கிக் கொண்டா... எனக்கு நேரம் வந்திரச்சப்பா... தனிக்கோடி

'பெரியாத்தா... அப்படியெல்லாம் பேசாதிக... உங்க வாயில இருந்து வரப்படாது...' பூதம் சிரித்தது. ஆட்டுயாவாரி தனிக்கோடி நாடாரைப்போல் தெருவில் நின்று பேசியது. திரும்பவும் பாட்டியிடம் வந்து காரியம் கலந்து பிரியத்துடன் பாட்டியில் கால்மாட்டில் அமர்ந்தது.

'தனிக்கோடி.... கம்பெனிக்காரன் வந்திருவானப்பா... என்னக் கேக்கானே என் ஆவி கொதிக்குதப்பா... தனிக்கோடி... கோனாரு பெழச்சு பெழச்சு இந்த லெச்சணத்திலெ இருக்கு... பச்சத்தண்ணி எரங்க மாட்டிங்கே தனிக்கோடி... எங்கண்ணும் அவிஞ்சு போச்சே...'

ஆட்டு வியாபாரி தனிக்கோடி ஆட்டு மரிகளைப்பார்த்து மகிழ்ந்தான். வீடுகள் பூட்டிக்கிடந்த தெருவில் நடந்து வந்தான். ஆள்

அரவமே இல்லாத நேரம். சின்னப்பிள்ளைகள் கூட்டமாக வந்து பார்த்துக் கொண்டிருந்தன.

சின்னப்பிள்ளைகளுக்கு விளையாட்டு காட்டினான். பூதத்தின் வித்தைகள் சாகஸம் போங்கள், சின்னப்பிள்ளைகள் உடனே ஏமாறிவிடும். எல்லாப்பிள்ளைகளும் கைதட்டிச் சிரித்தார்கள்.

ஆட்டுமரிகளைப் பார்த்து விலை நிதானித்தது. குடைக்கம்பைத் தரையில் ஊன்றி விரல்களைக் கைப்பிடியில் அழுத்தி யோசித்தது.

கையைவிட்டு நழுவிச்சென்ற கைத்தடியைத் தேடித் தட்டளிந்த பாட்டி புலம்பினாள். சின்னப்பாப்பாதான் பாட்டியின் தடியை எடுத்துக் கொடுத்தாள்.

தெருமுனையிலிருந்து ஓடிவந்த ஆடுகளின் குளம்பொலி பாட்டியின் பக்கத்தில் வந்தது. திருணையில் குதிக்கும் வளர்ப்பு ஆடுகள் எல்லாம் பாட்டியை இடித்துக் கொண்டன.

ஏனோ, இன்று பகல் முழுவதும் ஒருவகை வெளிச்சம். வெட்ட வெளியான இடத்திலிருந்து வரும் உலர்ந்த காற்று பாட்டியின் உடலில் விழுந்து சென்றது. பாட்டியின் இருண்ட கண்ணில் என்றுமில்லாத கலக்கம். மூக்கில்வடிந்த கண்ணீரைச் சேலை முந்தியில் துடைத்து மூக்கைச் சிந்தினாள்.

பிள்ளைகள் பாட்டியோடு சேர்ந்து நின்றன. தனிக்கோடி இழுத்துச் செல்கிறான். ஊரின் எல்லைக்கு அப்பாலிருந்து ஆடுகளின் செருமல்.

பூதத்தின் சிரிப்பொலி காடுகளில் அதிர்ந்தது. ஆட்டின் மணியோசை மட்டும் உலர்ந்த காற்றில் மிதந்து கரைந்தது.

கம்மங்கதிர்

அவர்கள் விலகிச்சென்றார்கள். திரும்ப முடியவில்லை. நெருங்கி அழைத்து நேர் நின்று பார்க்க முடியாமல் போகும். சந்திக்க நேர்ந்தால் ஒவ்வொரு கணமும் கழுமரம்.

கடந்த மலைகளுக்கு அப்பால் மறைந்து போனார்கள். திரும்பவும் பயணமான நிலப்பரப்பில் வெளியில் நிலைகுத்திய பார்வை. அசையும் வானத்தில் துழாவிக் களைப்புற்ற பயணம். மெலிந்துபோன சுவாதீனத்துடன் நடந்து போகிறான். முள் மரங்கள் உலர்ந்த பாதை. வண்டித்தடம் மனதை இழுத்து நகரும் தொலைவில் மேட்டுப் பரப்பில் ஓட்டு வீடுகள். தனிமையில் உயரமான கருப்புப் பனை. கூந்தல் அறுந்த பனையில் பருந்து மேல் எழுந்து விரிந்து மிதக்கிறது. அண்ணாந்த அலகில் விழும் வெக்கையைப் பருகி அலையும். தனிமை குடித்த பருந்தின் மூச்சு. ஓடுகளுக்கு மேல் அதிக வெக்கையான அலை. சன்னமாகக் கரைந்து நெளியும் உருவங்கள். வேணாத வெயிலில் குனிந்து கருப்பு நிலத்தைப் பிசைகிறவலி. எங்கும் சிறு நிழல் கூட இல்லை. குத்துச் செடியின் நிழலில் கட்டெறும்புக் கூட்டம் இறந்து மடிகிறது.

ஆதாரமில்லாத சமவெளியில் மயங்கும் உருவங்கள். நிலவிருளூல் எதையோ தேடி அலையும் மெலிந்த மாடுகள். பாலையில் கதறும். காலத்தில் உருவான ஓடைகளும் சிற்றாறுகளும் மணலைச் சுமந்து கிடக்கிறது.

புலர்காலையில் மரநிழலில் ததும்பிவழியும் சொந்தக் கிராமத்தின்

ஆகிருதி மங்கி மங்கி கரைகிறது. வீடுகளை விட்டு வெளியேறிப் போன கருப்பு நிலவாசிகள் புகையும் நகரில் மடிந்து முடங்கிய தெரு.

ஊரில் எல்லையை நெருங்க முடியாமல் திரும்பி வருகிறான். தொலைவான கிராம வீடுகள் க்ஷீணதசையடைந்துள்ளன. வீடுகளுக்குள் பாதுகாக்கப்பட்ட உழவுச் சின்னங்களின் பெருமூச்சு இரவில் எழும். ஒரு இரவு ஊரில் தங்க முடியாது. பாவத்தில் திளைத்துப் புரண்ட சீவுநாற்று வேய்ந்தகூரைவீடு. கை தேர்ந்த கொத்தன் தட்டுத் தட்டாய் வேய்ந்த கூரையும் பளுப்படைந்து உதிர்ந்த வீட்டின் ஆத்மாவைப் போல் கருகி உலர்கிறது.

கிராமத்தின் உடல் ஒவ்வொரு உயிருக்கும் இரையாகி அரிக்கப்பட்ட மீதத்தில் சிறு துடிப்பு. ஆதாரம் எங்கிருக்கிறதென்று தெரியவில்லை.

சூனியத்தில் அதிர்ந்து காயும் கருப்பு நிலம் பளுத்ததோடு மூடிக்கிடக்கும். யாரோடும் சேர்ந்து சாயல் காட்டாமல் தனிமைப் பெருநிலையில் ஆழ்ந்த கிராம மனிதர்கள்.

கடைசிமரம். கடைசி எறும்பு. கடைசிப்பருந்து இந்தக் கிராமத்தின் கடைசி மனிதனாய் நடந்து போகிறான். உயிரின் ஈரத்தில் நகர்ந்து செல்லக் கணங்கள் தான் உள்ளது. அங்கங்கே உறைந்து மடிந்த கணங்கள். மாறிக்கொண்டே இருக்கும். சூரியனோடு நேரடியாக எரியும் அழிவு. இறுதி மூச்சு வரை அழிவு. சரித்திரத்தின் வெறுமை கிராமத்தைச் செதுக்கும்.

உயிர்ப்பின் கணங்கள் சிறு அளவானாலும் சுவர்களில் அதிர்ந்து கொண்டே இருக்கும். பின் தொடரும். நிச்சயமின்மை என்ற ஒளியில் தெரியும் வீடு. நீர் ஓவியம் போல் காலத்தில் வெட்டப்பட்ட தெரு. எங்கெல்லாம் இருக்கிறார்கள். அவனால் சொல்ல முடியாது. அவர்கள் மறைந்த மணல் மேட்டில் உரசும் காற்றின் புலம்பல்.

அவன் ஜன்னலை எட்டாத கம்மங்கதிர் தொலைவில் எங்கோ அதன் இருப்பில் அசையும். பழமையான கிராமத்தெருவில் யாருக்கோ கல்யாணமாகிப் போன சித்துப்பெண் உடையம்மா. பாட்டியின் வேர்களின் ஆழத்தில் தோன்றிய பெண்ணுரு. முப்பது வருஷங்களுக்குப் பின்னால் பிள்ளை குட்டிகளோடு பஸ்டாண்டில்வைத்து சந்தித்து ஒரு துளி மௌனத்தால் அவனைக் கொன்ற உடையம்மா. வாடி உலர்ந்த கதிரில் கண் தொட மறுக்கிறது.

ஒப்பனைத் தெருவில் அவளை விலை கூறிச் சென்ற புகையடைந்த பாதை வெயிலோடு சேர்ந்து வருகிறார்கள். டவுன் பக்கம் 'அவருக்கு' எதிலோ வேலை என்றாள்.

உடையம்மாவைப் பார்த்து, அவள் மௌனம் ஒரு கணம் கருப்பாய் விழுந்தது. இடிவிழுந்து இன்னொரு கல்லானான்.

இதுவரையான நிச்சயங்கள் சருகாகி உதிர்ந்தன. உடையம்மா கிளம்பிப்போன விளாத்திகுளம் பஸ். பிள்ளைகளோடு ஜன்னலில். அவனது வார்த்தைகள் உணர்வு செத்து விழுந்தன.

கண்களில் நகராமல் நின்ற உடையம்மாளின் பிராயகாலம். பாட்டியின் உடம்பில் ஒட்டிக் கிடந்த உயிர்கள். அந்தரங்கமான இருளில் அவள் இன்னும். மாறாத சிரிப்பில். கண்களில் விழுந்த கருவளையம் நீண்ட காலப் பிரிவை உணர்த்தியது. இற்று நரம்பான உடையம்மா. கையில் போட்டிருந்த பளுப்பு ரப்பர் வளையல். நரம்பு துருத்திய உலர்ந்த கைகள். எல்லாம் பிரமைகளா. கூட்டமாக பஸ்டாண்டில் குரல்களும் சப்தங்களும் பின்னணியாகக் கேட்கிறது.

கல்யாணம் விதி காலம் என்ற நியதிகளைக் கடந்து அழுத துளிகளில் அவன் பாட்டியின் மரணம். பாட்டியை நினைத்து அழுதார்கள்.

பெரிய முலைகளுடன் பாட்டியின் கருமையான உடல். பாட்டியின் அந்தரங்கம் சொன்ன சேதிகளை உடையம்மா முணுமுணுத்தாள். மொலிங்கை மூட்டில் நெத்துக் கூடான ஸ்திதியில் இருந்தாள்.

உடையம்மா வேண்டாமென்று அவளைக் கட்டிக் கொள்ள மறுத்து எழுதியது. நிச்சயதார்த்தம் நடந்த அன்று ஏனோ அழுதான். எல்லாரும் கட்டாயப்படுத்தியதாலா. அவள் மேல் உருத்து இல்லையா. ஏன் விலகினான் என்று அவனுக்கே தெரியவில்லை.

அவளோடு சேர்ந்த அனாதையென்று உணர நேர்ந்தது. நகரின் பஸ்டாண்டில் சம்பந்தமில்லாதவர்கள் சந்தித்துக் கொண்ட நிகழ்வு.

நூற்றி மூணாவது வயதில் செத்துப்போன பாட்டிக்காக அழுதார்கள். பிறந்த ஈரம் மாறாத கண்களுடன் அவன் உடையம்மா.

எங்கோ இருளில் அசையும் கம்மங்கதிர்கள். மங்கலான கிராமம். களிமண்ணைப் பிசைந்தெடுத்த உருவங்கள் பாட்டியின் முலைகளில் பொங்கிக் குலைத்த ஈரத்தில் உலர்ந்து கொண்டிருக்கும். பதமிழந்து காயும் நூற்றுக்கணக்கான நத்தைக் கூடுகள். நிலங்களின் மீது விசில். அவளும் அவனும் நத்தைக் கூடுகளைச் சேகரித்து வந்தார்கள். அதை ஊதி உயிர் உண்டாக்க முயன்றபோது நத்தைகள் கொம்பு முளைத்து வெளிப்பட்டன. தீங்கருதுப் பருவத்தில் கம்மங்கதிர் மீது கொம்புகளை ஆட்டி ஏறும் நத்தை கதிரின் உச்சி வரை ஸ்பரிசித்து கொம்புகளில் நடனமிடும்.

இன்று நத்தையாய்க் கூடுசுமந்து அலைகிறான். தீங்கதிரில் நாட்டியம். அந்தக் கதிரை நெருங்க கானல் வெயிலெனினும் கருங்கோடையெனினும் கடும்பயணம் தொடருமோ.

கோடு

உள்புறம் தாழிட்ட அறை. மேஜை மீது கசியும் விளக்கடியில் திறந்த புஸ்தகம் ஒன்று புலம்புகிறது. விளக்கின் மேல் புதைந்த இருளில் தலைகள் இருண்டு குனிந்து உற்று நகரும் கண்களில் கருங்கோடுகள் வரைந்தபடி இருளின் புஸ்தகம் புரள்கிறது. நானும் நீயும் இணைந்த போது உள்ளே பல பகல்கள் மறைந்து போயிருந்தன. உருவில் கீறி வெளிப்பட்ட கோடுகள் அனைத்தும் மங்குகின்றன. ஒவ்வொரு உயிரிலும் கருவுடல் விரிந்து பரவி, பொருட்கள் யாவும் துயரமாய் சூழல் எல்லாம் கவிகிறது.

நாம் ஒன்றாயிருந்த கடைசி கணம் பூட்டி வைக்கப்பட்டுள்ளது. அறையின் சுவர்கள் எங்கும் கணங்களின் நடுக்கம். மல்லாந்தபடி சிகரெட் குடித்துக் கொண்டிருந்தேன். சிகரெட்டின் கடைசி நுனிவரை நண்பன் இருந்த அதிர்வு. எல்லாம் அப்படி அப்படியே இருந்து விடுமோ என்கிற பயத்தில் நம் சந்திப்பு எப்போது நேர்ந்தாலும் வானம் நம் நட்சத்திரங்களுடன்தான் இருக்கும் என்பதில் எனக்கு எந்தச் சந்தேகமும் இல்லை.

நாம் இருந்த தொலைவு வரைதான் இந்த அதிர்வுகளும். என்னை மட்டுமின்றி உன்னையும் பாதித்திருக்கிறது. எனக்குத்தெரியும். இணைய முடியாத கோடுகள் இருளாய்ச் குவிகின்றன என்று. எதற்கும் ஒன்றிற்கொன்று தொடர்பு இல்லையென்று சொல்லிவிட முடிகிறதா? இந்த அகண்டா காரத்தில் நாம் முன்பு இருந்தோம். முன்பு சந்தித்துக்கொண்டோம். பின் இல்லை. பின் சந்தித்துக் கொண்டோம்

சந்தித்தோம். சந்திக்கிறோம். நாம் இருக்கிறோம் தானே. நாம் மட்டுமின்றி நம் சூழலில் இருந்த பொருட்களும் ஒன்றையொன்று சந்தித்துக்கொண்டன. ஒவ்வொருபொருளும் நம் அறையில் உறைந்திருந்தன. எல்லாம் அப்படி அப்படியே. சிகரெட் பெட்டியில் இரண்டு சிகரெட்டுகள் மட்டுமே மிஞ்சியுள்ளன. எரிந்த தீக்குச்சிகள் தரையில். உள்ளிருந்த புகை வெளியேறி முகத்தில் பரவி நகர்கிறது. என் மேல் விறைத்து நீண்ட கால்கள். ஒவ்வொரு தற்கொலையின் கடைசி நாளும் பாதுகாக்கப்பட்டுள்ளது. மேஜை நாற்காலிகளில் உறைந்த நிறம். புஸ்தக அலமாரியிலிருந்து மூடிய கண்களுடன் புஸ்தகங்கள்.

உன் உருவில் நிழல்களுடன் கூடும் ஒருமை. அறையில் அசையும் ஊதா நிற ஜன்னல். கம்பிகள் வழியே பரவிய லேசான வெளிச்சம். உன் துளி நீரில் ஊடுருவி நிற்கும் வானம். எல்லாப் பொருளிலும் பரவி நின்ற நீலம்.

விரல்கள் சிவப்பேறிக் கன்றி உறைந்திருந்தன. பாத்ரூமுக்குள் கசிந்து கொண்டிருந்த குழாயிலிருந்து சப்தம் நீர்த்திவலை விழும் குளிர்ந்த அதிர்வு. தொடர்ந்து கசிகிற துளி உருவாகிக் கீழே விழும் கிளப்... ஒலி. இடைவெளி மௌனம். அறையை ஊடுருவிய உனது கண்கள். நிமிஷங்களுக்கு இடைவெளியில் தொங்கும் ஒரு துளி. நீதானா. ஒவ்வொரு துளியும் நாமிருந்தவரை அலையில் முடிவில்லாத தொலைவு. ஆயிரம் ஒளி வருடங்களுக்கு அப்பால் இருக்கும் கிரஹத்தையும் பாதித்துக் கொண்டிருக்கிறது.

மீள்வதற்காக ஏதுமில்லை. மீதமாகக் கொஞ்சம் அற்புதம்தான். உள்ளிருந்து வெளிப்பரவிய நண்பனின் உருசென்ற பாதையில் எல்லாம் மறைந்து போயிருந்தது. இப்பயணம் செல்லும் பாதாள இருளில் கருகிக் கொண்டிருந்த பிரதி ஒன்றாகியிருந்த நான் மங்கி

மங்கிச் சரிந்து செல்லும் நடு இருளில் எதிர் நின்றவன் வெள்ளை உருவாய்ப் பிரக்ஞையின் ஆழத்தில் இழுத்துச் சென்று ஆவியில் அணைத்து ஸ்பரிசித்த தவிப்பில்... எங்கோ அழைத்து, சென்று மறைந்த குரல் திசைகளுக்கு அப்பால்.

அசந்தர்ப்பத்தில் மெல்லச் சுற்ற ஆரம்பித்த ஒன்றை யாரோ தொட்டு நிறுத்திவிட, உள்ளே பெரும் சுழற்சியாக ஒன்று தொடங்கிவிட்டதே. எல்லாமும் என்னவாகும். என் உலகம் முழுவதும் காலியாகப் பிளந்து கிடந்தது.

இன்று நானும் நீயும் பிரிந்து நிகழ்ச்சிகள் அற்று மறைகிறோம். கணம் ஒன்றின் பெரும் பிளவில் பொங்கிய இருகரைகளில் எட்டி நின்று முகம் கரைந்த உருவங்களாய்ப் பார்த்துக்கொண்டோம். நான் எதற்குக் காத்திருக்கிறேன். எனக்கு இங்கே என்ன வேண்டும். காத்திருக்க எனக்கு எவ்வளவு தூரம் பொறுமை இருக்கும் என்று பயம். தரையில் கால் பாவும் பிடிமானங் கூட அற்றுப் போயிருக்கிறது. எனக்கு இங்கு என்ன தேவை என்று கூடத் தெரியவில்லை.

சரி -தவறு என்ற முடிவுகளுக்கு அப்பால் செல்லும் உயிர். கோடுகள் அழிந்த பாதையில் பின்னும் தொடர்கிறது. பிரக்ஞையிலிருந்து நகர்ந்த உயிர் மெலிந்த துகளாய்ப் பெரும் சுழற்சியில் புகலிடமற்று சூன்யத்தில். அறையின் சுவர் மீது. அறைக்குள் திரும்பிய இடமெல்லாம் நிழல்கள். தற்கொலையில் தொங்கும் இருள். மடிப்பு மடிப்பான தெருவில் நடந்து கொண்டிருந்த கால்கள். புதைவு கொள்ளும் கனவில் அகப்பட்டுத் திசைமிரண்டு அலைகின்றன.

உயரம் வரை எழுந்து பரவும் மணல் வெளி திசையெங்கும் மணலில் பதியும் கருப்பான கால்கள். பாழ்பட்டுச் சுருண்டு வளைந்த

செருப்பு ஒன்று கருப்பாய் ஒலித்தபடி மணல் மீது அசைகிறது. இருளின் கால்கள் நடந்து கொண்டிருந்தன. கண்களின் கோடுகள் குவிந்து இருளில்.

எல்லாவற்றின் மீதும் கவிகிற வசீகரப் பற்றுதலில் பாலியகால நண்பனொருவனோடு புதைவு கொண்ட மனத்தின் தந்திகள் தனிமையில் அலைகின்றன. உறவின் ரேகை அழிந்த தொலைவில் மனத்தின் அலைகள் திரும்புகின்றன. மீண்டும் மணல் வெளியின் வெள்ளை மீது சகமனிதனைத் தேடி. மணலின் விளிம்புகளில் சூன்யம் ஒளிர்ந்து கொண்டிருந்தது. உயிரின் நரம்புகளாய். சூன்யத்தின் விளிம்புகளில் இருளின் அலை வந்து வந்து மறைகிறது சதாவும் சலித்தபடி அலைகள் திரும்பி விழும். இன்னும் இருக்கிறது இருளின் அடியில். நகரும் பாதையில் நண்பனின் ஆவியுரு. சலனமுற்ற நீரின் வழியில். புரளும் உயிர்களில் நீ வேறு நான் வேறென்று பிரியும் பாதை, இணைய முடியாத கோடுகள் ஒருமை கொள்ளும் உயிரின் சலனம். மேஜை விளக்கடியில் கசியும் ஒளியில் இருளின் படிம ஏடு திறந்து பேசுகிறது.

சூல்

களிமண் பூமி. மண் வீடுகள். கிராமத்துக்குள் தலைமுறை தலைமுறையாய்ப் படர்ந்து வரும் பசுங் கொடிகள். வெட்ட வெட்டத் தளிர்க்கும் ரத்தவழி உறவு. ஒன்னுக்குள் ஒன்னு கொடுத்து வாங்கி ஊரைச் சுற்றிப் படர்ந்திருக்கும் வாழ்க்கை.

நம்ம பெரியவர்கள் அமைத்த தெருக்கள் வழியே வம்சாவளிகள். அச்சு அசலான மனிதர்கள். மண்ணுருவங்கள்.

நூறு வருஷங்களுக்குப் பிந்திப் போன, நம்ம கீகாட்டுக் கிராமம் திசை மிரண்டு கிடக்கிறது.

வீடுகளின் கூரையில் மௌனம். இன்னும் உறைந்து கிடக்கிறது. இந்த கிராமத்துக்கே ஆன மௌனம் இறுகலானது.

ஏர்கள் மெலிந்து மங்கும் முனங்கல். இன்னும் இன்னும் காடு களுக்குள் எலும்பு துருத்திப் போகும் மாடுகள்... கொட்டைகள் நெறிபட கலப்பை திணற.

சம்சாரி வலுவுடன் மண்ணை முட்டி நெம்புகிறான். காற்று வரண்டு உலத்துகிறது. நெஞ்சு காய்ந்த செடி மழைக்கு, அண்ணாந்து ஏங்கும்.

அடங்கா ஆசை எரிய சூரியன் விருவுகளுக்குள் மூச்சு விடுகிறான்.

காட்டுக்குள் அம்மன்கோயில். கன்னி மறத்தி உண்ணாமுலை... சம்சாரிகளைக் காத்து வருகிறாள்.

சாம்பல் மூடி இருக்கும் பனிக்காலம். கிராமத்தின் முகங்களில் மார்கழி வாசம். மரம் செடி கொடி எங்கும் பனி அமர்ந்திருக்கிறது. களங்கப்படாமல் வருசா வருசம் வரும் மார்கழி மாசம். நிறை சூலி போல் காடு. சோளம், கம்பு கதிர்வாங்கி பனியில் குளிர்ந்திருக்கும் காடு. பிந்திய கருதுகள் பனிவாடைக்குப் பால் கட்டி வளரும்.

காட்டுக் காவல்காரன் சீனித்தேவன். காடு விடிய எழுந்தான்.

வானம் பால் போல பனியாகி இறங்கி வருகிறது. கருக்கல் நெருங்கும் நேரம். மார்கழி மாசப் படைக்குருவிக் கூட்டம் கூட்டமாக சோளக் கொண்டையில் அமர்ந்து கத்துகிறது. பல் நெடிய காலம் படைக்குருவிகளைப் பார்த்து வருகிறான். அவற்றின் குரலில் பனிப்புகை கக்கும் குதூகலம்.

சீனித்தேவன் காட்டை உத்து உத்துப் பார்த்தான். அசையா மோனத்தில் பயிர்கள் வளர்வது அவன் கண்களுக்குத் தெரியும். இனி கதிர் வெட்டும் காலம் வரை படைக்குருவிகளுக்குக் காடுதான் வாசம்.

உயரத்திலிருந்து வெள்ளி வெளிச்சம் குளுந்து ஒளிரும் சோள மணிகளில். பனியில் வெடவெடத்து வரும் மேகாத்து சோளக் கொண்டை அசைகிறது.

விட்டு விட்டுக் கரிச்சான் கூப்பிடும் கருகருத்த இருள் மெல்ல மெல்ல ஒதுங்கித் தோன்றி வரும் வெம்பரப்பு.

ஊர்க்கிணத்தில் அசங்காமல் கிடந்த தண்ணீரில் சலனங்கள். கிணத்தடியில் பெண்டு பிள்ளைகளின் சலம்பல். குடங்கள் நிறைக்கும் வாளிச்சத்தம்.

கம்மாக்கரை வழியாக உடம்பை முழுதும் மூடியபடி துணிப் பொட்டணத்துடன் வந்து கொண்டிருந்தாள் சூலி.

வர்றது ஆரு, அழவம்மாளா...

கிணத்தடிப் பெண்கள் எட்டிப் பார்க்க, அவர்களிடம் அகப்பட்டுக் கொண்டாள் அழகம்மாள்... கையைப் பிடித்து எல்லாரும் மருகினார்கள்.

தலையை நிமுத்தி 'ஏத்தா, எம்புட்டு உருக்காஞ்சு போய்ட்டியே.'

வந்தவள் ஊர் முகத்தில் தேடினாள். எல்லாரும் திரும்பவும் அவளோடு இருந்தார்கள். ராசமக்காளிடம் ஒன்றும் சொல்லாமல் நின்றாள் அழகம்மாள்.

வரும் சீனியய்யாவைப் பார்த்து தைரியத்துடன் முகங்கொடுத்தாள்.

யாத்தா... அழவம்மா வாடா. சீனியய்யா காவக்கம்போடு மகளிடம் வந்து நின்றார்.

பெரிய்யாவைக் கையெடுத்துக் கும்பிட்டாள்.

மகராசி நல்லாரும்மா... பெரிய்யாவும் அழகம்மாளும் தெருவில் நடந்தார்கள்.

பெரிய்யா நல்லாருக்கீரா தங்கச்சிவந்தாளா... பெரியாத்தா இருக்காளா... காடு கரையெல்லாம் எப்படியிருக்கு பெரிய்யா. சோளம் வெட்டியாச்சா...

பெரிய்யா உற்றுப் பார்த்தார்.

'ஏன் பெரிய்யா அப்படிப் பாக்குற'

'புருசன் வரலியம்மா'

அழகம்மாள் தரையைப் பார்த்தாள். மேடும் தாவுமான தெரு சாம்பல் பாரித்துக் கிடந்தது. குப்பக்கோழி செட்டையடித்துக் கொண்டு கத்தியது. அவள் பக்கமா அதன் சிகப்பு மூஞ்சி திரும்பிப் பார்த்தது.

பெரிய்யா வீடுவரை விட்டுத் திரும்பினார். வீட்டில் ஆத்தா இல்லை.

வந்ததும் வராததுமாய்க் குப்புறப்படுத்து விட்டாள். இந்நேரத்தில் ஆத்தா எங்க போனா...

புல்லுக்கட்டும் ஆடுமாய் ஆத்தா வரும் சத்தம். திறந்து கிடந்த வீட்டைப் பார்த்து வருகிறாள்.

அழகம்மாள் முகத்தை மூடிக் கிடந்தாள். ஆத்தா கிட்டத்தில் போய் தொட்டுப் பார்த்தாள். நெருப்பாய்ச் சுட்டது.

ஆத்தா அவளை உசுப்பினாள். உடம்பு கட்டையாக இறுகியது. அவளைத் தூக்கி உட்கார வைத்தாள். அழுகை உடைந்து அழகம்மா ஆத்தாமாரை கட்டிக் கொண்டாள்.

பந்தமில்லாத அந்நியத்தில் அதும் கீகாட்டில் பெண்ணைக் கொடுத்து விட்டு இருந்தாள் ஆத்தா. வாயும் வயிறுமாகப் புள்ள உருக்குலைஞ்சி வந்துருக்கு.

அழகம்மாள் கிட்டத்தில் போய்த் தொட்டுத் தடவிக் கழுத்தைப் பார்த்தாள். மூளியா இருக்கு புள்ள.

அடி பாதகத்தீ... என் வகத்துல நஞ்ச ஊத்திட்டியே பாவி மகளே... நான் என்ன செய்யட்டும். எம் புள்ளைக்கு இப்பிடி ஆகுமா... எம்புள்ள அறுத்துட்டு வந்திட்டாளே... ஆத்தா தெருவெல்லாம் கேட்கும்படி ஒப்பாரி வைத்துக் கொண்டிருந்தாள். அழுதழுது தடம் விழுந்த சேலையில் முகம் புதைத்தாள் ஆத்தா.

அழகம்மா திரும்பிவிட்டாள். அவள் திரும்பி வருவதற்கு எத்தனையோ காரணங்கள் இருந்தன. தாய் வீட்டு இருளில் தகப்பன் இல்லாத புள்ளை. களிம்பு ஏறிய சின்னக் குத்து விளக்கு. ஒண்டியாய் எரியும் பிறந்த மண் வீடு. சாணம் மெழுகிய தரையில் ஊர்ந்த எறும்புகள்

கோணங்கி 125

சில வரிசையாகக் கூட்டுக்குப் போகிறது. தரையை வெறித்த கண்களுடன் உக்கிப் போனாள் ஆத்தா.

என்ன... என்ன அழவம்மாளுக்கு என்ன... என்று கூடியது தெரு. சொந்த முகங்கள் கலங்கின, சினேகிதமான பொம்பளைகள் அழுதார்கள். ஆத்தாளைக் கெட்டிக்கொண்டு வீரம்மா சின்னாத்தா அழுதாள். சொந்த உயிர் பட்ட சூடு, வலித்து அழுதாள். மெல்ல மெல்ல மடிந்து கொண்டிருந்தாள் அழவம்மா. பாழ் விழுந்து மூடிய முகத்தைப் பார்த்து ஊரே கலங்கி நின்றது.

திருணையில் பெரியவர்கள் சொந்த மகளுக்கு நேர்ந்த கொடுமைக்குப் பொறுமையிழந்து குமுறினார்கள். சீனித் தேவன் காவக்கம்பைத் தரையில் தட்டியபடி தூணில் சாய்ந்திருந்தார்.

தகப்பன் இல்லாபுள்ளைக்கு இக்கெதி நேர்ந்ததென்று கலங்கினார்கள்.

ஊர்ப்பெரியவர்கள் தாட்டியமான முதியவர்களும் தீர்மானமாக அழகம்மாவைக் கூப்பிட்டு விசாரித்தார்கள் அப்பொழுதும் வார்த்தை பேசாமல் ஊமையாக நின்றாள். பெரியவர்கள் கண்டிசனா கேட்டதும், சீனியய்யாவின் தோளைக் கெட்டிக் கொண்டு அழுதது புள்ளை. சீனியய்யா நெஞ்சுசின்னப் புள்ளையாட்டம் விசும்பியது. எல்லாரும் சத்தம் கொடுத்து பெரியாளின் அழுகையை நிப்பாட்டினார்கள்.

இந்தவருஷம் காடு நிறை சூலியாக நிற்கிறது. வரும் வெள்ளிக்கிழமை என்று கதிர் வெட்ட நாள் குறித்திருந்தது. களங்கமில்லாத உண்ணாமுலையாளுக்கு பொங்கல் வைத்து காட்டில் இறங்கணும்.

சுத்துப்பட்டிக்கு ஆள் அனுப்பி பந்துக்களைக் கலந்து முடிவுக்குவர வேண்டியிருந்தது.

கிராமத்தில் நிறை சூலி உயிர் கொதித்தால் கேடுகாலம் வருமென்று ஐதீகம்.

அவர்கள் ஐதீகப்படியும் சாஸ்திரப்படியும் அவள் சுகப்பட்டு பேறு காலத்துக்கு கிராமம் கூடி முடிவாக, காட்டு அம்மனுக்கு சூடம் பொருத்தி விட்டு வர ஆள் அனுப்பியது. பல நாள் பூசைக்கும் ஏற்பாடு ஆனது.

பொழுது விழுந்து இரவு வந்தது. சூல்கொண்ட காடு இருளோடு சூழ்ந்து அவர்களைப் பார்த்துக் கொண்டிருந்தது.

விளைந்து பூக்காய்ந்து யாரும் நெருங்க முடியாத கற்பூரமாய் எரியும் கம்மங்கருதுகள். கிராமத்தின் அனாதையான துயரங்கள் எரிகின்றன. மேகாத்தில் இருளோடு அசையும் கம்மங்கருதுகள். சீனித் தேவனின் கம்புச்சத்தம் விட்டு விட்டுக் கேட்கிறது இருளில்.

ஏடன் தோட்டத்தின் வரைபடம்

டிசம்பர் மாத இரவில் டேபிள் விளக்கின் கீழ் பேனாவும் பேப்பருமாய் அமரக்கூடாது. விளக்கைச் சுற்றிப் பறக்கும் ஈசலை விரட்டமுடியாது. பொடி வண்டுகளும் பூச்சிகளும் வெள்ளைப் பேப்பர் முழுதும் வந்துவிட்டது.

பிறந்ததும் பறந்துவந்து சிறகிழந்து விடும். காகிதம் முழுவதும் சிறகுகள் ஓடிகின்றன. ஏனோ, மூளித்தோற்மடையும் ஈசலைப் பார்க்க முடியவில்லை. மறு பிறவி எடுத்து ஊர்வன வாகிறது ஈசல். சிறகுகள் வெட்டப்படும் ஓசை துணுக்காக கேட்டது. இக்கணம் நிசப்தத்தில் மூழ்கி மெல்ல இறந்து விடும். மிதந்து மிதந்து விளக்கை அடையும் ஈசல் படையை விரட்டிக் கொல்லும் அபாயகரமான தருணமிது. இயற்கையின் நியதிப்படி வரும் ஈசல் சாஸ்திரப்படி கொல்லப்படுகிறது. மிக்க அபாயகரமான சிறகுகள் இவை.

அவற்றைப் புற்றீசல் என்பதா. பறவைகள் என்பதா. சிறைச்சுவர்களுக்குள் ஊர்ந்து நகரும் உருமாறிய பறவைகள். சிறகைப் பறித்தவர்கள் யாரென்று தெரியாமல் இரவில் இறந்துவிடும்.

கண்ணை மூடிக் கொண்டால் அவை உடலில் ஊர்கிற உணர்வு. சட்டைக்குள் தலைக்குள் ரெக்கையடிக்கிறது. அதை எடுத்து வெளியில் பறக்கவிட முடியாது.

ஈசல் உருவெடுத்து அறை முழுவதும் பறந்து சென்றான். விளக்கின் மேல் வட்டமடித்துப் பாடிவிட்டு ஜன்னல் வழி பறந்து சென்றான். நகரின் மேல்பரப்பில் மாபெரும் புகை போக்கிகள் உறுதி செய்துள்ளன.

தெய்வங்கள் வெளியேறிவிட்ட பாழடைந்த கோபுரநிழல் விழுந்து கிடந்த இரவில் யாரோ கூவி அழைக்கிறார்கள் அவன் பெயரை. அவனுக்கு அவன் பெயர் கூடமறந்து விட்டது.

உற்றுப்பார்ப்பவரின் ஊசிப்பார்வையால் கீறிக் கீறி உருச்சிதைந்துவிட்டான். ஆக்ஸிஜன் இல்லாத நகரத்தில் மரங்களின் மீது புகை போக்கிகள் உள்ளன. மரங்களின் மேல் இலைக்கண்கள் மூடிவிட்டபின் இரவான இரவில் அலறும் மரங்களின் துயரங்களுடன் அடையாளம் தெரியாத உருவத்துடன் பறந்து கொண்டிருந்தான்.

இமைகளைக் கொட்டென்று மூடித்தூங்க முடியாமல் கனக்கிற இமைகளை அசைத்தால் பீழைக்குழி காந்துகிறது. இங்கிருந்து தப்பிச் செல்லவும் முடியாது. ஒரு தலைமுறை அவனைப்போல் அடைபட்ட சுவருக்குள் தப்பிக்க வழி தேடி... சிறு துவாரம் கிடைத்தாலும் தப்பிவிடலாமென்று இருளில் தடவுகிற அதிர்வுகள். இன்னும் அவன் தூங்கவில்லை. இரவு விழித்திருக்கிறது. நிம்மதியற்ற உளைச்சல்களில் புரள்கிறது இரவு. அமைதி இழந்துவிட்ட இரவுகள்.

இறந்த சிறகுகள் அடுக்கி வைக்கப்பட்ட அறையை விட்டு வெளியேறியிருந்தான். மற்றவரின் நிழல் விழாத இருண்ட சாலைக்கு வந்திருந்தான். அங்கே சப்தங்கள் ஒடுங்கி அமைதியாகி இருந்தது.

இலைகளும் மரங்களும் அசையும் காட்டு வழி. தன்போக்கில் வளர்ந்த காடோ செடியாக கற்பாறைகளின் மௌனங்கள் நிறைந்த பாதையில்... முதல் காதலின் முத்தம் பதியப்பட்ட இடத்துக்கு, ஏடன் தோட்டத்தின் கனிமரங்கள் வாழும் பாதையை அடையவில்லை இன்னும்.

முற்றிலும் மறுக்கப்பட்ட விதத்தில் அற்புதமானது காதல். அவன் கொண்டு செல்கிறான் அதை... ஏடன் தோட்டத்தில் ஈரம் செறிந்த

பாறைகள் நடுவில் ஆடுமேய்க்கும் சிறுமியின் தடங்களுக்கு. வளைந்து ஆடுகிறாள் ஆட்டிடைச்சி.காட்டுக்குள் இருட்டித் திரிவாள் பத்துமா. அவளைச் சுற்றிச் சுற்றி மலைக் குன்றுகள். சிறுமலைக்குன்று. ஆடுகள் உயரங்களில் நின்று மேய்கின்றன. பத்துமாவின் பாதைகளை அறியும் ஆடுகள்.

அவள் எங்கு போனாள் என்று அவனுக்குத் தெரியாது.

காட்டில் ஆடு மேய்ப்பவரிடம் கேட்டான்; அவள் எங்கே இருக்கிறாள் என்று. எல்லாப் பக்கங்களிலும் சிதறிக் கிடந்த மலைக்குன்றுகளிடம் கேட்டான். துயரமடைந்த பாறைகளில் சூரியனின் முகம்படாத இருண்ட ஊற்றினடியில் அவன் பாட்டி இருப்பதைக்கண்டான். கம்பூனிக்கிழவி அவள். காட்டின் அடி வாரம் வரை கால்நீட்டி அமர்ந்திருந்தாள் பாட்டி.கறைபடிந்த ஏவாளின் விளக்கில்லாமல் ஏடன் தோட்டத்திற்குச் செல்ல முடியாதென்றாள் பாட்டி. அடுக்கி வைக்கப்பட்ட செம்மண் பானையில் கீழே உள்ள பொந்திலந்த விளக்கு பற்றி எரிகிறது. வாய் வளையம் பிளந்த செம்மண் பானைகளுக்குக் கண்கள் இருந்தது. அதன் வழியாகப் பச்சை கொடிகள் இறங்கின. முன்பு இருந்த ஊரில் இருந்தன எல்லாம். பானைகள் உடைந்து ஓடுகளும் சிதறிவிட்டன. மீதமாக அந்த ஊரிலிருந்த விளக்கை மட்டும் கொண்டு வருகிறாள் பாட்டி.

மறைந்த ஊரில் வீடுகளுக்குமேல் தோட்டம், மரங்கள் செங்குத்தாக வளர்ந்திருந்தன, உச்சி வானத்தில் கிணறு. தொங்கு தோட்டம. விளையாடுவதற்கு மர ஊஞ்சல். சிறுவர்களின் ஆனந்தத்திற்குப் பஞ்சமில்லாத ஊரில் தான் கடவுள் இருப்பதாகப் பாட்டி சொன்னாள். பாட்டியின் மகள் சுப்புத் தாய்க்கும் வயதாகிவிட்டது.

ஏவாளின் விளக்கைக் கண்டெடுத்தவள் சுப்புத்தாய் அத்தைதான். அத்தையின் மாமா இறந்ததிலிருந்து பாட்டியின் இருப்பிடத்துக்கு வந்தாள் அத்தை.

கிளியஞ்சிட்டியில் சோறுபொங்கி ஏழுபிள்ளைகளுக்குக் (விடுகதையில்வரும் ஏழுபிள்ளைகள் என்ற இசைப்பாடல்.) கொஞ்சம் கொஞ்சமாய்ப் பரிமாறினாள் அத்தை. அத்தையின் பிள்ளைகள் இறந்துவிட்டன, வருஷத்துக்கு ஒன்றாய். அழுது வடிந்த முகத்துடன் ஒரேமகள் பத்துமாவைத் தீபத்தில் வைத்து வளர்த்தாள். பாட்டி அவளுக்கு நீண்ட ஆயுளை வழங்கினாள் என்று அத்தை சொன்னாள்.

ஏவாளின் உருண்டை விளக்கு பாட்டி வீட்டில் இருந்தது. தணிவான ஓட்டடுக்கு வீட்டுக்குள் அகலமான திருணைமுழுவதில் வெளிச்சம் பரவியபடி இருக்கும். வெண்கல உலோகத்தில் செய்த குண்டு விளக்கில் பெருவிரல் நுழையும்படியாகக் கைப்பிடி இருக்கும். பாட்டியின் விரல் நுழைந்து விடும். பாட்டியும் அத்தையும் விளக்கைக் கொண்டு செல்கிறார்கள்.

இரவு வந்துவிட்டால் அத்தைக்குக் கஞ்சிகாச்சும் வேலை. இடித்துப் பிடைத்த தானியத்தைக் கைப்பிடியாக அளந்து குறுணையை எண்ணி எண்ணி உலைவைத்தாள் சுப்புத்தாய். சின்ன மண்பாண்டத்தில் சோறு கொதிக்கிறது. அந்தவிளக்கு அத்தையின் அருகில். பத்துமா அத்தை முதுகுடன சாய்ந்து விளக்கைப் பார்த்துக் கொண்டாள். அவன் அத்தையின் அருகில் சம்மணம் கூட்டி உட்கார்ந்திருந்தான்.

வெளியில் மழைக்காற்று வீசியது. ஓட்டுத் தகரத்தில் மழை சீறியது, ஜன்னலில் காற்று குளிர்ந்தது. அவன் கைகளைக் கட்டிக் கொண்டான்.

தீபம் குளிருடன் நின்று எரிகிறது. அத்தையின் முகம் மழைக் காற்றில் ஈரத்தை வாங்குகிறது. அழுதழுது பாழடைந்த முகத்தில் மழைக்காலம் பல மாறுதல்களைக் கொண்டுவந்தது. பத்துமாவுடனும் அவனுடனும் கொஞ்சினாள் அத்தை. ஆவி பறக்க தட்டில் சோறும்

குழம்பும். விளக்கு வெளிச்சத்தில் அவனும் பத்துமாவும் ஊதி ஊதிச் சாப்பிடுவதைப் பார்த்துக் கொண்டிருக்கிறாள் அத்தை.

விளக்கின் அடியில் நூற்றுக் கணக்கான மழை எறும்புகள் செத்துக்கிடந்தன. வடிந்த எண்ணையில் மிதந்தன. மழை விட்டி விளக்குமேல் சுற்றிப் பாடியது.

அவன் வெளியே எட்டிப்பார்த்தான். தெருவில் பிச்சைப் பாத்திரத்துடன் தாடிக்கிழவன். பிச்சை விழாததால் கண்கள் அழுதன. மீசைக்கு மேல் அழுகை ஒட்டிய இருள். தாடிக்குள் பாத்திரத்தைப் பதுக்கி இருந்தான். அவன் கண்ணீர் பாத்திரத்தில் விழுந்து கொண்டிருந்தது. மஞ்சள் நிறமான கிழவன் பாத்திரத்தில் கண்ணீர் நிரம்பி விட்டதா என்று எட்டிப்பார்த்தான். தலையை ஆட்டி மேலும் கண்ணீர் வடித்தான். பாத்திரத்தின் நிறம் செம்மண். மேலும் சிகப்பாகமாறி அவன் கைகளில் அந்த நிறம் பரவியது. உடலில் புள்ளி புள்ளியாகப் பச்சைநிறம் தோன்றியது.

அவன் பாட்டி வீட்டு வாசலில் நின்றான். அவன் தலை முடியில் சில கருப்பு முடிகள் அசைந்து அழுதன. செம்பட்டை முடிகள் கீழே வடிந்து அவன் தோள்களில் தூங்கிக் கொண்டிருந்தது.

பாட்டியிடமிருந்து கைவிளக்கைத் திருடிச்செல்வதற்காக அவன் கண்கள் தயாராக இருந்தன.

ஆனால் பாட்டியிடமிருந்து விளக்கை யாரும் வாங்கமுடியாது. கேட்பவர்களுக்குத் தரமாட்டாள். தன் பேரக்குஞ்சுகளான பத்துமாவுக்கும் அவனுக்கும் பொதுவில் வைத்தாள். அவர்கள் இருவரும் நெருங்கும் உலக இருட்டில் எரிகிறது விளக்கு. அதைப் பற்றிச் செல்லும் சிறுவர்களுக்காக எரிந்து கொண்டிருந்தது.

அந்தக் குண்டு விளக்கு பாட்டி வீட்டின் உள்திருணையில் பாட புஸ்தகங்களுக்கு நடுவில்எரிந்து கொண்டிருந்தது. வெளிச்சம் பரவும்

இடத்தில் புஸ்தகத்திலுள்ள வார்த்தைகள் தெளிவாகத் தெரிந்தன. எழுத்துக்கூட்டி வாசித்தான். அவளோ வெளிச்சம் பட்டவுடன் கருப்பு வரிகளை ரயில் வேகத்தில் எடுத்து விழுங்கினாள்.

இதனால் பொறாமைக்கும் உருவெடுக்கும் சண்டைக்கும் பத்துமாதான் காரணமாகிறாள். குசும்பியின் ஊமைத்தனம் அவனது இயலாமையை வெளிப்படுத்தியது. அதனால் எரிந்து விழுந்தான் அவள் மீது.

பாட்டியின் செல்லம் அவன் மேல் இருந்தது. சுப்புத்தாய் அத்தையும் பத்துமாவும் பொறாமைப்பட்டார்கள். அய்யாவும் அம்மாவும் இல்லாவிட்டாலும் அவனைப் போல் யாருமே இல்லை என்று ஊரில் உள்ளவர்கள் மெச்சினார்கள். தங்கமான பிள்ளை என்று பெண்கள் அவனுக்குப் பரிந்து பேசினார்கள்.

ஆனால் சுப்புத்தாய் அத்தையையும் மகளையும் பார்த்து ஏசினார்கள். பஞ்சம் பிழைக்க வந்ததால் பாட்டி அவர்களை ஒதுக்கி வைக்கிறாள் என்றும் சொன்னார்கள்.

அவன் செல்லத்தை ஒடுக்குவதற்கு அவன் மேல் பழி போட்டாள். அவனைவிட நன்றாகப் படித்தாள். கண்ணும் கருத்துமான பிள்ளை பத்துமா.

அவனைப் கண்டிப்பதற்கு ஊரில் ஆள் ஏது அவன் மேலும் மேலும் சுட்டி. இதற்கெல்லாம் பாட்டி செல்லம்தான் காரணம் என்றாள் அத்தை. அவளுக்கு மகளைப்பற்றித்தான் கவலை.

பத்துமா திறமையை மெச்சினார் குருசாமி வாத்தியார். அவன் விஷயத்தில் பிரம்புக் கொள்கை வைத்திருந்தார். எனவே வாத்தியாரின் எதிரி ஆனான். குருசாமி வாத்தியார் விளையாட்டுப் பிரியர்.

வண்ணாக்குடி கழுதைகள் மேல் இருந்த மோகத்தைக் கழுதைமேல் கல்லெறிவதன் மூலம் வெளிப்படுத்தினான். வண்ணாத்தி வாத்தியாரிடம் சென்று முறையிட்டாள். அவன் மேல் பிரம்புக் கொள்கை அமுலானது.

கல்லைக் கொண்டு எறியாமல் கழுதைமேல் பிரியம் செலுத்த முடியாதென்றான். வாத்தியார் உடனே சிரித்து விட்டார் 'கழுதை முத்து' என்றார்.

இந்த முரண்பாடுகளின் பிராயத்தில் குருசாமி வாத்தியார் அவனை அடிப்பதும் அணைத்துக் கொள்வதும் ஏக காலத்தில் நடந்தது. ஆங்கிலத்தில் முட்டை மார்க்கும் இரண்டு மூன்று என விரல்விட்டு எண்ணும்படி எடுத்தான். 'அதற்காகப் புள்ளைய அடிச்சே கொன்னு போடுவீரா...' என்று பாட்டி குருசாமி வாத்தியாருடன் சண்டை பிடித்தாள்.

பள்ளிப் பிள்ளைகளின் புகார்களைப் பாட்டியிடம் நேரில் ஒப்பிக்கச் சொன்னார் வாத்தியார்.

பிள்ளைகள் நோட்டு, பென்சில், பூட்டிய டிராயரைத் திறந்து கலர் சாபீஸ், திருடினான் என்றார் குருசாமி வாத்தியார். எந்த நேரத்தில் வகுப்பறையை விட்டு நழுவுவான் என்று கடவுளுக்கே தெரியாதென்றார்.

அவனது திருட்டுக் கண்களை வாத்தியார் உற்றுப்பார்த்தார். பாட்டியின் முதுகுப்பக்கம் ஒளிந்தான். அவன் கண்களை நேருக்கு நேர் சந்திப்பவர்கள் அவன் சரித்திரம் முழுவதையும் சொல்லிவிட முடியும்.

பள்ளிக்கூடம் போகமாட்டேன் என்று அடம்பிடித்தான். பல நாட்களுக்குப்பின் அவன் முரண்டு விடுபட்டதற்குக் குருசாமி வாத்தியார் சொல்லிக் கொடுத்த விளையாட்டு தான் காரணமானது.

விளையாட்டுகள் எங்கிருந்து தோன்றின பள்ளி இடைவேளை மணி ஒலிக்குப் பின்னால் உருவெடுக்கும் விளையாட்டுகளில் தோன்றும் பெரிய பெரிய மரநிழல். குருசாமி வாத்தியார் மரங்களில் ஒன்றி பிள்ளைகளோடு ஒன்றாகிவிடுவார்.

இந்தமரங்கள் உதித்தது, இலைகளும், உதிரும் பருவங்களும் நிழல்களும் திரும்பத்திரும்ப நடக்கின்றன.

அவனைப் பிடிக்க ஓடுகிறார்கள். ஒளிந்து மறைகிறான். பத்துமா எங்கே ஒளிந்தாள் செடிமறைவிலா. வீடுகளிலா தோட்டத்திலா, பறவைகளைப் போல் இலைக்கூட்டத்திலா

தெருவில் விழும் சூரிய ஒளி சிறுவர்களின் மனப்போக்கில் மாறக் கூடியது. பொழுது விழுந்த மாலைகளில் மங்கலான வெளிச்சத்திலும் விளையாடுகிறார்கள். சிறுவர்களுக்கு நிலாவின் சிறு வெளிப்பாடு போதும். தேய்பிறையில் நகரும் நிலாவின் சன்ன ஒளியில் சிறுவர்களின் மனப்போக்கில் பல மாறுதல்கள் உண்டாயின.

சாகும் வரை நீங்காத இருள் உள்ள தோட்டத்தில் பத்துமாவுடன் விளையாடிக் கொண்டிருக்கிறான். அமாவாசையில் சிறுபுள்ளி நிலாவில் விழுந்த இருளில் அந்த விளக்குடன் போகிறார்கள். விளக்கிற்கு இருள் தோன்றிய காலத்தைப் பற்றியெல்லாம் தெரியும். அது இருந்து வரும் காலம் பெரியதாக இருந்தது.

தோட்டத்தில் கண்ணுக்கு எதுவும் புலப்படவில்லை. இருளில் முங்கிய ஊமைப் புறாக்கள கதறும் குரல்.

தோட்டத்தில் நடுவில் விளக்கு எரிகிறது. அருகருகே பத்துமாவும் அவனும். அவர்கள் பிறந்த இருளின் ஆழத்தில் எரிகிறது விளக்கு. மெல்லச் சுற்ற ஆரம்பித்த சுடர் பெரும் சுழற்சியாய் அவர்கள் இருவர் சேரும் இடத்தில் பதிந்து எரிகிறது. எல்லா ஒலிகளும் அடங்கிய நிசப்தம். ஒருதுளியான சின்ன ஒளி போதும் அவர்களுக்கு. கருகும்

இருளில் உயிர் போன்ற ஸ்பரிசம் அந்த விளக்கிலிருந்து பரவிக் கொண்டிருந்தது.

விளக்கின் அடியில் பாட்டி காலை நீட்டி அமர்ந்திருக்கிறாள். பாட்டியை விளக்குடன் பார்க்கும் சிறுவர்களுக்கு விந்தையான கனவு வரும். அத்தையுடன் காடுகளுக்குச் செல்லும் ஆடுகள். ஆடுகளைப் போல் இருட்டில் திரிந்தாள் பத்துமா.

காட்டிலுள்ள குதிரைச் சிலைகளில் விளையாடினார்கள். அவளும் அவனும் படைத்த உடையும் குதிரைகள் பாறைக் கிண்ணங்கள் நீர் ஏந்தி நிற்கின்றன. அவர்கள் முகம்பார்த்து சிரித்த கண்ணாடித் தண்ணீர் அங்கு இருப்பதைக் கண்டான். சிறு மீன் குஞ்சி தொங்கிக் கொண்டு அசைந்தது. மீனின் வட்டக் கண் அசையும் ஒளி எல்லாம் அப்படி அப்படியே இருந்தது. நீர்த் திட்டுகளில் முகம் பார்க்க ஓடிச் சிரிக்கும் விளையாட்டு. தட்டப்பாறையில் விளையாட்டு. விருந்தோம்பலில் பகிரப்பட்ட ஈர மண்ணைப் பூசணி இலையில் வைத்து பிட்டுத் தின்னலாம். பத்துமாவின் விரல் ரேகைபட்ட கைப்பிடி மண்ணுக்குள் எத்தனை கோடு விழுந்தது.

ஒவ்வொரு மண்துளிகளிலும் பதிகிற ரேகை, விந்தை கண்ணுக்குத்தான் தெரியும் போல அவளுக்குத்தான் அப்படி முகம் பார்த்துச் சிரிக்கவரும். அவள் பேசியதை வார்த்தைகளில் எடுக்கமுடியாது.

பள்ளிக்கூடப் புஸ்தகங்களில் கிறுக்கினான். படம் வரைந்தான் வீட்டுச் சுவரில்... தெருவெங்கும்... பென்சில் கோடு விழுந்தது.

ஏனோ இப்போதெல்லாம் அந்தக் கோடுகளை அவனால் வரைய முடிவதில்லை. காகிதம் முழுவதும் ஈசலின் சின்னச்சிறகுகள் குவிந்து கிடந்தது. அவற்றை அப்புறப்படுத்திவிட்டு இந்த நேரத்தில் எதையும் அவனால் எழுத முடியாது.

தனுஷ்கோடி

தனுஷ்கோடி மறைந்த மணல் நகரம் மீது பறந்து சென்றன காகங்கள். அவற்றின் இருள் மணலில் விழுந்து பதிந்தன. பின்னர் அழியவே இல்லை. காகங்கள் சிறகு விரித்துமூடிய அகதியின்பிணம் கரையோரம் அசைந்தது. பாதிமுகம் மணலில் புதைந்து விட்டது. உடைகள் கலைந்திருந்தது. பிணத்தின் குறியில் நுரைக்குமிழ் பொங்கி ரத்தம் வடிந்தது. அசையும் உடலில் அமர்ந்த காகம் கத்தியது. மற்றவை தலை திருப்பிப் பார்த்தன.

அகதியின் உடலில் மூச்சு இருப்பதாகத் தெரியவில்லை. ரத்தம் படிந்த துணிகளைக் காணவில்லை. உடல் மெல்ல மெல்ல அசைந்து உள்வாங்கிய கடலுக்குள் மிதந்து மிதந்து கடலில் புதைந்த தலையுடன் தலைகீழாக நிமிர்ந்தது.

மீண்டும் அகதியின் குறியில் ரத்தம் ஒழுக ஆரம்பித்து உப்பரித்த நீரில் பரவியது.

நெடுநாள்வரை உடலைப் பெறுவதற்கு யாரும் வரவில்லை. அலைகளே கரையில் கொண்டு வந்து பின்னர் மையம் வரை அடித்துச் செல்லும். நீண்டு பரந்த வெயிலோடு காகம் கரையும் மணல் வெளியில் தொலைதூரம் நாயின் தடம் ஓடியது. நாயின் குரைப்பு ஒலி சன்னமாய்க் கேட்டது.

நாயைக் கூப்பிடுகிற தாத்தாவின் குரல் சுழன்று மேலே பாயும் கயிறாக நாயைக் கட்டித் தாத்தாவின் கைக்குள் கொண்டு வரும்.

தாத்தாவின் சிறு அசைவைத் தெரிந்து கொள்ளும் நாய்க்குட்டி.

அகதிகள் முகாமிலிருந்தது. பெயர்ப்பட்டியலில் சேர்க்கப்பட்ட சிறுவனிடமிருந்து பிரிக்கப்பட்டுத் தெருவுக்குக் கொண்டு வரப்பட்டது. அகதிகள் முகாமில் நாய்கள் வரக்கூடாது. அகதிச் சட்டப்படி ராமேஸ்வரம் தெரு நாயாக மாறிவிட்டது. தெருவில் கிடந்த குட்டியைத் தாத்தா எடுத்து வந்தார். தெரு நாய் போட்ட குட்டிக்கு இவ்வளவு அதிசய குணங்கள் இருக்குமென்று தாத்தா தெரிந்து கொண்டார். அருமை மணிக்குட்டி. ஏனோ, அனாதையான பாவத்தை அதனிடமிருந்து மாற்றமுடியவில்லை. தனுஷ்கோடிக்கு மணிநாய் வேண்டுமே. கடைசிக் காலத்தில் தட்டளியாமல் இருப்பதற்கு மணி இல்லாமல் முடியாது. அதன் காதுகளும் அப்படி. முன் பக்கம் மடிந்து விழுந்தன. சோகத்தை எல்லாம் மடக்கிக் காதில் தொங்கவிட்டது. மணீ... என்றதும் ஊசிமூஞ்சியால் தாத்தா உடம்பைத் தொட்டுச் சிணுங்கும். முதுகில் கைபடாமல் நெற்றியில் தடவி முகத்தோடு ஒட்டிக் கொண்டார் தாத்தா. தாயிடம் வாங்கிய புழுதிப் புண்ணால் முதுகைத் தொடுமுன் அழுதுவிடும். கடலுக்கு அப்பாலிருந்து அதன் சினேகிதனோடு வந்த மணிக்குட்டியைத் தேற்ற முடியாதா. உப்பங்காற்றில் புழுதிப்புண் ஆறிவிடும் என்று தாத்தா சொன்னார்.

தாத்தாவும் நாயும் கரையோரம் நடந்து வருகிறார்கள். மற்றவர்கள் அதிகம் கரையில் தங்குவதில்லை. கடலுக்குப் போனவர்கள் திரும்பிவர நேரமாகும். அவர்களால் மணியைப் பார்க்காமல் இருக்க முடியாது. மணியின் அனாதை முகத்தால் கட்டுண்ட முகங்கள் தலைகீழாகத் தொங்கின. பத்திப் புகை அலையும் நினைவுத் தூணில் காய்ந்த மாலைகளைத் தொட்டு அழுதார்கள். மீண்டும் பத்தி பொருத்திவிட்டுக் கடலுக்குப் போனார்கள். இருளில் நிற்கும் நாயின் உருவம் கண்ணைவிட்டு மறையும் வரை பார்வை திரும்பாத வளையக் காரர்கள்

நாயிடம் வேண்டியதெல்லாம் 'பாவத்தை மாற்றிக் கொள்... அனாதைக் குட்டியே... உன்னைப் பார்க்காமல் முடியாது... எங்கள் அருமை மணியே...' என்பது தான். அதன் கண்கள் சிரித்தாலும் பார்க்கப் பார்க்க அழும்படியான தனிமையில் சிரித்தது.

கடலில் மிதக்கும் அகதியின் கிராமத்தைப் பறிக்க முடியாது. அந்த ராஜியத்திற்கு அரசனாக அகதியைக் நியமித்தார் கடவுள். ஏனோ, அரசன் இறந்துவிட்டான் -அகதியை கொன்றவர்கள் எங்கிருக்கிறார்கள். அவன் ராஜியத்திலிருந்து மீன் கொண்டு வந்தார்கள். முன்பு பிடித்த மீன்களும் அப்புறம் அதிசய மீனும்.

மணலில் காயும் உலர்ந்த மீன்களைத் தாத்தாதான் ராமேஸ்வரம் சந்தைக்கு எடுத்துச் சென்றார். சந்தையில் விலையான மீன்களை ரயில் பெட்டியில் அடைத்து பாம்பன் பாலம் வழியாக ரயில் போனது. வெகுநேரம் ரயிலையே பார்த்து விட்டுத் தாத்தா திரும்பி வந்தார் தனுஷ்கோடிக்கு. அதுவரை நாய் மட்டும் தனுஷ்கோடி இடிபாடுகளில் முகத்தை நீட்டி ஒரு காலில் முகத்தை வைத்து மறுகாலால் முகத்தை மூடித் தூங்குவது போல் மூடிய கண்களுடன் படுத்திருக்கும். தாத்தா வரும் உரசல் தொலைவில் கேட்கும். கடல் முணங்குவது போல் தாத்தாவின் கால் சத்தம் புலம்பியது.

அப்போது நகரின் மேல் இருண்டு திரண்ட மேகங்கள் கழுகு வடிவத்தில் வளைந்த அலகுகளை நீட்டிப் பறந்து சென்றன. நாய் அண்ணாந்து ஊளையிட்டது. தாத்தாவைச் சுற்றிச் சுற்றி ஓடிச் சிணுங்கியது. தாத்தா மணியின் தலையைத் தடவி அதன் காதுகளில் பிடித்த உண்ணியை ஒவ்வொன்றாக எடுத்து எரிந்தார்.

கரையோடு ஒதுங்கிய கிராமத்திற்கு அவர்கள் வீட்டுக்கு, தாத்தாவும் மணியும் நடந்து போகிறார்கள். பொழுதடைந்து விட்டது.

விளக்குப் பொருத்தி சுவரொட்டியில் எரியும் இரவு. விளக்குமேல் கடல் விட்டி பாடியது. நாயின் காதுகள் சுவரில் விழுந்தன. அதன் மூக்கு நிழல் நீண்டு விளக்கைத் தொட்டது. மூக்கின் அருகில் கடல்விட்டி வட்டமடித்து மீண்டும் பாடியது. விளக்கில் ஒவ்வொன்றாய் விழுந்து மாயும். சில உப்புக் கட்டிகளில் விழுந்து குமியும். குப்பிக்குள் அனேக உப்புக்கட்டிகளைத் தாத்தாதான் போட்டு வைத்தார். அதில் சுடர் அசைந்து நெருப்பு பொறி தெறிக்கும். நாயின் கருப்பு நிழல் சுவரில் இருப்பதைத் தாத்தா பார்த்துக் கொண்டிருந்தார். அதன் காது வளைந்திருப்பதும் தெரிந்தது. நாயின் வளைந்த காதைப் பார்த்துக் காற்று நடுங்கியது.

பின்பனியில் சுருங்கி மெலிந்து தூக்கச் சடவில் இரவோடு தூங்கும் விளக்கு. கடலுக்குள் தாத்தா கொண்டு போன இன்னொரு விளக்கு இருட்டில் சரிந்து சரிந்து மிதக்கும். கரைமீது நின்று பார்க்கும் நாயின் வெறித்த கண்கள் கடலில் மிதக்கும். சிறு புள்ளி வெளிச்சத்தில் ஆழ்ந்து கிடக்கும். அலை கொண்டு வந்த சப்தமற்ற சேதியைக் கேட்கும் போதெல்லாம் நாயின் முகபாவம் மேலும் துயரடைந்து யாராலும் தீர்க்க முடியாமல் போகும். கடலின் ஆழத்தில் தத்தளிக்கும் தாத்தாவின் விளக்கு நாயின் கண்களில் சிறுபுள்ளியாய் அசைகிறது. தொலைவைநோக்கித் திரும்பிய முகம்.

கரையை ஒட்டி மணலை உறிஞ்சும் அலைநாக்குகள் ஆயிரமாய்க் கோடு கீறும், திரும்பவும் சுழன்று மடிந்து பின்வாங்கும். குடிக்கிற சப்தம் விரிவாகிப் பரந்து கிடக்கும் தனுஷ்கோடியில் கேட்கும்.

வலையப் பெண்ணொருத்தி அலைந்து கொண்டிருப்பாள் திரும்பி வராது போன வலையனின் திசைதெரியாத இருட்டில்.

தனுஷ்கோடி இரவின் மேல் எழுந்த புயல் இன்னும் முணுமுணுக்கும். பாலைவெளி மீது மதில் சுவரில் மேலும் கீழும் நிலவு உடைகிறது.

மணல் வெளியில் நகரின் ஆகிருதி விழுந்து அழுகிறது. ஒவ்வொரு தெருவாக வலையப்பிள்ளை ஓடி விளையாடும்.

உயர எழுந்த மதில்கள் மேல் சின்னக்குருவி பறந்து பறந்து தேடும். ஒவ்வொரு தெருவிலும் அதிரும் சின்னக்குரல். மறைந்த பள்ளிக்கூட மண்குவிசலில் குழிபறித்து அமர்ந்த குருவிகள். வகுப்பறை மேல் பறந்து தேடும். கடல் மேல் தொங்கும் வகுப்பறை விட்டத்தில் கூடு கட்டி வரும். உதிர்ந்த வலை நரம்புகளை மூக்கில் எடுத்துப் போகும், முட்டை வைக்கும். ஒவ்வொரு நாளும் விழித்திருந்து பார்க்கும். முட்டையைச் சுற்றிப் பச்சைபுல் வைத்து ரெக்கை புதைத்துக் கதகதக்கும்.

தாத்தா கண்ணுக்குத் தெரியும் குருவி வைத்த சின்ன முட்டையில் சாம்பல் புள்ளி இருப்பது. இடிந்த மாடத்தில் இருந்து சென்ற குருவியைத் தேடிக் கடலுக்கு மேல் பறந்து பறந்து பார்க்கும்.

எந்தப்பக்கமும் குத்துச் செடியின் நிழல் கூட இல்லை. மணல் மேட்டைக் குவிசலாக்கும் கடல். மேடு மேடாய்த் தொடரும் வளைந்து நெளியும் பாதைகளில் அபலைப் பெண்ணொருத்தி மறைந்து போன வலையனைத் தேடி அலைகிறாள்.

வலையப்பெண்ணின் மஞ்சள் முக ஆழி உருவம் இரவெல்லாம் விளக்குடன் தேடும். அவள் கால் நிழல் விளக்குடன் ஊர்ந்து நீண்டு நகரும். கடலின் அடிவாரத்தில் மறைந்த நிழல்கள் எழுந்து வருவது கண்டு கூக்குரலிடுகிறாள்.

ஒற்றைப்பனை உருவங்கள் உயரமாக எழுந்து மணல் வெளியில் நிழல் பரப்பி நகர்கின்றன. கரும்பனைகள் தனிமையில் அசையும் ஓசை. பனைகளுக்கு அடி முதல் உச்சி வரை மணல் வெள்ளை நிறமாய்ப் பரவி உயரம்.

மணல் அடியில் கரையோரக் குடிகள் இரவு விளக்குகளோடு தூங்குகிறது. கடல் கொண்ட காலம் முதல் ஓலைகள் பளுத்து வருகிறது. அவற்றில் மோதும் காற்று மனத்தைப்புரட்டிப் புரட்டி மணல் சறுக்கில் தள்ளி விடும்.

திரும்பத் திரும்ப தனுஷ்கோடி எல்லையில் ஓலை வேய்ந்த குடிசைகள் வரிசைப்படும். திரும்பவும் மணலை உறிஞ்சும் அலைகள் எழுந்து வரும். பனை உயர அலைகளுக்குமேல் வலையச் சிறுவன் நீந்துகிறான். சிறுவனின் எலும்பில் விலாங்கின் வலுவை யார்தந்தது.

அறுந்த வலையும் உடைந்த நங்கூரமும், மக்கிப்போன மரத்துண்டுகளும் முந்தைய படகில் பதிந்த நங்கூரச் சின்னம் மணலில் எழும்பி நிற்கின்றன. சாம்பல் நிறமடைந்து மணலோடுசேரும். மக்கி மறையும். புதையுண்ட கருத்தத் தோணி வானம் முழுவதும் எழுந்து விட்டது. வானம் வரை உயர எழுந்த ராமன் வில்லும் பாதங்களின் ராக்ஷதப் பதிவும் சாபம் அடைந்த கரை. ராமன் வில்லும் அரித்து மூடிய மணல் மேட்டில் கடல் பறவையொன்று கால் வைத்து நிற்கிறது. அதன் மூக்கு வளைந்து சுருண்டு தாத்தாவைப் பார்க்கிறது.

கருத்தத் தோணியில் தாத்தா கடலில் பல ஆழங்களில் தனிமையால் வாடுகிறார். அவர் தோணியில் கட்டிய துணி சோகமடைந்துவிட்டது. துணியிலிருந்து தொங்கும் லாந்தரில் தாத்தாவின் வளைந்த மூக்கு பழங்கழுகின் மூக்கு. வெகு தொலைவிலிருந்து திரும்பும்.

கடலில் உருவான கிராமம் மெல்லக்கரைசேரும். கடேசி கடேசியில் தாத்தாவின் கருத்தத்தோணி கரையடையும். அப்போது தனுஷ்கோடி கரையில் கூச்சலும் பருந்து வட்டமும் மேலும் கீழுமாய்த் தீவிரமடையும்.

நச்சு வலையைக் கடலில் மிதக்கவிட்டுக் கரை கொண்டு வந்த வலையை அதோடு அந்தத் தாத்தா சரிசெய்வதைத் தலை சாய்ந்து கவனிக்கிறது மணிக்குட்டி.

சிக்குகளை மெல்ல மெல்ல விடுவிக்கிறார். செடி செத்தைகள் வலையில் பின்னிக்கிடப்பதை ஜாக்கிரதையாக எடுக்கிறார். எத்தனை இடங்களில் வலை கிழிந்திருக்கிறது.

இன்றைக்கு மீன் பாடே இல்லை.

தோளில் ஈரவலையைச் சுமந்து கொண்டு போகிற தாத்தாவுக்கு வீட்டில் இன்னும் ஏராளம் வேலை இருக்கிறது.

தாத்தா வலையை மணலில் கட்டிச் சரி செய்கிறார். கிழிசலுக்கு இடையே கடலுக்குள்ளிருந்த அகதியின் பிணம் முகத்தை நீட்டிப் பார்க்கிறது. கானல் வெளிமீது நாயின் குரைப்பு ஒலி மிதந்து கொண்டிருந்தது. காகங்களின் வாக்குவாத ஒலிகள் கைகலப்பாக மாறி விட்டது. கடல் அரித்த பிணம் மணலில் அசைந்து தத்தளிக்கிறது. சிறகு விரித்த கருமையுடன் பிணத்தை மூடிக் கரைகின்றன காகங்கள். கடல் நிசப்தமாக ஒரு கணம் தாத்தாவைப் பார்க்கிறது. எவ்வளவு காலமாய்த் தாத்தா மட்டும் வலையைச் சரி செய்து கொண்டிருக்கிறார்.

அப்பாவின் குகையில் இருக்கிறேன்

சின்னப்பாவாடை சரசரக்க ரெட்டைச்சடைப் பின்னல் அசைய, வெள்ளை ரிப்பனை முன்னால் இழுத்துவிட்டபடி லெச்சுமி வருகிறாள்; கையில் டிபன்கேரியரும் சுருட்டிய வாழை இலையுமாகச் சின்னஞ்சிறு கால்களில் ஸ்லிப்பர் தட்டித்தட்டி மதுரை ஜங்ஷனுக்குள் வருகிறது. வினோதங்களால் ஆன மனசு. பிராயத்தின் துருதுருப்பு கண்களில்.

கரி எஞ்சின் என்னும் பழைய மிருகத்தின் புகையும் இரைச்சலும் சுவர்களில் அறைகிறது.

ஸ்டேஷன்களுக்கே ஆன நடை வியாபாரிகளின் ஆழ்ந்த குரல்களின் அழைப்புகள்.

நடை மேடைகளில் பாதங்களின் அவசர உரசல்கள்; அலுத்துச் சலித்த எஞ்சினின் மூச்சிரைப்பு, தபால் வண்டிகளின் சக்கர உரசல்கள்; பிளாட்பாரம் நெடுக முகங்களில் பிரயாண அசடுகள்; மேம்பாலத்தில் ஏறி நடக்கிற சத்தங்கள் எல்லாவற்றையும் ஊடுருவும் லெச்சுமியின் கண்கள். சந்தடிகளுக்குள் அப்பாவைத் தேடி ஓடி வருகிறாள் லெச்சுமி.

புகை மண்டும் எஞ்சினுக்கருகில் வந்ததும் கழுத்தை நீட்டி எட்டிப்பார்த்தாள். கழுத்திலிருந்து டாலர்செயின் குனிந்து தொங்கியது. ஜடைகள் கீழிறங்கி ஆடுகின்றன.

கணகணக்கும் எஞ்சின் வெக்கை நடுவிலிருந்து லோகோ தொழிலாளி டிரைவர் பரமுசம் நடந்து வருகிறான்.

உம்ம்ம்மம்மென்று உதட்டைக்கூப்பி ‘உப்பா...’ என்று உடனே

சிணுங்கினாள். ஒரேயடியாய்ச் செல்லம். 'லெச்சூ... வந்திட்டா... டேய்... வாவா... லெச்சூ...' வெக்கை நடுவில் குளிர்ந்த காற்றாய் லெச்சூ அப்பாவை ஒட்டிக்கொண்டு நிற்கிறாள்.

கரிபடிந்த முகத்தைத் துண்டால் துடைத்தபடி லெச்சுமியை உற்றுப் பார்க்கிறான் பரமுசம்.

இன்னும் போய்ச் சேரவேண்டிய தூரங்களை நினைத்து எஞ்சின் பெருமூச்சு விட்டது. டிபன் கேரியரையும் இலையையும் உள்ளே கொண்டு போனான்.

'அப்பா... நானும் உங்கூட வாரம்பா... ஒருவாட்டி...ஒரு வாட்டி... நானு... நானு...'

''லெச்சூ... டே உன்ன அடுத்தவாட்டி கூட்டிப்போரண்டா... நேரம் ஆச்சு. நீ வீட்டுக்குப்போ... இந்தா... உனக்கு...''

லெச்சுமி அப்பாவிடம் காசு வாங்கிக்கொள்ளாமல் முகத்தைச் சுழிக்கிறாள். கைகால்களை உதைத்தபடி துள்ளினாள்.

எஞ்சின் மூச்சுவாங்கி மூச்சுவாங்கித் தெற்கு மார்க்கமாக நகர்ந்தது.

லெச்சுமி கோபத்துடன் வெடுவெடுவென்று திரும்பிப்பாராமல் நடந்தாள்.

பிரில் வைத்த சின்னப்பாவாடை கால்களைத் தட்டும்படி தாவுகிறாள்.

பரமுசம், மகள் போவதை எஞ்சினிலிருந்து பார்த்துக்கொண்டிருந்தான்.

லெச்சு... எம்புட்டு வளந்திட்டா... அவளோட தாத்தா மாரியே கோபப்படுதாளே... என்ன... முன்கோபம்... அய்யா இருந்தா... என்ன மாதிரி குதிப்பாரு.

அவன் கை தானே விசையை அழுத்துகிறது. எஞ்சினின் ஆழ்ந்து தவிக்கும் ஊதல்... அவனது பழைய நாட்களைப் போல் கேட்கிறது. கை நடுங்கியது.

அவனும் அய்யாவும் அம்மாவோடு இதே மதுரையில் வாழ்ந்த காலம் நிழல் ரூபங்களாய்த் தெரிந்தது. அய்யாவை விட ரொம்ப வயசு குறைஞ்ச அம்மாவின் சித்து உடல் ஒடிந்து விழுவது போல்தான் கரைந்து கொண்டிருந்தது. உள்ளான் குருவியைப்போல் மெலிந்த குரலில், முற்றிய இருட்டில் 'இருக்கிறேன்' என்று குரல் கொடுத்தாள். அவள் புலம்பி அடங்கிய இருட்டு யாருக்கும் தெரியாமல் போனது.

காலம் வெகுவிரைவில் அய்யாவின் முதுகையும் தொற்றி ஏறிக்கொண்டது. முடிவற்ற பணிமனை இருட்டுகளில் காலம் காலமாக ரயில் கரிக்குள் புகைந்து அவிந்து போன அய்யாவின் நெஞ்சுக்கூட்டில் சயரோகம், கேள்வி கேள்வியாய் இருமியது. நெஞ்சுத்தடம் விம்மி விம்மி விடைத்தது. பிட்டர் வேல்சாமித் தேவர் படுக்கையில் நீட்டிக்கிடக்க, பரமுசம் தலைமாட்டில் உட்கார்ந்து கன்னத்தில் கைவைத்தபடி உற்றுப்பார்த்தான் அய்யாவை. திணறல் இன்னும் அடங்கவில்லை. துப்பட்டியால் இழுத்து இழுத்துப்பொத்திவிட்டான்.

அய்யா மரணப்படுக்கையில் கிடந்தார். இவன் ஆஸ்பத்திரி வராண்டாவில் தனியாக இருந்தான். வார்டுக்குள் அய்யாவைத் தொட்டுப் பார்த்தான். இறுகி உறைந்த திரேகமும் அசைவற்ற கண்களுமாய் அய்யா குளிர்ந்து போனார்.

எய்யா... எய்யா... என்னய அயத்திட்டுப் போயிட்டயா... என்னனு இருப்பேன்யா...

தொப்புத் தொப்பாய் நனைந்த முதுகுடன் எஞ்சினுக்கடியில் இருந்து நடுச்சாமத்தில் அய்யா வருவார் பீடிக்கங்குடன். பணிமனை

இருட்டுகளில் ஸ்பானர்கள் உருளும் ஓசையுடன் அய்யாவின் வெங்கலக்குரல் உருளுகிறது.

தண்டவாளங்களில் நட்டுகளை முடுக்கும்போது கிர்ர்ர்ர்ர் ரென்று கை நரம்புகள் முறுக்கேறி விடைக்கின்றன.

அய்யாவின் மரணத்துக்குப் பின்னால், பரமுசம் 4037 எஞ்சினின் மதிப்புமிக்க டிரைவர் வேலையை அய்யாவின் நினைவாக ஏற்றுக் கொண்டிருந்தான்.

அய்யா செத்துப்போன இழவு வீட்டில் கூடியிருந்த ரயில்வேக்காரர்கள், கரிமசகும் கிரீசும் படிந்துபோன கருநீலச் சட்டைகளுடன் கூட்டம் கூட்டமாய்ச் சலம்புகிறார்கள்.

அந்த இரைச்சலுக்குள் எப்போதோ பார்த்த தர்மர் மாமாவின் கிழட்டு முகம் அவனைத் தொட்டுத் தழுவித் தளுதளுக்கிறது.

நள்ளி ஸ்டேஷனில் தர்மர் மாமாவோடு ஒன்றாய் வாழ்ந்த காலங்கள். தூங்கிப்போன பழைய நாட்களின் மங்கிய தெருக்கள் அய்யாவும் தர்மர்மாமாவும் மச்சினன்மார்களாய்த் தோளைக் கட்டிக் கொண்டு திரிந்த நாட்கள் எல்லாம் சுழித்துப் போகின்றன.

நள்ளி கிராமத்தில், லைப்ரரி இருந்த வளைந்து சாய்ந்த மேட்டுத் தெருவில் பரமு நடந்து கொண்டிருக்கிறான்.

நள்ளியில் மாமன் மகள் அமராவதி இருந்த போது அவள் கண்களில் இருந்த ஒளி இருந்தது. ஊரே புதுசாய் இருந்தது, நள்ளி ஸ்டேஷன் வெளேரென்று தைல நிறத்தில் மின்னியது.

மேட்டுத் தெருவில் கருப்புப் படிந்த சுவர்களைத் தாண்டி சாம்பல் புறாக்கள் பறக்கின்றன. சாம்பல் புறாக்கள் ஆளற்ற வீடுகளில் குடியிருக்கும். எப்போதும் அவற்றின் ஊமைக்குரல் எழுந்து பரவும் சுவர்களில் அதிர்ந்தபடி. அடி மௌனம் தாங்கிவரும் புறாவின் குரலில்

எந்தப் பெண்ணாலும் தீர்க்க முடியாத துக்கம்.

நள்ளி ஸ்டேஷனுக்கு மேல், போன காலங்களின் நட்சத்திரங்கள் தண்டவாளங்களுக்கு அருகில் சரிந்து கிடக்கின்றன.

நள்ளி ஸ்டேஷனின் முடிவில்லாத இருட்டு. இவன் உட்கார்ந்து மலைத்துப் போன சிமெண்ட் பெஞ்சு அதே இடத்தில் கிடக்கிறது. யாருடைய வரவுக்காகவோ தர்மர் மாமா இன்னும் சிக்னல் விளக்குகளுடன் அசைந்து அசைந்து நடந்து வருகிறார் பிளாட்பாரத்தில்.

செங்கோட்டை பாசஞ்ரில் கனவு மயமான சத்தங்கள் தண்டவாளங்களில் உரசுகிறது.

இரவு நேரப் பாசஞ்சர் வண்டியின் நீண்ட ஊதலால் மிகவும் நொந்து போய் விடும் மனசுடன், முன்னால் நீட்டிக் கிடக்கும் தண்டவாளங்களைப் பார்த்துக் கொண்டிருந்தான் பரமுசம்.

எங்கோ தரையில் எரியும் கிடை விளக்குகள். விளக்கின் அடியில் கீதாரிகளும் கோனார்களும் குடித்து விட்டுக் கும்மாளம் அடிப்பது கேட்டுக் கொண்டிருந்தது. தூக்கம் கலைந்த கிடை ஆடுகள் ம்மே... ப்பே... ம்மே... ப்பே... என்று கலையத் துவங்கியது.

தந்திமரங்களில் கருங்குருவிகள் அமர்ந்து காடுகளை எழுப்பிக் கொண்டிருக்கின்றன.

சின்னச் சின்ன ஸ்டேஷன்களில் கருப்பு மனிதர்கள் ரயிலின் வரவுக்காகச் சாவி வளையுடன் காத்துக் கொண்டிருந்தார்கள். சாத்தூரை அடுத்து வண்டி மூச்சு விட்டு நகர்ந்து செல்கிறது.

பரமுசம் நள்ளி ஸ்டேஷனில் இறங்கி, பனியில் நனைந்த சிமெண்டுப் பெஞ்சியில் காத்துக் கொண்டிருந்தான்.

பாசஞ்சர் அழுத்தி மூச்சு வாங்கியது. சக்கரங்களில் சுத்தியல் ஒலி. வண்டியைச் சரிபார்த்தபடி நகர்ந்து வருகிறது அருகில். கூனல் கண்ணாடி சக்கரங்களில் தட்டுகிறது. நீள ஸ்பானர் வைத்து நட்டுகளை முறுக்கும் கிர்ர்ர்ரென்ற ஒலி.

பரமுசம் ஓடிப்போய் அவர் கையைப் பிடித்துக்கொண்டான்.

கையை இழுத்தபடி ''தர்மர் மாமா... என்னைத் தெரியலையா மாமா...''

சுத்தியல் கை நழுவிக் கீழே விழுந்தது.

''அடே... நம்ம மருமகப் புள்ள... ஏ எய்யா வந்திட்டீரா...'' தர்மர் மாமா குதித்தார். சோடாப் புட்டிக் கண்ணாடி இவனை ஊடுருவியது.

கரியும் கிரீசும் திட்டுத் திட்டாத் தெரிந்தது அதே கருநீலச் சட்டையின் பழைய நிறம்.

அவனைத் தொட்டுத் தட்டிக் கொடுத்தார்.

''எம்புள்ள... எம்புட்டுப் பெரிய ஆளா வளந்திருச்சு... அய்யா, என் தங்கச்சி சம்முகலெச்சிமி போயிட்டா ராசா... வேல்ச்சாமித் தேவரும் போயிச் சேந்துட்டாரே தங்கோம்... அம்புட்டு நடந்து...''

பரமுசம் மாமாவை உற்றுப் பார்த்துக் கொண்டிருந்தான்.

''என்ன மருமோனே... இப்படிக் கிழவனாயிட்டீரு... என்ன வந்ததுனு சடச்சிக்கிடுதீரு... குடி மூழ்கிப்போன மாதிரி... நெஞ்சு எலும்பெல்லாம் தெரியுது... இன்னும் எவ்வளவு கெடக்கு... வாழ வேண்டிய வயசில... இப்பிடியா மனசப் போட்டு அலட்டிக்கிடுறது...''

கண்ணில் நீர் முட்டிக் கொண்டு வந்தது. அந்தப் பக்கமாகத் திரும்பிக் கொண்டு தரையைப் பார்த்தபடி இருந்தான்.

''இதுக்குப் போயி அழவேணுமா... நல்ல ஆம்பளப்புள்ள... அமராவதி நல்லா இருக்காளே, அவளுக்கு ஒண்ணும் குறை இல்லயே. இன்னும் நீரு பத்து வருஷம் கழிச்சு வராமப் போனீரு.. நல்ல ஆளுகய்யா அப்பனும் மகனும் அரச்ச மஞ்சளா என் மகள வளத்தேனே... எத்தன வாட்டி சொல்லி விட்டேன். ஏன்னு கேக்க நாதி இருந்ததா... ஆண்டிப் பயலுக்கு மகளக் கட்டி வச்சிட்டு ஆத்தில நிக்கேம்ப்பா...''

மாமா ஆத்திரத்துடன் திட்டிக் கொண்டிருந்தார்.

''எனக்கு யாரு இருக்கா... மாமா...'' என்று வாய்க்குள் முனங்கினான் பரமுசம்.

''அது அன்னிக்கித் தெரியணும். கப்பலையே கவித்திட்டு வந்து நிக்கீரே...'' பரமுசம் ஊக்கத்துடன் மூச்சுவிட்டான். மாமா வார்த்தைகளில் அனல் அடிக்கிறது.

தூங்கு மூஞ்சு மரங்களில் உள்ளான் குருவிகள் கூத்தாடுகின்றன. அதே மரங்கள். அதே நிறத்தில் பூக்களைச் சிந்துகின்றன. ஸ்டேஷன் எங்கும் பூக்கள் சிதறிக்கிடக்கினறன.

தர்மர் மாமாவிடமிருந்து சாவி வளையை வாங்கிக்கொண்டு எஞ்சினை நோக்கி ஓடிக் கொண்டிருந்தான் பரமுசம். வறண்ட கூவலுடன், எத்தனையோ காலம் ஓடி அலுத்த சலிப்புடன் வண்டி நகர்ந்தது, நள்ளி ஸ்டேசனை விட்டு. செங்கோட்டையிலிருந்து வடக்கு மார்க்கமாகத் திரும்பி வருகிற ஒருநாள் மதியவேளை. நள்ளி ஸ்டேஷனில் முற்றிய வெய்யில் முனங்குகிறது.

பிளாட்பாரம் திடுதிடுமென அதிர்ந்தபடி இரும்பு வேலிகளைக் கடந்து போய் நின்றது எஞ்சின். வறண்ட நிலங்களில் இருந்து வெய்யில் ஆடுகிறது.

தூங்குமூஞ்சி மரத்தில் இலையுதிர் காலம். ஸ்டேஷன் எங்கும் காய்ந்த இலைகள். இலைகளை நொறுக்கியபடி ஆட்கள் நடந்து போகிறார்கள்.

இன்னும் தூங்குமூஞ்சிமரங்கள் அடுத்த யுகங்களுக்கான ரயிலுக்குக் காத்திருக்கக் கூடும், மரத்தடியில் நிறை சூலி புருஷனுடன் பேசிக் கொண்டிருந்தாள்.

உச்சிவெயில் கண்களை இருட்டுகிறது. பரமுசம் தூங்குமூஞ்சி மரத்தை நோக்கி நடந்தான். வெந்து அவிந்து போன கரட்டு மூஞ்சியைத் தூக்கிப் பார்த்தான்.

நிறை சூலி அமராவதி சாடைக்கு இருந்தாள். முதலில் சந்தேகித்தான். கழுத்தில் மஞ்சள் கயிறு, நெத்தியில் குங்குமம் வேர்த்து வடிய நிற்கிறாள், கையில் ஜவுளிக்கடை மஞ்சள் பை. இந்தப்பக்கம் திரும்பிப் பார்த்தாள்.

அமராவதிதான். சேலை முந்தியால் நெற்றியைத் துடைத்த படி வெறித்துப் பார்த்துக் கொண்டிருந்தாள்.

புருஷன் தையல் மிஷினைத் தோளில் சுமந்தபடி ரயிலைப் பார்த்தான்.

அவள் பரமுசத்தையே உற்றுப்பார்த்துக் கொண்டிருந்தாள். வெய்யிலைப் பிளந்து ஊடுருவும் ஒளியுடன் பார்த்தாள். தொண்டை நரம்புகள் அசைந்து விம்மின.

அவள் கிட்டத்தில் நெருங்க நெருங்க இடைவெளி பெரிதாக விழுந்து கொண்டிருந்தது. பரமுசம் காய்ந்த இலைகளை நொறுக்கியபடி நடந்து வருகிறான். குனிந்து தரையைப் பார்த்தான். கால்களை அடி எடுத்து வைக்க முடியவில்லை. அவள் திகைப்புடன் திரும்பிப் பார்த்தாள், அவனை. பிளாட்பாரத்தில் உதிர்ந்த இலைச் சருகுகளைக் காற்று அடித்துச் சென்றது.

வறண்ட உவர்ப்பு மிகுதியான காற்று நா வறட்சியை ஏற்படுத்தியது. இவன் எச்சிலை முழுங்கமுடியாமல் திணறினான். திரும்பிப் போய் விடவேண்டுமென்று உறுத்தல். வெய்யிலின் உக்கிரம் கழுத்தைத் திருகும்படியாக இருந்தது. முகத்தைக் கீறும் அவள் பார்வையிலிருந்து வெக்கை அடித்தது.

அதற்குள் நேரம் மிஞ்சிவிட்டது. எஞ்சினிடமிருந்து ஆத்திரக் குரல் எழுந்து அவனை அழைத்தது. உடனே தன்னிடம் வரும்படி உத்தரவிட்டது எஞ்சின்.

கூட்டநெரிசலுக்குள் பெண்கள் கம்பார்ட்மெண்டில் கதவோரம் நிற்கிறாள் அமராவதி. அவள் அருகில் தையல் மிஷினைச் சுமந்தபடி புருஷன் நிற்கிறான். ஜவுளிக்கடை மஞ்சள் பையுடன் கூம்பி ஒட்டிய அவள் முகம். பதுங்கிய கண்களில் கேள்விகள். பதில்கள் ஒன்றுமில்லாமல்-வெறும் சைகைகளால் பிரிய நேர்ந்தது அவளை.

எஞ்சினைப் பார்த்துத் தலை தெறிக்க ஓடினான். வண்டி ஸ்டேசனைவிட்டு நகர்ந்து கொண்டிருந்தது. எஞ்சினில் தொத்தி ஏறிக்கொண்டான் பரமுசம். பிடிகம்பியில் தொங்கியபடி பெருமூச்சு விட்டான். இந்த வண்டியிலேயே அவர்கள் வருவதை நம்பமுடியவில்லை அவனால்.

திருமங்கலம் ஸ்டேஷனின் வண்டியை விட்டு இறங்கிப் போய்விட்டாள் அமராவதி. ரயிலடி இரும்பு வேலிகளுக்கு அந்தப் பக்கம் கருக்கிருட்டில் நிறை சூலி புருஷன் மேல் சாய்ந்த அரவணைப்பில் நடந்து போகிறாள்.

அவள் நிறை சூலி. நிறை சூலிக்கு முன்னால் ரெண்டு கையெடுத்து வணங்க வேண்டும்போல இருந்தது.

ஏப்ரல் மாதத் தேர்வுகள் முடிந்து கோடைக் காலம் துவங்கியிருந்தது. ஒவ்வொரு ஸ்டேஷன்களிலும் பள்ளி மாணவர்களும் சிறுமிகளும்

காத்துக்கொண்டிருக்கிறார்கள்.

வண்டித் தொடரில் விசேஷ கம்பார்ட்மெண்டுகள் இணைக்கப்பட்டிருந்தன. நீண்ட தொடரை இழுப்பதற்கான புதுத் தெம்புடன் 4037 எஞ்சின் மதுரை ஜங்ஷனில் மூச்சு வாங்கிக் கொண்டிருந்தது.

கண்ணாடி ஜன்னல்கள் துடைக்கப் பட்டுப் புது ஒளியுடன் வண்டி நிற்கிறது.

அடே சோனிப் பையா... அங்க என்னடா நிக்கிறே... இங்க வாடா... கரியள்ளி அடுப்பிலே கடாசுலெ... சிலுப்பட்ட நாயிமாதிரி வாலை ஆட்டிக்கிட்டு நிக்காதலே மூதேயி... மூதேயி... என்று கரியாளைக் கூப்பிட்டான் டிரைவர் பரமுசம்.

வண்டி மதுரை ஜங்ஷனை விட்டுக் கிளம்பியது. பள்ளிச் சிறுவர்களும் சிறுமிகளும் கூச்சலிடுகிறார்கள். ஹைய்ய்ய்ய்...யென்ற ஆனந்த அலைகள் வெளியெங்கும் சிதறி ஓடுகிறது.

ஒவ்வொரு ஸ்டேஷனிலும் மாணவர்கள் கையசைத்தபடி பிரிந்து செல்கிறார்கள். சின்னச் சின்ன ஸ்டேஷன்கள் சிறுமியின் இதயம்போல் கடந்து போகும். ரயிலின் வரவுக்காகக் கரிபடிந்த ரயில்வேக்காரன் சாவி வளையுடன் காத்துக் கொண்டிருக்கிறான்.

எங்கோ தூரத்தில் மறைந்திருக்கும் சொந்தக் கிராமத்தில் மரங்களுக்கு இடுவலில் சாமிகேசவனும் பழத்தோட்டம் ராமசாமியும் தெவங்கிட்டம்மாளும் கூப்பிடுகிறார்கள் அவனை... பரமூ பரமூ... என்ற பழைய குரல்கள் புது ஒளியுடன் பாய்ந்து வருகிறது.

பள்ளிக்கூடத்து மண்சுவர்களை ஒட்டி மூணு கெசவால் குரங்குகள் பதுங்கிப் பதுங்கி நகர்ந்தன. சுவரைத் தாண்டிக் குதிக்கவும் செகட்டு வாத்தியார் கழுத்தை நீட்டி எட்டிப் பார்த்துவிட்டார். டேய் புடி புடி...

சத்தம் விரட்டியது. பறக்கும் ரெக்கை முளைத்த கெசவால்கள் மாயமாய் மறைந்தன.

தெப்பத்துக்கரைக்கு மேல் மரங்களும் இடுவலில் ஒளிந்து ஒளிந்து ஓடினார்கள். இடுப்பு வளைந்த இரட்டைப் புளியமரத்தில் வளைந்து நெளிந்து ஏறவும் இலைக்கூட்டம் அசைந்தது.

இலைக்கும்பலுக்குள் கசமுசல் சத்தம். பரமுசம் டவுசர் பையிலிருந்து அதை எடுத்துக் கைக்குள் பொத்திக் கொண்டு மர்மமாகச் சிரித்தான். பழத்தோட்டம் ராமசாமியும், சாமி கேசவனும் திகைப்பூட்டும் கண்களுடன் புருவத்தைக் கேள்வி வில்லாக வளைத்தார்கள்.

''அடேய்... பரமு... எலேய்... என்னடாது... ட்டேய்...ட்டேய்... காம்பிக்கமாட்டியா...'' பரமுசம் மரத்திலிருந்து கீழே நோட்டம் பார்த்தான்.

பரமுசம் பெருமூச்சு விட்டுக் கொண்டான். ''எங்க அய்யாவரச்சொல்லி காயிதம் போட்டுருக்காருள்ளா...''

கைகளில் மர்மம் களைந்து கசங்கி வேர்த்த காகிதத்தைப் பிரித்தான். வீச்சு வீச்சாய் நீர் ஊதா எழுத்துக்கள். தண்ணிமையில் அய்யா எழுதி இருந்தார். எழுத்துக் கூட்டி நகர்ந்தன கண்கள். ஒரே சமயத்தில் ஆறு கண்கள் மூடிமூடித் திறந்தன. மூணு பேரும் நகர்ந்து ஒட்டி உட்கார்ந்து கொண்டு எச்சியை முழுங்கி முழுங்கி வாசித்தார்கள்.

''அடே எப்பா உங்க அய்யா அச்சுக் குண்டா எழுதீருக்காரே...''

பரமுசம் பெருமையுடன் சிலுத்த முடியை ஆட்டிக்கொண்டான்

''எங்கள விட்டு போயிருவியாடா பரமூ...''

சாமிகேசவன் முகத்தைத் திருப்பிக் கொண்டு தெப்பத்து வட கரையில் இருந்த காளியங்கோயிலைப் பார்த்தான். கழுதைகள்

மேய்ந்து கொண்டிருந்தன.

பழத்தோட்டம் ராமசாமி பரமுசம் தோளில் கையைப் போட்டுக் கொண்டு "ஏப்பா... ஏப்பா... நீயி போகாம இருந்துரேன்... நீயி இங்கயே இருடா. நீ போகாட்டி உங்கய்யா ஒண்ணும் சடைக்க மாட்டாரே..."

பரமுசம் ஆர்வத்துடன் ராமசாமியின் செம்பட்டைக் கண்களைப் பார்த்தான்.

"அதுக்கில்லடா... எங்க தாத்தா தான் போணும் போணும்னு ஆலாப் பறக்காரு."

'இங்க இருந்தா கழுதைப் பெறட்டு பண்ணிக்கிட்டு இருப்பானப்பா உம்புள்ளை. வீட்டில் நெல்லு களவாங்குரான்... களவாண்டு களவாண்டு படிச்சுப் போயிட்டானப்பா... அதெ என்ன சொல்ல. ஊர் புள்ளைங்களுக்குப் பங்கு வெக்கான். தானுந் திங்காம அடுத்தவுகளுக்குப் புள்ளையா இருக்கு... இவுக அப்பத்தா அளவுக்கு மீறிப் பேரனுக்குச் செல்லங் குடுக்க நாஞ் சொன்னா கேக்கானா. இவனக் கூட்டிக்கிட்டு போயிரப்பா... வேல்ச்சாமி.'

"சுத்த வெவரம் கெட்ட ஆளு எங்க அய்யா. தாத்தா சொல்லக் கேட்டு குளிர் காச்சல் வரும்படியா கன்னத்தில் வப்பு வச்சாரு... பாக்கணும்.. எங்க தாத்தாவுக்கே திகில் அடிச்சுப் போச்சு..."

"எங்க அப்பத்தா கும்பிட்டுக் கூத்தாடி அய்யாவ தடுத்துட்டா. அன்னிக்கி அவரு மேக்கொண்டும் அடிச்சிருந்தாருன்னா கல்லை கொண்டி எறிஞ்சிருப்பேன். எங்க அய்யா அதொரு மாதிரி ஆளுடா."

"தாத்தா சொன்னபடி கேக்காதவன் எப்பிடியும் கழுதை யாயிருவானே... அப்பிடி இப்பிடின்னு எங்க தாத்தா கோள்

சொல்லிட்டாரு.''

ராமசாமியும் சாமிகேசவனும் பரமுசத்தை வாட்டத்துடன் பார்த்துக் கொண்டிருந்தார்கள்.

''நீயேண்டா உங்க கோள் சொல்லித் தாத்தாவ சும்மா விட்ட.. எங்ககிட்ட சொல்லி இருந்தா ஊட்டிய ஓடிச்சிருப்போம் அவரெ.''

சாமிகேசவன் பரமுசத்தின் தாத்தாவைக் கருவினான்.

''டேய் சாமிகேசா... உன்னையும் எங்க தாத்தா கோள் சொல்லி இழுத்துவிட்டாருடா... சாமிகேசங்கூடச் சேந்துதான் பரமுசமும் கழுதையாயிட்டான்... சேராத இடம் சேந்தான். உடனே கழுதையாயிட்டான்...''

சாமிகேசவன் பரமுசத்தைப் பார்த்து முறைத்தான்.

''உங்ககூட நானாடா மொதல்ல சேந்தேன்... எங்க அக்காளோட ப்பிரண்டுன்னுதானே உன்னோட பேசுனேன்... அப்புறம் நீ தானடா எங்க வீட்டுக்கு வந்து ப்பிரண்டு ஆனே. நானா மொதல்ல ப்பிரண்டு ஆனேன்?நீயி தானடா...''

மனசு குன்னிப்போய்ப் பரமுசம் தலையைக் குனிந்து கொண்டான்.

சாமிகேவசனின் நாடியை பிடித்தபடி, ''டேய்... சாமிகேசவா... நான் போயிட்டு வாரண்டா. எங்கூட சண்ட போடாதடா. நான் போகாட்டி எங்க அய்யா கூப்பிட வந்துருவாரு...

''அய்யா பொல்லாதவருடா. காளியம்மா சத்தியமா திரும்பி வந்திருவேண்டா சாமிகேசா.''

சாமிகேசவன் கோபத்துடன் முகத்தைத் திருப்பிக் கொண்டான்.

''ராமசாமி சாமிகேசவனின் தலையில் குட்டினான் என்னடா... சாமிகேசா... அவந்தான் ஊருக்குப் போயிட்டு, வந்துருவானுள்ள.''

சாமி கேசவன் முகத்தைவெட்டிவெட்டிச் சுழித்தான்.

'டேய் பரமு... அதோ... பாரு... சாமிகேசனோட அக்கா வாரா பாரு.

மூணுபேரும் ஒன்றுபோல் தலையை நீட்டி எட்டிப் பார்த்தார்கள். மரக்கிளைகள் சிரித்து அசைந்தன.

மரத்தடியில் சரிந்து போகும் தலையை நீட்டி எட்டிப் பார்த்தார்கள். மரக்கிளைகள் சிரித்து அசைந்தன.

மரத்தடியில் சரிந்து போகும் ஒத்தையடிப் பாதையில் கன்னுக்குட்டியை இழுத்துக் கொண்டு வருகிறாள் வெங்கிட்டம்மா.

தண்ணியைப் பார்த்துத் துள்ளிக் குதிக்குது கன்னுக்குட்டி. ஆள் வரவும் இலைக் கூட்டத்துக்குள் சத்தம் ஓய்ந்தது. வெங்கிட்டம்மா மூக்கை மூக்கை உறிஞ்சியபடி மரத்தை அண்ணாந்து பார்த்தாள்.

கீக்கீ... கீக்கீ... கீக்கீ... என்று கெசவால் குரங்குகள் மூன்றும் சத்தம் கொடுத்தன.

வெங்கிட்டம்மா கீழே இருந்து கல்லை எடுத்தாள். எச்சியைதொட்டுக் குறிவைப்பதற்குள் கெசவால் குரங்குகள் கும்மாளம் போட்டுக் கொண்டு உச்சிக் கிளைகளில் ஓடி மறைந்தன. வெங்கிட்டம்மா எறிந்த கல் தண்ணிக்குள் 'தொபக்...' கென்று விழுந்ததும் அலைகள் சிரித்தன.

''வெவ்வெவ்வே... பயந்தோளிப் பக்கடா... பயந்தோளிப் பக்கடா... என்று வக்கண காட்டியபடி கன்னுக்குட்டிக்கு பின்னால் ஓடினாள்.

வெங்கிட்டம்மா கண்ணுக்குட்டியைத் தேடினாள். அடர்ந்த சீவுப் புதருக்குள் வெள்ளை முயல் ஓடியது. சரசரத்துக் கொண்டே தவ்வித் தவ்வி ஓடியது முயல். மயிலோடையின் ஒய்யாரமான கரை வழியாகப் பரமுசம் வந்து கொண்டிருந்தான்.

வெங்கிட்டம்மா புதருக்குள்ளிருந்து எட்டிப் பார்த்தாள். பச்சைப் புல்லைக் கடித்து அசைபோடுகிறது கன்னுக்குட்டி. கொஞ்சினாள் கன்னுக்குட்டியை.

''கன்னுக்குட்டீ... உனக்கு ஒன்றும் தெரியாது நீ சின்னப் புள்ளை... இந்தப் பச்சைப் புல்லை நன்றாக அசை போட்டுத் திண்ணுவிடு... உன் அம்மா வந்துரும் சீக்கிரத்தில்''

சீவுநாத்துப் புதர் மறைவிலிருந்து மூன்று தலைகள் ஒரே சமயத்தில் எட்டிப் பார்த்தன.

''கண் கசியாதே கன்னுக்குட்டீ...'' என்று அவயம் போட்டுக் கத்தினார்கள் மூவரும்.

கன்னுக்குட்டியின் அப்பாவிக் கண்களுடன் மிரண்டு போய் நின்றாள் வெங்கிட்டம்மா.

கீழே கிடந்த பெரிய பெரிய மயில் இறகுகளை விழுந்து விழுந்து பொறுக்கினார்கள்.

மயில் இறகை எடுத்துக் கொண்டே தலையைக் குனிந்து பார்த்தாள் வெங்கிட்டம்மா.

கன்னுக்குட்டி தப்பி ஓடியது. கரையில் நாலு பேரும் கன்னுக்குட்டியை விரட்டிக் கொண்டு ஓடுகிறார்கள்.

மேட்டுப்பட்டியை விட்டுப் போக இருந்தான் பரமுசம். அவனோடு தாத்தாவையும் அப்பத்தாளையும் கூட அழைத்திருந்தார் அய்யா.

நடுக்காட்டில் ரயில் கற்றாழைகளுக்கு இடுவலில்கிடந்த தூங்கு மூஞ்சி ஸ்டேஷனில் அவன் அய்யா இருந்தார். கட்டாயம் தாத்தாவையும் அப்பத்தாளையும் கூட்டிக்கொண்டு வரும்படி காயிதம் போட்டிருந்தார். வரிக்கு வரி பிரியம் கொட்டியது. கடேசிக் காலத்தில்

தாத்தாவையும் அப்பத்தாளையும் வைத்துக் கொள்ளப் பிரியம். முந்திக்காலமே அப்படிச் செய்யாமல் போனதுக்காக வருத்தப்பட்ட வரிகளை எழுதியிருந்தார்.

முழுப் பரீட்சை லீவுகளில் நள்ளி ஸ்டேஷனில் பெஞ்சியைக் காத்துக்கிடந்த ஞாபகங்கள் உடனே அவனைத் தொற்றிக் கொண்டன.

பணிமனை இருட்டுகளில் ரயில் கரி படிந்து இருட்டாகிவிட்ட முகங்கள். அய்யாகூட வேலை பார்க்கும் தர்மராஜ் மாமா, பாலாமணி அண்ணன், தர்மர் மாமா வீட்டு அத்தை, உடைந்த சக்கரங்கள், இரும்புக் கட்டம் போட்ட வேலிகள் எல்லாம் பரமுசத்தை அழைப்பது போல் இருந்தது.

வயதான அப்பத்தாளையும் தாத்தாவையும் கூட்டிப்போவது. எவ்வளவு கஷ்டம் எட்டு மைல் ஊடு காட்டுப் பாதையில் நடக்க வேண்டுமே. அவன் மட்டும் போவதென்று முடிவானது.

எள்ளுக்காட்டுப் பாதையில் வெங்கிட்டம்மாளும் சாமிகேசவனும் ராமசாமியும் வழியை மறித்துக் கொண்டு காத்திருக்கிறார்கள். மேட்டுப்பட்டியை விட்டுப் போவது அவ்வளவு சுலபமில்லை. பிரமிக்கச் செய்யும் மயிலோடையைக் கடப்பது கஷ்டமானது.

வெயில்சாயும் நேரம் தூரத்தில் தண்டவாளங்கள் இருண்ட கோடுகளாய்த் தெரிந்தன. நள்ளி ஸ்டேஷனில் இருக்கும் தூங்குமூஞ்சி மரங்கள் எட்டிப் பார்த்தன அவனை.

பரமுசத்தைப் பார்த்ததும் மாஸ்டர் ரூமிலிருந்து அய்யா ஓடி வந்தார்.

"அடே... பரமுசோம்... எலே..." என்று காட்டுக் கூப்பாடு போட்டார் அய்யா. கிரீசும் அழுக்கும் படிந்த அய்யாவைக் கிட்டத்தில் பார்த்தான்.

''அடே... தாத்தா எங்கடா... அப்பத்தாளைக் கூட்டியாறலை?''

''நீரு போயிக் கூட்டியாரும்...'' முகத்தைத் திருப்பிக் கொண்டு சொன்னான்.

''ஏன்டா... தாத்தா என்னடா சொல்லிட்டாரு?''

''வரமாட்டாளாம். கொள்ளி வக்கெ நீயும் உங்க அப்பன் வேல்ச்சாமித் தேவனும் வந்து சேருங்களே'' அப்பிடீணுட்டாரு?''

அய்யா இடிந்து போய் நின்றார். எலும்பில் அடிபட்ட மாதிரி முதுகைக் கூனினார். அவனுக்கு அப்பத்தாளை நினைக்க நினைக்க அழுகையாய் வந்தது.

''அடே-பரமுசோம் வேண்டாமுடா... ராசா... இந்தக் கட்டை போக வேண்டியது ஊருக்குக் கிழக்கதான்டா இருக்கு உங்கப்பன் கிட்டப் போயிச் சொல்லு.''

''அப்பத்தா, எப்பத்தா... நீயி எங் கூட வா அப்பத்தா. தாத்தா பேச்சக் கேக்காதே. அவுரு வேனா இங்கன கெடக்கட்டும் நீயி வா எப்பத்தா.''

''அடச்சிரிக்கி புள்ளே... நீ தாண்டா போனும், உங்க ஆத்தாக்காரி சண்முக லெச்சிமிகிட்ட சோறு வாங்கித் திங்கிறதுக்கு. விட்டத்துல நாண்டுக்கிருவேண்டா அய்யா...''

''எப்பத்தா, அப்பிடி அம்மாவ சொல்லாத எப்பத்தா, எங்கம்மா அப்பிடி உன்ன என்ன செஞ்சிது சொல்லு?''

உம்மென்று அப்பத்தா விசாரத்துடன் மோட்டைப்பார்த்தாள், கண்களில் நீர் கசிய. முந்திக் சேலையால் துடைத்துக் கொண்டாள்.

''ரெண்டு பேரும் வராட்டா... கொள்ளிவக்க வரமாட்டன்போ.''

''அடே-என் கன்னுக்குட்டீ இதைக் கேளுடாய்யா. மேட்டுப்பட்டி சுப்பையாத் தேவன் கட்டை இங்கதாண்டா வேகணும். வெந்து

பஸ்பமாகணும்...'' உங்கப்பனைப்போகச் சொல்லு. பெண்டு சட்டிப்பய. நீயி எம் பேரண்டா. வாழ வேண்டிய புள்ள நீதான்டா. ராசா. உங்கப்பன் கிட்டே போயிச் சொல்லுடா. சுப்பையாத் தேவனைத் தூக்கிப்போட வந்தாப் போதும்னு அடே... என் அய்யா, அடிக்கொருக்க வந்து போடா''-பரமுசம் விக்கி விக்கி அழுதான்.

''நீயி வராம போவல தாத்தா.''

''அடே அப்பிச்சி... உன் தாத்தனுக்காக இருக்க வேண்டாமுய்யா. நீ போய்யா. நல்லாஇருப்ப, இன்னொரு பேரன். சுப்பையாத் தேவர் பேரன்னு பேரெடுத்தாப் போதுமடா, நாங்க மண்ணுக்குள்ள போறோமுடா...''

தாத்தாவின் கிழட்டுத் தொண்டை கரகரத்து உடைந்தது. தாத்தா அவனை மடியில் சாய்த்துக் கொண்டு தலையைத் தடவிக் கொடுத்தார். நெஞ்சுத் தடம் விம்ம விம்ம அப்பத்தா ஆழ்ந்த மௌனத்தில் திருணையில் படுத்துக் கிடந்தாள்.

''எத்தனையத்தான் சொன்னாலும்... நம்ம மார்பில் கிடந்து வளர்ந்த புள்ளை'' என்று அப்பத்தா வாய்க்குள் புலம்பினாள்.

ஒவ்வொரு நாளும் ஸ்டேஷனுக்கு வரும் முறுக்கு விற்கும் கிழவனைப் பார்த்து அழுதான் பரமுசம். முறுக்குத் தாத்தா... தடவித் தட்டளிந்து பிளாட்பாரம் நெடுக்கக் கால்களை உரசுகிறார். கைத்தடி, சத்தம் போட்டுக் கூவியது. முருக்கே... முருக்கே... முருக்கே.

நேர்கோடுகளாய் நீட்டிக் கிடந்த தண்டவாளங்களைத் தாண்டி அந்தப் பக்கம் இரும்பு வேலிக்குள் வீடு. கருப்பு பெயிண்ட் அடித்த தகரக் கூரை மேல் காற்று அலறுகிறது என்னேரமும், வீட்டுக்குள் அய்யா வேட்டி சட்டை தொங்கிக் கொண்டிருந்த இடத்தில் அம்மா படுத்திருந்தாள்.

அடே தங்கம் பரமு, அலையாதடா கண்ணூ! அம்மா செத்துப் போயிருவண்டா! உன்னால தாண்டா அம்மா உயிர் வச்சு இருக்கேன். அம்மாவின் கீச்சுக் குரலைக் கேட்டுக் கொண்டு, அம்மா பக்கத்தில் இருந்தான். அய்யாவை விட ரொம்ப வயசு குறைஞ்ச அம்மாவின் முகம் கூம்பி ஒட்டி உணர்ந்து போயிருந்தது.

சீக்காளி அம்மாவின் தலைமாட்டில் உட்கார்ந்து கண்களில் பிரியம் சொட்ட ஏக்கத்துடன் பார்த்தான் அம்மாவை.

உள்ளான் குருவிகள் அம்மாவின் கீச்சுக் குரலில் கூப்பிடும். பிளாட்பாரம் நெடுகிலும் தூங்குமூஞ்சி மரங்களில் உள்ளான் குருவிகள்.

தாயும் மகனும் கருப்புக் கட்டம் போட்ட ரயில் வேலியில் சாய்ந்து, பிளாட்பாரத்தையும் தூங்குமூஞ்சி மரங்களையும் பார்த்துக் கொண்டிருக்கிறார்கள்.

அம்மா... அய்யா இப்ப வந்துருவாருள்ளம்மா? ஆமடா தங்கம். தூத்துக்குடி மெயிலில் வந்துருவாருடா. பணிமனை இருட்டுகளில் இருந்து வெந்து கறுத்துப் போன முகத்துடன் அய்யா வருவார். காட்டமான பீடியைக் கன்னம் குழிய இழுத்து ஊதியபடி தண்டவாளங்களைத் தாண்டி வருவார்.

இரவு நேரக் கேட் கீப்பராக இருந்த தர்மர் மாமாவும் அய்யாவும் ஜோடியாக இறங்கி வருகிறார்கள்.

தண்டவாளங்களின் ஓரத்தில் உடைந்த சக்கரங்களும், வெடித்துத்தெறித்த இரும்புத் தளவாடங்களும், துண்டு துக்காணிகளும் அம்பாரமாய்க் குவிந்து கிடக்கிறது. வீட்டுக்குப் பின்னால் இருந்த மண் மேட்டில் தர்மர் மாமா வீடு இருந்தது.

தர்மர் மாமாவின் கருநீலச் சட்டையும், எஞ்சின் அழுக்குப் படிந்த

டவுசரும் அவன் கையைப் பிடித்து வீட்டுக்கு அழைத்துக் கொண்டு போனது.

''மருமகப் புள்ள, வெக்கப்படாம வாருங்கையா. உங்க அத்தக்காரி மருமகனப் பாக்கணும் பாக்கணும்னு ஆலாப் பறக்கா''.

தர்மர் மாமாவுடைய சொந்த மருமகப் பிள்ளையாகிவிட்டான் பரமுசம். தர்மர் மாமா வீட்டில்தான் அந்தப் பெண் குரங்கு இருந்தது. இவனுக்குப் பிடிக்கவே பிடிக்காத இஞ்சிதிண்ணிக் குரங்கு அது. இவனைப் பார்த்ததும் உர் உர்ரென்ற முகத்தைக் கொண்டு சீறியது.

அய்யாவும் தர்மர் மாமாவும் சேர்ந்து அந்தக் குரங்குடன் பள்ளிக்கூடத்துக்கு அனுப்பி வைத்தார்கள் அவனை.

நள்ளி பள்ளிக்கூடம் ஸ்டேஷனை விட்டு ரொம்ப தூரத்தில் இருந்ததால், அந்தக் குரங்குடன் போக வேண்டியதாயிற்று. எங்கே சள்ளு புள்ளென்று கடித்துவிடுவாளோ என்று பயந்து கொண்டிருந்தான் பரமுசம்.

ரயில்வே கேட்டுக்கு அந்தப் பக்கம் வளைந்து சரிந்த மேட்டுத் தெரு. மேட்டுத் தெருவின் முடுக்கில் லைபிரரி இருந்தது. அங்கு பொன்னுத்தாயி டீச்சர் இருந்தாள். லைபிரரி டீச்சர் அவள்.

எந்த நேரமும் புத்தகங்களை அடுக்குவதே வேலையாக இருந்தாள். புத்தகங்களுக்கு அட்டை போட, நம்பர் ஒட்ட, அன்பளிப்புப் புத்தகங்களுக்கு ஆள் பிடிக்க, கிழிந்த பக்கங்களை எடுத்துப் பக்கம் மாறாமல் சேர்த்து வைக்க, ஊசி நூலால் புத்தகங்களைத் தைத்துக் கோந்து தடவி ரேப்பர் ஒட்டி சிகப்பு மையினால் அச்சுக் குண்டாக பேர் எழுதி, திரும்பத் திரும்ப அந்த எழுத்தைப் பார்த்து உருகினாள் பொன்னுத்தாயி டீச்சர்.

தர்மர் மாமா வீட்டுப் பெண்குரங்கு புஸ்தகத்தின் ஒரே பக்கத்தையே

விரித்துப் பிடித்தபடி புத்தகத்தின் மேல் பக்கம் கூடி எட்டிப் பார்த்தாள். அப்போதும் பொன்னுத்தாயி டீச்சர் புத்தக இடுக்குகளில் சிக்கிய மூட்டைப் பூச்சிக் குஞ்சுகளைத் தேடித் தட்டளிந்து கொண்டிருந்தாள்.

இப்போது தான் குகை வாசலைவிட்டு வெளிவந்த பூதத்தைப் போல் வெட்டி வெட்டிச் சிரித்தான் பரமுசம்.

உடனே பொன்னுத்தாயி டீச்சருக்குச் சீறிக் கொண்டு வந்த கோபத்துக்கு ஆளானான்.

அடே... பரமுசம்... உஸ்ஸ்ஸ்சென்று வாயில் விரலை வைத்து, இரு... இரு... உன்னை... என்று அதட்டினாள். பரமுசம் வாயைப் பொத்திக் கொண்டான். தர்மராஜ் மாமா வீட்டுப் பெண்குரங்கு அவனை முறைத்தாள்.

இந்தப் பெண்குரங்கின் கோபப் பார்வைக்கு ஆளானதால் முகம் சுண்டிப் போனது பரமுசத்துக்கு. எங்க போனாலும் விடமாட்டீங்காளே சி.ஐ.டி. குரங்கு... என்று மனசில் திட்டினான்.

லைபிரரியில் இருப்பதே உறுத்தியது. ‘ராட்சஸ குகை’ புத்தகத்தை பெஞ்சிமேல் போட்டுவிட்டு எழுந்தான்.

பெஞ்சுக்கு அடியில் கூடி நுழைந்து, இந்தப் பக்கமாக வந்து அவளை இடித்துக் கொண்டு வெளியேறிப் போனான்.

எடுத்த எடுப்பிலேயே ‘என்னடா பன்னி’... என்றாள்.

இவன் உடனே, ‘போடி கழுதை நாய் நரி நந்தாங்குழி...’ என்றான் தொடர் அடுக்காக.

அந்த இடத்திலேயே அவர்களுக்குள் கைகலப்பு நடந்தது. அவள் உடனே இவனது அட்டுத் தலை முடியைப் பிடித்து ஆட்டினாள். இவன் உடனே அவள் கையைக் கடித்து விட்டான், ‘ராட்சஸ குகை’ புத்தகத்தில் வரும் பூதத்தைப் போலவே.

அவள் பலமாய்க் கதறிவிட்டாள்.

புத்தக ரேக்குகளுக்குள் சிக்கியிருந்த மூட்டைப்பூச்சியைப்போல் சிரமப்பட்டுத் தான் பொன்னுத்தாயி டீச்சர் அவசர அவசரமாய் வாசலுக்கு ஓடிவந்தாள்

இதற்குள் அவன் தண்டவாளங்களைத் தாண்டி வீடு போய்ச் சேர்ந்திருப்பான்.

லைபிரரியில் நடந்த போரில் ஏற்பட்ட விழுப்புண் ரொம்பநாள் ஆறவில்லை. அவன் அய்யாகூட அவனைக் கண்டிக்கவில்லை.

தர்மர் மாமாதான் கேட்டார்.

"மருமகப் புள்ளே, என்னங்கிறேன் அமராவதிய கடிச்சிப் புட்டீரு... ரெண்டு பேரும் ஒண்ணு சேர மாட்டிங்களோ? உங்க அத்தக்காரி என் மண்டையப் போட்டு உருட்டுறா?"

தர்மர் மாமா செல்லமாய்த் தலையைத் தடவிக் கொடுத்தபடி "இனிமேல் கடிக்கக் கூடாது. அப்படிச் செய்யக் கூடாது. என்ன..." கொஞ்சினார்.

மஞ்சள் வெயில் அடிக்க சிறு தூறலாய் மழை விழுந்த சாயந்திரத்தில் நாயும் பூனையும் ராசியாகிவிட்டன. பொன் எழுத்துக்களால் பொறிக்க வேண்டிய சங்கதி என்று அய்யா சிரித்தார்.

அமராவதியின் கையைப் பார்த்தான். பளுத்துச் சாயம் போன ரப்பர் வளையல்களை ஒதுக்கி, கடித்த இடத்தைத் தொட்டு 'இனிமே அப்பிடிச் செய்யல அமராவதீ' என்றான். அந்த வடு அவளோட எத்தனைக் குணங்களை மாற்றியது. எவ்வளவு பெரிய கோட்டைகளை எழுப்பியது. நள்ளி ஸ்டேஷனில் தூங்குமூஞ்சி மரங்களுக்கு அடியில் நடந்த அப்பாம்மா விளையாட்டில் பிறந்த

பன்னிரண்டு கல்லுப்பிள்ளைகளைக் காப்பாற்றுவதற்கு அமராவதி எவ்வளவு கஷ்டப்பட்டாள். அவளது பொறுமையைப் பூமிதான் தாங்குமா? அவனிடம் அமராவதி வாங்கிக்கட்டிய வசவுகளைக் கேட்டுத் தூங்குமூஞ்சி மரங்களே முளித்துவிட்டன.

ரயில் பாலத்துக்கு அடியில் ஓடும் உப்போடை மணலில் வாழ்க்கை துவங்கியது. காடை, கவுதாரி, கல்குருவி, கூட்டங் கூட்டமாய் வந்த படகுருவிகள் எல்லாவற்றுக்கும் மணல் சோறு படைத்துக் கல்யாணம் நடந்தது. காற்றாரு பெருகி ஓடிய அவர்களின் நேச வெள்ளத்தால் ரயில் தண்டவாளங்களே தகர்ந்துவிடும்போல் இருந்தது. வெள்ளம் ஓடிய தடங்கள் மணலில் பதிந்து கிடக்கிறது. அதைப் பார்த்து ஒவ்வொருமுறையும் வெட்கப்பட்டுக் கொண்டாள் அமராவதி. அவர்களுக்கு இடையில் வந்த குடும்பத் தாவாக்களைக் கடவுளாலும் தீர்த்துவைக்க முடிவில்லை. பள்ளிக்கூட நாட்களில் அவர்கள் பேசிக் கொள்வதே இல்லை.

பரமுசம் அவளுக்காகப் பாழடைந்த கிணறு ஒன்றைக் கண்டு பிடித்தான். ஆள் புகா கிணறு அது. அழுகிப் பாசி நாறும் தண்ணீரே ஆனாலும் அதன் பச்சை நிறத்தில் எவ்வளவோ அவன் மனசு ஈடுபட்டிருந்தது. தண்ணிக் கட்டிக்கிடந்த கம்மாய்க் கிடங்குகளை இறைத்து இறைத்து இடுப்பு ஒடிந்து போனான். மஞ்சள் நிறத்தால் ஆன சிலேபிக் கெண்டை மீன்களைக் கொண்டு வந்து கிணத்தில் நீந்தவிட்டான். எங்கிருந்தெல்லாமோ மீன்களைத் திருடிக்கொண்டு வந்தான். தண்ணீரில் மேல் மட்டத்தில் குஞ்சு மீன்களைப் பார்த்துப் பார்த்து பாப்பாக் குஞ்சு என்றான். ஒவ்வொரு மீனிடமும் அமராவதியைப் பற்றிச் சொல்லிக் கொண்டான் பரமுசம்.

பாழடைந்த கிணத்தில் எதை எதையோ கட்டி மிதக்க விட்டிருக்கிறான். இருண்ட கரைச் சுவர்களின் வழியே படிகள் இறங்கிச்

செல்லும் கிணத்துக்குள். உள்ளே தண்ணீரின் விளிம்பை ஒட்டித் திண்டு இருந்தது. அதில் தான் பகல் பூராவும் உட்கார்ந்து பள்ளிக் கூடத்தை விட்டுத் தப்பினான்.

அமராவதியைக் கட்டாயமாகக் கூட்டிக் கொண்டு வரவேண்டிய நாளும் வந்தது. அந்த நாளில் அவள் வரவே மறுத்து விட்டாள். கெஞ்சிக் கெஞ்சிதான் அவளைத் தாங்கித் தடுக்கிக் கிணத்துக்குக் கூட்டிக் கொண்டு வந்தான்.

ரயில் பாலத்தைக் கடந்து ஓடும் உப்போடையின் கிளை வழியாக நடந்தார்கள். எங்கும் மார் மாராக முள்ளுமரங்கள். மரங்களுக்கு இடுவலில் நடந்தார்கள். கம்மாக் கரை மேல் ஏறி நின்று அதோ... பாரு அந்த இடத்தில்.. என்று விரலை நீட்டிக் காட்டினான் பரமுசம். தயங்கித் தயங்கி நடந்தாள் அமராவதி. வரப்புகள் கால்களைத் தடுக்கின. மரங்கள் இடைமறித்தன. தாண்டு என்று குதித்தான். பரமுசம்.

நடுமதிய வேளை. தலைக்குமேல் சூரியன் கதிர்களை நீட்டிச் சிரித்தான். அவர்கள் என்ன செய்யப் போகிறார்கள் என்பதைப் பார்க்கும் ஆசையுடன் கூடவே நகர்ந்தான் சூரியன். கிணத்துக்கு மேல் இருந்து எட்டிப் பார்த்தான்.

தனது மாபெரும் ஒளி மிகுந்த கதிர்களை நீட்டி ரொம்பச் சாதாரணமாகக் கிடந்த தண்ணீரைத் தொட்டுப் பச்சைப் பொன்னாக்கி விட்டான். தங்கத் தகடாகி விட்டது எல்லாம். கிணத்துக்குள் எல்லாம் பொன் மீன்கள். ஆனந்தத்தால் அமராவதி, பொன் மீன்களின் ஒளிக் காரணத்தால் பிரமித்து நின்றாள். வேறு எங்கும் காண முடியாத கொள்ளை அழகு. நம்பவே முடியவில்லை அவளால். வைத்த கண் வாங்காமல் பார்த்தாள். மயக்கும் வித்தை கற்றிருந்த மீன்கள் அவளை வாவா... வா என்று அழைத்தன. பரமுசத்தின் கையை இறுகப் பற்றிக் கொண்டாள். எல்லாம் உன்னுடைய மீன்கள்தானா... நிஜம்மாத்தானா...

என்று கேட்பதுபோல் அவனைப் பார்த்தாள். எல்லாம் விந்தை. அலைகள் சுவர்களில் தத்தித் தத்தி இளைக்கிறது. மூச்சு இரைத்தபடி அவனைப் பார்த்தாள். என்ன வந்தது இன்று... கிணத்துக்குள் விழுந்துவிடவா நான்.

அவளது கண்களில் இருந்து மின்னல் வெட்டி வெட்டிக் கூசியது. அவள் கண்களை நம்ப முடியாமல் பார்த்துக்கொண்டிருந்தான் பரமுசம்.

கை நடுங்க அவளை ஒட்டிக் கொண்டு நின்றான். முகம் சிவந்தது. வெட்கம் பிடுங்கித் திங்க மூக்கு நுனி விம்மியது. கெஞ்சினாள். உடம்பு கொதித்தது. அங்கு இருக்க முடியாது இனி. அவனிடம் விடைபெற்றுக் கொள்ளவும் முடியவில்லை.

மேகத்தின் நிழல்கள் உருண்டன. சூரியன் மூடியது. திரும்பவும் ஒளி மிரட்டியது. மிரண்டுபோன கன்னுக்குட்டியாய்த் துள்ளி ஓடினாள் அமராவதி. கம்மாய்க் கரைக்குமேல் கருவமரங்களுக்கு இடுவலில் அவளை விரட்டிக் கொண்டு ஓடினான் பரமுசம்.

ரொம்ப நாளைக்கு மேட்டு வீட்டில் நார்க் கட்டிலில் படுத்துக் கிடந்தாள். வீட்டில் தர்மர் மாமாவும் அத்தையும் பயந்து போனார்கள். அமராவதிக்குக் காய்ச்சல் என்று கேள்விப் பட்டான். அவளைப் பார்க்கப் போகவில்லை. அவள் வீடு இருந்த திசையைப் பார்த்தபடி தன் உசார் இல்லாமல் திரிந்தான். தர்மர் மாமா அவனை வீட்டுக்குக் கூப்பிட்டார். கால் வரவில்லை.

அவன் அய்யா லொங்கு லொங்கென்று கூனிய முதுகுடன் வந்து அவனைக் கூப்பிட்டார்.

"என்னலே ஒரு மாதிரியா மூஞ்சிய வச்சிருக்கே..." பரமுசம் வாய் செத்தவனாக வாட்டத்துடன் தலையைத் தூக்கி அடித் தொண்டையில் "என்ன?" என்று கேட்டான்.

"என்னடி சம்முகலெச்சிமி, நீயி வேறெ அழுவுறயாக்கும்... அழுகு மூஞ்சிக் கழுதைகளை வச்சு வீட்டத் தீவெக்க வேண்டியதுதான்.'' அய்யா சாப்பாட்டைப் பாதியில் வைத்து விட்டு வீட்டை விட்டு வெளியேறினார்.

அய்யா போனபிறகு அம்மா அவனைக் கட்டிப்பிடித்துக் கொண்டு கேவிக் கேவி அழுதாள்.

அவனுக்கு அம்மா மேலும் அய்யா மேலும் எரிச்சல் எரிச்சலாய் வந்தது.

அமராவதி வெளியே வரமுடியாமல் முளைப்பாரிப் பயிராக அரங்கு வீட்டுக்குள் இருந்தாள். பழைய கந்தல் சாக்குத் திரைக்குள் ஒளிந்திருக்கிறாள். இரண்ட மச்ச வீட்டுக்குள் ஒளிபரவும் குத்து விளக்காகக் களிம்பு ஏறாமல் துடைக்கப்பட்டு மஞ்சளாக எரிந்து கொண்டிருந்தாள்.

பரமுசம் மேட்டு வீட்டுக்குப் பின்பக்கமாகப் போய் ஜன்னல் இடுக்கு வழியாக எட்டிப் பார்த்தான். கந்தல் சாக்கு இடுக்குகளில் ஒளி கசிந்தது. பொம்பளைகள் கூட்டமாக வந்து திரையை விலக்கிப் பார்த்தார்கள் அவளை. வெட்கம் புடுங்கித் திங்க வளையல் குலுங்கப் பொத்திக்கொண்டாள். பொம்பளைகள் அவள் கையைப் பிடித்து இழுத்து முகத்தைப் பார்த்தார்கள். எம்மா... பொண்ணு-பெரிய மனுசி ஆயிட்டயாக்கும் என்று குதூகலத்துடன் சிரித்தார்கள்.

அரும்புவிட்டுத் தண்டும் தளிருமாக இருந்தாள் அமராவதி. மச்சு வீடே மஞ்சள் நிறத்தால் ஆனது. அவளைப் பார்க்க வந்திருந்த பொம்பளைகள் உடம்பில் மஞ்சள் ஒட்டிக் கொள்ளும். அவள் முகத்தில் புதுத் தளிர். அமராவதிகை விரல்களில், விரல் நகங்களில் வேப்பங் கொழுந்தின் கனிவு. தர்மர் மாமாவும் அத்தையும் தாம்பாளமும்

குங்குமச் சிமிழுமாக வீட்டுக்கு வந்து அய்யாவையும் அம்மாவையும் கூட்டிக் கொண்டு போனார்கள்.

மாமா முகத்தில் புதுத்தெம்பு. மாமா ஊக்கத்தடன் பிளாட்பாரத்தில் நின்று கொண்டிருக்கிறார். அய்யாவும் மாமாவும் விழுந்து விழுந்து சிரிக்கிறார்கள்.

"ஏ தருமா... என்னப்பா, பொண்ணைக் கூட்டிக்கிட்டு ஓடியிரப் போறான் என் மகன்."

"யோவ்... வேல்ச்சாமித் தேவரே... எம் மருமகனை உம்ம மாதிரி நெனைச்சீராவே."

"சரிய்யா... சரிய்யா உம்ம மருமகனை நீரே மெச்சிக்கிடும். எப்பிடி இருந்தாலும் உன் மகளுக்கு நாந்தானவே தாய் மாமன்... ரயில்வேக்காரங்க பூராவுந்தான் சொந்த பந்தம். ஏ... தருமா... இன்னைக்கு சொல்லுறதுதான் தருமா... உம் மகளை பரமுசத்துக்குன்னு நிச்சயம் பண்ணியாச்சுவே... என்னைக்கும் அமராவதி என் மருமகதானப்பா."

"உம்ம வாக்கு அனல் வாக்காப் பலிக்கட்டும்யா... வேல்ச் சாமித் தேவரே..."

அவர்கள் ரெண்டு பேரும் சிரித்துக் கொண்டே போகிறார்கள். தூங்குமூஞ்சி மரங்களில் புதிய புதிய பறவைகள் விசிலடிக்கின்றன. பூக்கள் விழுந்த மயமாய் இருக்கிறது. பரமுசம் வெட்கத்துடன் ஓட்டமாய் ஓடினான். தண்டவாளங்களைத் தாண்டித் தாண்டி மேட்டு வீட்டுப் பின்பக்கமாகப் போய் ஜன்னலைத் திறந்து சிரித்தான். சுவர்கள் சிரித்து அதிர்ந்தன.

மதுரை ஜங்ஷனுக்கு அருகில் இருக்கும் சின்ன ஸ்டேஷனுக்கு மாறுதலாகி அவனும் அய்யாவும் சீக்காளி அம்மாவுடன் புறப்பட

நேர்ந்தது.

நள்ளி ஸ்டேஷனில் பல வருஷம் பார்த்துக் கொண்டிருந்த தூங்கு மூஞ்சி மரங்கள், இரும்புக் கிராதிகள், உடைந்த இருப்புக் குவியல்கள், இரும்பு வேலிக்கு நடுவில் இருந்த தகரவீடு எல்லாவற்றையும் உடனே பிரியவேண்டியதாயிற்று. கட்டாயமாகக் கிளம்ப வேண்டும்.

தர்மர் மாமா வீட்டில் பசுஞ்சாணம் மெழுகிய அரங்கில் சின்ன சிம்னி விளக்கு ராப்பாடம் படிக்கிறது. அவர்கள் நாடியில் கை வைத்தபடி விளக்கு அசைவதையும் கதகதப்பான மஞ்சள் ஒளி மனசுக்குள் பாய்ந்து இறங்குவதையும் புது உணர்வின் தகிப்புடன் வாங்கிக் கொள்வார்கள். மனப்பாடம் செய்து வைத்த ஒரே செய்யுளை மாற்றி மாற்றி ஒப்பித்தபடி விளக்கைத் தூண்டுவார்கள். தலையில் குட்டு வாங்கியபடி வீல்லென்று அமராவதிக் குரங்கு அழத் தொடங்குமுன் தர்மர் மாமாவிடம் பாய்ந்து ஓடிக் குற்றப் பத்திரிகை தாக்கல் செய்வான். இனி ஒரு நாளும் அந்த மஞ்சள் கதகதப்பான சிம்னி வெளிச்சத்தை அவனால் பார்க்க முடியாது.

புறப்பட இருந்த நாளில் தர்மர் மாமாவும் அத்தையும் விருந்துக்குக் கூப்பிட்டார்கள். அமராவதி. அத்தைக்குப் பின்னால் பதுங்கிப் பதுங்கி நின்றாள். கொசு கொசு வென்று இலைகள் உரசுவதைப் போல் பேசிக் கொண்டிருந்தாள்.

அய்யாவும் மாமாவும் வெளித்திருணையில் ஏப்பம்விட்டு வெத்தலையைத் தடவித் தடவிப் பிரிவை ஆற்ற முடியாமல் உருகி வரிந்தார்கள். அவள் பூனைக்குட்டி மாதிரி உடம்மை நெளித்து அடிக்கடி உடம்பை திரும்பிப் பார்த்தாள் அவனை. பாத்திரங்களை உருட்டிய படி அம்மாவும் அத்தையும் பேசிச் சிரிக்கிறார்கள்.

இவனைப் பார்க்கக் கூச்சப்பட்டு பின் கட்டுக்குப் பாய்ந்து ஓடினாள்.

அந்த முய்ய்ய்யாவ் குட்டிக்கும் பின்னால் துரத்திக் கொண்டு ஓட நினைத்தான். முடியவில்லை.

அரங்கு வீட்டில் சாணம் மெழுகிய தரையை உற்றுப் பார்த்தபடி தலையைக் குனிந்து கொண்டான் பரமுசம். ஆழாங்கால் பலகையில் அமராவதி... யென்றுஉளி வெட்டியிருந்தது. ஜன்னலில் அவளது புஸ்தகங்கள். கண்ணாடி டம்ளரில் நிறையப் பேனாவும் பென்சில்களும் தினுசு தினுசாக ஹேர் பின்களும், நோட்டுக்கு மேல் இருந்த பச்சைக் கலர் 'சுவான்' ஜாமிட்ரி பாக்ஸைச் சத்தமில்லாமல் திறந்தான். பூனைப் படம் போட்ட சிகப்பு அழிரப்பரை எடுத்துப் பைக்குள் போட்டுக் கொண்டான்.

கணக்கு நோட்டை எடுத்து முதல் பக்கத்தைத் திறந்தான்.

ப. அமராவதி 10 'பி' என்று எழுதியிருந்தது அதில். அதுக்குப் பக்கத்தில் ஊதா மையினால் ப. அமராவதி என்று திரும்பவும் அச்சுக் குண்டாய் எழுதியபடி உற்றுப் பார்த்தான். குழக்... கென்று கண் பொங்கியது. நோட்டில் ஒரு சொட்டு நீர் விழுந்து மையில் வடிந்தது. எழுத்து அழியாதபடி பக்கத்தைத் துடைத்து அதை இருந்த இடத்தில் வைத்தான். மனசு விம்மிக் கொண்டிருந்தது.

வடக்கே போகவேண்டிய வண்டிக்காகக் காத்திருக்கிறார்கள். பிளாட்பாரத்தில் சாவி வளையுடன் தர்மர்மாமா, அவர்கள் கிளம்ப வேண்டிய வண்டியை எதிர் பார்க்கிறார். அய்யா மாமாவோடு பேசிக் கொண்டிருக்கிறார்.

இருண்ட தகரவீட்டை அம்மா பூட்டியபோது ஏற்பட்ட உணர்வுகள் அவன் நெஞ்சில் தட்டிக் கொண்டிருக்கிறது இன்னும்.

மேட்டு வீட்டின் தட்டிக் கதவில் முகத்தை ஒட்டவைத்துக் கொண்டு நிற்கிறாள் அமராவதி. அவளது தகிப்பு நிறைந்த பார்வையை நேருக்கு

நேராக வாங்கிக் கொள்ளத் தெம்பில்லாமல் அம்மாவைப் பார்க்கிறான் பரமுசம்.

தண்டவாளங்களில் கிடுகிடுப்பு ஓசை. பெருமூச்சு விட்டபடி தூத்துக்குடி மெயில் வந்து கொண்டிருந்தது.

பெண்கள் கம்பார்ட்மெண்டில் ஜன்னல் ஓரம் அவனும் அம்மாவும். அய்யா வாசல்படியில் நின்று மாமாவுக்கு விடை கொடுத்துக் கொண்டிருந்தார்.

ஜன்னல் கம்பிக்கு வெளியில் எட்டிப் பார்த்தார்கள் தாயும்மகனும். தட்டிக் கதவில் சாய்ந்த முகமும், தகர வீடும், இரும்பு வேலிகளும் மெல்ல நகர்ந்து கொண்டிருக்கின்றன. கரிப் புகை கண்களில் அடித்து மூண்டது எங்கும். இரைந்து மூச்சு விட்டபடி வண்டி போய்க் கொண்டிருந்தது நள்ளி ஸ்டேஷனை விட்டு.

எத்தனை வருஷமானாலும் நேற்று நடந்த மாதிரி இருந்தது எல்லாம். என்றோ ரத்தாகி விட்ட தூத்துக்குடி மெயில் இன்னும் நெஞ்சில் நகர்ந்து கொண்டிருந்தது.

தொலைந்து போன நாட்களின் பின்னாலிருந்து இருளில் மறைந்து கோடுகளில் பயணமான தூத்துக்குடி பாசஞ்சர் கூப்பிடுகிறது அவனை.

"பரமுசோம் அடேய் முட்டாள். உறங்காதலே மூதேயி... ஏண்டா இப்பிடி தன் மதியில்லாமல் இருக்கே..." கரியள்ளி அடுப்பில கடாசுலே..." என்ற அதட்டலுக்கப் பின்னால் முதுகில் விழுந்த தடால் அடிகளை வலி நிறைந்த சிரிப்போடு ஏற்றுக் கொண்டான். எஸ்.எம்.தேவரின் உத்தரவுக்குப் பின்னால் நிலக்கரிப் பாறையைத் திடீர் திடீர் என்று சம்மட்டியால் உடைத்து வெறியுடன் எரிந்து கொண்டிருக்கும் அடுப்புக்குள் கடாசினான் பரமுசம்.

கோணங்கி

மண்ணை வெட்டி வெட்டி எடுத்த எத்தனை கரிச் சுரங்கங்களை விழுங்கிய போதும் ஆவல் தீராது எஞ்சினுக்கு. அகன்ற வாயைத் திறந்து தீ நாக்குகளை நீட்டி நீட்டிப் பரமுசத்தின் தளிர் முகத்தை வெந்து கருத்துப்போக வைக்கும். தீயிடம் பழகிப் பழகி இறுகி வரும் முகம். அவனைச் சுற்றித் தீ அசைகிறது எங்கும். முகத்தில் தெறித்து விழுந்த கங்குகளை அலட்சியமாகத் தட்டிவிட்டான் பரமுசம்.

4037 எஞ்சினும் எவ்வளவு தூரத்துக்குப் பழகிவிட்டது. கரித் துணியால் தலைக்கு வண்டு கட்டிப் பெரிய இரும்பு அகப்பையுடன் எஞ்சினில் நின்று கொண்டிருந்தான் பரமுசம்.

டிரைவர் எஸ்.எம். தேவர் இறந்த கால ராணுவ சர்வீசின் வீரஞ்செறிந்த பராக்கிரமங்களை ரயிலின் கடகடப்புடன் சொல்லி வருவார். அவர் பேசும்போது அவரது சில்லு மீசை துள்ளித் துள்ளி மூக்கை எவ்விக்குதிக்கும். ராணுவ சர்வீசில் பழுதாகிப் போன உடுப்புகளை மதிப்பு மிகுந்த பொக்கிஷமாகக் காத்து வருகிறார். டூட்டி நேரங்களில் ஒட்டுப்போட்டுத் தைய்த்த ராணுவப் பச்சையுடன் தோன்றுவார்.

''பரமுசோம்... இதெ நீ வச்சுக்கோ'' இது பெரிய்ய ஜவான்கள் போட்டுப் பழசாக்கியது. இதெ நீ வச்சுக்கோ ராசா'' என்று பெரிய தாத்தாச் சட்டையைப் பரிசளித்தார் எஸ்.எம்.தேவர். அதைப் போட்டுத்திரிய வெட்கமாக இருந்தது அவனுக்கு.

பனியடிக்கிற ராத்திரிகளில் அதைப் போட்டுக் கொண்டால் அவருக்குப் பெருமை தாங்காது. ரயிலின் இரைச்சலுக்குள்ளிருந்து 'தாத்தா...' என்று குளிர் நடுக்கத்துடன் கத்துவான். 'டேய்... டேய்...' என்று குதித்தபடி எதிர்க்குரல் கொடுப்பார் எஸ்.எம். தேவர்.

எஞ்சினை வேக வேகமாக, போருக்கு முஸ்தீபு செய்வது போல,

காட்டுத்தனமாய் முடுக்கும்போது எந்திர கதியில் இயங்கும் அவரது அங்க அசைவுகளின் வெகுளித்தனமான அபிநயங்களை உற்றுக் கவனித்துக் கொண்டிருப்பான் பரமுசம்.

கைவாக்கில் இவன் முதுகில் படீரென்று போடுவார் உடனே முடுக்கி விடப்பட்ட எந்திரமாய்க் கரியை வாரி வாரி இறைத்துக் கொண்டிருப்பான். இன்னொன்று முதுகில் பலமாய் விழும். 'நிறுத்துலே... மூதி நிறுத்து' என்று ரிப்பேரான சக்கரம் போலக் கடகடவென்று சிரிப்பார்.

செல்லத் தாத்தா எஸ்.எம். தேவர் அவனை ரொம்ப விரைவில் கரிச் சுரங்கத்திலிருந்து வெளி உலகுக்கு அழைத்து வந்தார்.

எவ்வளவோ தூரம் ஓடிக் களைத்து விட்ட 4037 எஞ்சின் மதுரை ஜங்ஷனில் நின்றிருந்தது. மதுரையில் வைத்துத்தான் அவன் அவளை முதல் முதலில் சந்தித்தான். கரு கருத்து அடர்ந்த புருவங்களைச் சுழித்துக்கொண்டு அவனைப் பார்த்தாள். வெத்தலைக் காவி உடனே சிரித்தது. ப்புரிச்... சென்று எஞ்சினைப் பார்த்துத் துப்பிவிட்டு உதட்டைப் பிதுக்கிச் சீண்டினாள் அவனை.

எஞ்சினுக்கு முன்னால் வந்து கையிலிருந்து கரிப்பெட்டியை ஆட்டி ஆட்டிப் பேசினாள்.

எஸ்.எம். தேவர் அவளைப் பார்த்ததும் மூக்கைச் சினந்து கொண்டு வள்வள்ளென்று விழுந்தார். அவர்களுக்குள் வாக்கு வாதம். என்ன வைதும் அவள் எஞ்சின் பக்கத்தில் நின்று கண்களைச் சாய்த்துக் கொண்டு பார்த்தாள் இவனை.

"என்ன நெனச்சிட்டே... ராஸ்கல் ரிப்போர்ட் பண்ணிப்புடு வேன் உன்னை. நான் மிலிட்ரி மேன், எனக்கு டிசிப்பிளின் தான் முக்கியம்... என்னடே, அவள் கூடப்பேச்சு... உனக்கு" பரமுசம் பதறிப்போய் அந்தப்

பக்கம் திரும்பி நின்றான்.

"ய்யோவ்... பெரியாளு! உம்மத்தான்யா... கொஞ்சம் கரிகுடுன்னு கேட்டேன். அதுக்குப் புடிச்சு அந்த ஆள ஏன்யா அறட்டுர?"

"அடச்சீ திருட்டு முண்டே. சூட் பண்ணிப் புடுவேன். ப்ளட்டி ராஸ்கல். என்னை யார்ணு நெனைச்சிட்டே. நான் மிலிட்ரி மேன். ஓடு ஓடு அவுசாரிமுண்டே." சில்லு மீசை துடிதுடித்து நடுங்கியது.

"அடப் போய்யா... உன்னயாரு கேட்டா... நான் அவருட்ட கேட்டன். உன் அரட்டை எல்லாம் அங்கிட்டு வச்சுக்கோ. மதுரக்காரியிட்ட வால நீட்டுனே... நறுக்கிப் புடுவேன் நறுக்கி. ஒங்கப்பன் வீட்டு ரயிலுனு பாத்தியா..." என்று மென்று குதப்பிய வெத்திலைச்சக்கையை அவருக்கு நேராக த்தூ... வென்று துப்பினாள்.

அவ்வளவுதான். ரத்தம் தலைக்கேறி விட்டது அவருக்கு. எஞ்சினிலிருந்து கீழே குதிக்கப் போனார். விறகுக் கட்டையை எடுத்து அடிக்கக் கிளம்பி விட்டார். கரிவாரியை எடுத்துகங்கை அள்ளும்போது உடனே அவரைக் கட்டிப்பிடித்து மடக்கினான்.

கூட்டம்கூடி வேடிக்கை பார்த்தது.

ரயில் வெகுதூரம் வந்தும் ஆத்திரம் அடங்காமல் துள்ளினார். "என்னா மேன், பிளடி நான்சென்ஸ் சூட் பண்ணிருவேன். நான் மிலிட்ரி மேன்... மிலிட்ரி மேன்..." என்று எந்திரத்தின் மேல் ஆத்திரத்தைக் காட்டினார். ரயிலின் இழுவையோடு சேர்ந்து இழுபடும் எஸ்.எம். தேவரின் கபடமில்லாத மனசு முழுவதும் கொதித்துப் போயிருந்தது.

கொஞ்ச நேரத்தில் மனசு புதுமை பெற்று விட்டு அவருக்கு. முகத்தில் ஞான ஒளி மின்னச் சிரித்தார்.

"என்ன மனுசி கெட்டுப் போறா... சேச்சே... சிவிலியன்ஸே இப்பிடித்தான். ஜோல்ஜர்ஸ் மேலே மரியாதை இல்லை. எல்லாம் குட்டிச்சுவராப் போச்சு... டே பரமுசோம்... நீயும் கட்ட மண்ணாயிட்ட போ... சேச்சே." தனக்குத் தானே பேசி ஒப்புதல் அளித்த வண்ணமாய் இருந்தார் எஸ்.எம். தேவர். எஞ்சினை ஒட்டித் தண்டவாளங்களில் குனிந்து கரி பொறுக்கிக் கொண்டிருந்த பஞ்சவர்ணம் இந்தப் பக்கம் எட்டிப் பார்த்தாள்.

அவளைக் கிட்ட 'நெருங்கவிடாமல் எஸ்.எம். தேவர் தடுப்புச் சுவராக நின்று கொண்டிருந்தார். அவர் இல்லாத சமயம் பார்த்து எஞ்சின் பக்கம் வந்து தலையை நீட்டி 'ஈ... எம்மா! எம்புட்டு கொதிக்குதூ' என்றாள்.

இவன் உடனே "ஏம்மா... கைய மேல வையி பாப்பம்..."

"ம்ம்க்வும்... போய்யா..." என்று தலையை உலுப்பினாள். கரிப் பெட்டிக்குள்ளிருந்து பொட்டணத்தை எடுத்து நீட்டினாள்.

"ய்யோவ், உம்மத்தான்யா, ஏன்யா மைனாக் குஞ்சி மாதிரி வாய வாயத் தெறக்க, பயந்து சாவாதய்யா... அந்தக் கெழட்டு எளவு என்ன செஞ்சிரும்? இதுக்கெல்லாம் பயந்தா... இந்தா இதத் தின்னு தண்ணியக் குடி. என்னால முடிஞ்சது இதான்யா..."

ரெண்டு தோசையும் சட்டினியும் அவள் கொடுத்தது. வேண்டாம் வேண்டாமென்றபடி வாங்கிக் கொண்டான் பரமுசம். இவன் தின்பதையே உற்றுப் பார்த்துக் கொண்டிருந்தாள். "நல்லாருக்காய்யா நாங்க ஒண்ணும் கொறஞ்ச மனுசரு இல்லய்யா... ஒண்ணும் தொண்டையில பட்டுக்கிடலையே..." திமுதிமுவென்று எரிந்து கொண்டிருக்கும் அடுப்போரம் வந்து மூஞ்சியை இடிப்பது போல் பார்த்தாள். எஞ்சினை விட்டு இறங்கித் தண்டவாளங்களைத்

தாண்டித் தாண்டி ஓடுகிறாள் பஞ்சவர்ணம்.

பிளாட்பாரங்களில் சுமை தூக்கித் திரியும் போர்ட்டர்களிடம் மல்லுக்கு நின்று அவள் சண்டை போடுகிற சத்தம். ஒவ்வொரு நாளும் பிளாட்பாரத் தூண்களுக்கு இடையில் இவன் இருப்பிடத்திற்கு நேராக நின்று சாய்ந்த பார்வை பார்க்கிறாள்.

''அடே... பரமுசோம்... நீ போற போக்கு ஒண்ணும் சரியில்ல... வம்பா மாட்டிக்கிடாதப்பா... அவளைப் பாத்தா அசல் தேவிடியான்னுதான் தெரியுது. பெழப்பக் கெடுத்துக்கிறாதப்பா'' என்று எஸ்.எம். தேவரின் புத்திமதிகளைக் கேட்டுக் கேட்டுப் புளித்து விட்டது.

நாள்பட நாள்பட ஸ்டேஷன் எங்கும் ஒவ்வொரு இமைப்பொழுதிலும் பஞ்சவர்ணம் சிரித்த முகமாய் வந்து கொண்டிருக்கிறாள்.

அணைந்த நெருப்பாகச் சாம்பல் மூடிக்கிடந்த இவனைத் தட்டித் தட்டிப் புதுத் தெம்பளித்து வருகிறாள்.

அவள் இல்லாமல் 4037 எஞ்சினுக்கு வாழ்க்கையே இல்லை போலும். மனம் இருண்டு விடும். பஞ்சவர்ணத்தின் எடக்கு மடக்கான பேச்சுக் குரல் அருகில் கேட்டுக் கொண்டிருக்கிறது. 4037 எஞ்சினுக்குப் புது வாழ்வு துவங்கி விட்டது. கரி வண்டியாய் ஓடிக் கொண்டிருந்த அவனது நாட்கள் ஒவ்வொன்றும் புது ஒளியுடன் மின்னுகிறது. எஞ்சினே வீடாகிவிட்டது. கரிபடிந்த பகுதிகள் துடைக்கப்பட்டுப் புதுசாக இருந்தது எஞ்சின், குதூகலத்துடன்.

மதுரை ஜங்ஷனை விட்டு வண்டி தயங்கித் தயங்கிப் போய்க்கொண்டிருக்கிறது. டூட்டியிலிருந்து விடுபட்டு வருகிறபோது வீட்டில் இருக்க முடியாமல் தவித்தான். வீட்டுக் கூரையைத் தாங்கி இருப்பது போல் மனசு கனமாக இருந்தது.

குழந்தை லெச்சுமியுடன் இருக்கிற நேரமெல்லாம் அமராவதி நினைவு வரும். சின்னச் சின்னக் கால்களை எடுத்து வைத்து சுவரைப் பிடித்து நகர்ந்து வரும் குழந்தை. ப்பா... ப்பா... என்று காலில் போட்டிருந்த வெள்ளைக் கொலுசைத் தட்டித் தட்டிச் சத்தம் எழுப்பியபடி சத்தத்தில் ஆழ்ந்திருக்கிறாள் குழந்தை. சூழல் மீதெல்லாம் கவனம். அவளுக்குத் தரையில் ஊறும் எறும்பைக் கண்டதும் ஊ... ஊ... என்று பயமுறுத்தினாள் அப்பாவை.

குழந்தையின் சிரிப்பையும் அவளது கண்களில் மின்னுகிற அழகைப் பார்த்துப் பார்த்து ஆறுதல் பெறும் மனசு. வீட்டில் ஒரு வேலை பாக்கி இராது. எல்லாம், பஞ்சவர்ணம்தான்.

வெந்நீர் சுடவைக்க, சோப்பு டவல் எடுத்துத் தர, முதுகு தேய்த்துவிட - இவன் முதுகைத் தேய்த்தபடியே காதோடு முனங்குவாள் - முதுகில் எடுக்க வராத அழுக்கையும் ரயில் கரியையும் திரட்டி உருட்டி, சுத்தமாக இருப்பதையே பிடித்த செயலாய்ச் செய்து வருவாள் பஞ்சவர்ணம்.

வீடு எப்போதும் கழுவி விடப்பட்ட நிலையில் புதுசாய் இருக்கும். வீட்டில் சிக்கல் இல்லாதது போல் அவ்வளவு மினுமினுப்பு. பஞ்சவர்ணம் எப்பவும் சிரிச்ச முகமாய் இருந்தாள். நெற்றி நடுவில் அரக்குப் பொட்டு. மஞ்சள் பூசியது கால் நுனி விரலிலும் நக இடுக்கிலும் தெரியும். வெத்தலைக் காவி தீராது சிரித்தது. வெத்தலைச் சாறு கனிந்து வாய் ஓரங்களில் கசிந்தது.

பஞ்சவர்ணம். இவனைப் பார்த்த ஏழ்மையான சிரிப்பில் உதடு அசைந்தது. மூக்கு விளிம்பில் நிற்கும் கருத்த பருவைப் பார்த்ததும் மனங்கலங்கிவிடும். உள்ளே இச்சையின் தகிப்பு. தீப்பந்து உருண்டு நெஞ்சுக்கும் அடிவயிற்றுக்குமாகத்தகிக்கிறது. உடல் முழுவதுமாக நெருப்பேறி எஞ்சினில் வாங்கிய காந்தல் எல்லாம் சேர்ந்து தள்ளும்

அவளிடம். ராப்பூராவும் அவளை ஈண்டிக் கிடந்தான். நெஞ்சில் அக்கினி ஓடையாய் அனல் விம்முகிறது.

விடியும் போது ஸ்டேஷனில் இருந்து இன்னொரு உலகம் ரயிலின் ஊதலோடு அழைக்கும் அவனை. வேக வேகமாக ஓடும் ரயிலின் எந்திரப் பொறியாய் ஆகிப் போவான். அப்போது அவன் முடுக்கி விடப்பட்ட எந்திரம். ஆத்திரம் மிக்க எஞ்சின். வெறிகொண்டு ஓடிக் கொண்டிருப்பான்.

தண்டவாளங்களுக்கு இடையே தீய்ந்துபோன காலம் எரிந்த கரித்துண்டுகள் எல்லாம் மாயமாய் மறைந்து விட்டன. புதுயுகம் மீண்டும் வருகிறது. கரி எஞ்சின்களின் யுகம் முடிவடைந்து விட்டது.

லோகோ தொழிலாளர் குடியிருப்புகளில் ஊதா-வெள்ளை யூனிபாரம் அணிந்த சிறுவர்களும் சிறுமிகளும் அவர்களது ஸ்டேஷனை நோக்கி ஓடிவருகிறார்கள். புதுயுகம் தடபுடலாய்க் கிளம்பி வருகிறது எலக்ட்ரிக் ட்ரெயினுடன்.

டிரைவர் பரமுசத்தின் காலனி வீட்டில் ரயில் தாத்தாவான எஸ்.எம். தேவரின் போட்டோ, ராணுவ சோல்ஜர் உடையில் எஸ்.எம். தேவரின் சில் மீசை லெச்சுமியைப் பார்த்துத் துடிக்கிறது. ரிட்டையராகிப் போனபோது ஞாபகார்த்தமாக விட்டுச் சென்ற நிறம் மங்கிய போட்டோவில் எஸ்.எம். தேவர் கண்ணைச் சிமிட்டுகிறார். லெச்சுமி தாத்தாவைக் கொஞ்சினாள்.

''அப்பா அப்பா... இது யாருப்பா... கண் சிமிட்டுது... சொல்லு சொல்லு.''

''தாத்தாடா... நம்மதாத்தாடா...'' பரமுசம் போட்டோவை உற்றுப் பார்த்துக் கொண்டிருந்தான்.

தேய்ந்து போன பழைய கரி எஞ்சின்களைப் பணிமனையிலிருந்து

மியூசியத்திற்கு எடுத்துச் செல்வார்கள்.

லெச்சுமிக்குப் புகை வருகிற கருப்பு எஞ்சினைப் பார்ப்பதே வினோதமானது. லெச்சுமி விழுந்து விழுந்து சிரிக்கிறாள்.

யுகங்கள் தாண்டிவரும் பறவைகள் ஸ்டேஷன் மரங்களில் விசிலடிக்கின்றன.

பிளாட்பாரம் எங்கும் புதியவர்கள் காத்திருக்கிறார்கள். அவர்களுக்கான ரயில் கிடைத்துவிடும். ரயில் கிடைக்காதவர்களுக்குப் பிளாட்பாரத்தில் இடமில்லை. அடுத்தயுகத்து ரயில் வருகிறது.

ஸ்டேஷன் மரங்களுக்கு அடியில் நீள மரப் பெஞ்சியில் இந்தப் பக்கம் லெச்சுமி சாய்ந்து கொண்டு படிக்கிறாள். மரங்களுக்கு மேல் இலை மறைவில் விசிலொலிகள்.

லெச்சுமி புத்தகத்தை நெஞ்சில் அணைத்தபடி அண்ணாந்து பார்த்தாள். மேலே உச்சிக் கிளைகளில் உள்ளான் குருவிகள் சலம்புகின்றன. இலைக் கூட்டம் கொஞ்சுகிறது.

டிரைவர் பரமுசம் பிளாட்பாரத் தூணில் சாய்ந்து மகளைப் பார்த்துக் கொண்டிருந்தான்.

வினோத ஒலி எழுப்பிக் கொண்டு அவனுக்குள்ளிருந்து ஊதா நிறத்திலான புதூ ரயில் வந்து கொண்டிருந்தது.

லெச்சுமியின் ஊதாப் பாவாடை அலையலையாய்க் காற்றில் சுற்றுகிறது. அப்பாவை நோக்கி ஓடி வருகிறது.

அவன் கவனம் முழுவதும் வெளிக்கிளம்பி லெச்சுமியின் சின்னஞ்சிறு கால்களோடு சேர்ந்து தாவித் தாவி ஓடி வருகிறது.

கைத்தடி கேட்ட நூறு கேள்விகள்

ஊருக்குமேல் வெம்பரப்பான அபாந்திரம். தெற்கில் சரிந்து கிடக்கும் நட்சத்திரங்கள். சரிந்த நட்சத்திரங்களைப் பார்த்து வருகிறார்கள் ஒவ்வொரு காலமும்.

நம்ம காடுகளைக் கடந்து போகும் பூமத்திய ரேகை விளிம்புகளில் நம்மூர் சமுசாரி இன்னும் மேழிபுடித்து உழுது கொண்டிருக்கிறான். மண்ணை வகுந்து கொண்டு போன கொழு எரிகிறது. மானம் பார்த்த ஆன்மா தகிக்கிறது. உழவு மாடுகள் மூக்கந்தண்டு வலிக்க வெக்கையைக் குடிக்கின்றன.

பூமத்திய ரேகைக் காடுகளில் வகை வகையான மண்வாசிகள். கருப்பு, கக்கரை, எரிசெவல்கள், தேரிகள், போடுமண்கள் மேவி மேவி நிறங்கள் பகிர்ந்து குணங்கள் புதுசாகி புது மண்ணுகளை அம்மை ஈனுகிறாள்.

இங்கு தண்ணிக்குத் தண்ணி பிணக்கு. தனித் தனிக் குணங்களில் தண்ணி சீறும். நூறு நூறு குணங்கள். காடை, வரிக்குயில், ஆக்காண்டி, கருங்குருவி, முயல் தட்டும் வல்லயத்தான் பட்சிகள்; எப்பேர்பட்டதையும் ஒரே அடியில் விழுத்தாட்டும்.

வெக்கையை வாங்கி வாங்கி மண்ணுக்கு வீரியம் கூடுது. பஞ்சம் வந்தாலும் தோத்துப் போக மாட்டான் சமுசாரி. மண்ணு கொடுத்த வைராக்கியம் அவனுக்கு. எதுக்கும் பணிய மாட்டான். கம்மஞ்சோறு தின்ன கொழுப்பு இன்னும் விடவில்லை. போர்க்காளை மாதிரி கொம்புகளை ஆட்டி ஆட்டிப் போகிறான். முட்டி விடுகிறது மாதிரி

பாய்ச்சல் போடும் காளைகள். குருமலை சமுசாரி தெருவில் நடக்கும் போது எத்தினைதிருக்கு முருக்கு...

அடேய்யப்பா... குருமலை சமுசாரிகள் அப்படி கம்மஞ்சோத்தோட என்னத்தைச் சேத்து திங்கான்னே தெரியலை... என்று திகைப்பு. அசலூர்க்காரன் அசந்து போயிட்டான்.

இருபது யானைகள் வரிசையாக நின்ற தோற்றத்தில் குருமலை படுத்துக் கிடக்கிறது. கிழக்காமல் நீட்டிக் கிடக்கிறது. காட்டு மரங்கள் அப்படி அரளிப்பு மேகத்தைக் கொண்டு வரத் தெம்பில்லாமல் போன குருமலை நரி ஓடுகிறது மலையில். ரொம்ப நாளாக மலை பார்த்துக் கொண்டிருக்கிறது. குருமலை, சமுசாரி ஓயாமல் மண்ணைக் கிண்டி, களிமண்ணை அறுத்து, கனவுக் கோட்டைகளைக் கட்டி இடித்துப் போட்டுக் கொண்டிருக்கிறான். ஒன்னுக்கும் அடைபடாத பொந்துகள். மண்ணைவைச்சு அடைச்சாலும் இன்னொரு பக்கம் பொந்து புடுங்குது. ஓட்டைகளை அடைக்க முடியலை. குருமலையில் ஓடும் நரிகள் வாலைத்தூக்கித் தூக்கி ஊளையிட்டுச் சிரிக்கிறது. தந்திரக்கார நரிகள் சொன்னபடிக்கு வராது. பட்டத்துபூமி. பட்டம் பிந்தினால் மகசூலைப் பார்க்க முடியாது. ஆவணி புரட்டாசியில் குப்பை சிதறி உழுதாகணும். நம்ம ஊர்க் காடுகளில் அருகெடுப்பு நடந்து கொண்டிருந்தது. கூட்டம் கூட்டமாய் ஆம்பளைகள். காட்டில் தலை தெறிக்க வெயில் போடுகிறது. நம்ம ஊர் ஆட்கள் ஆழிகள் மாதிரி பெரிய பெரிய லகுடுகள். கடும் மொரடுகள்... இந்த ஆட்கள் உசுரைக் கொடுக்க வேண்டியதிருக்கு.

வானத்தில் மின்னல் வெட்டக் காணோம். பெரிய்ய அபாந்திரமா இருக்கு. மழை பேயிற மாதிரி தெரியலை. காலையில் அடுக்கடுக்காய் மேகங்கள். கோபுரம் கட்டி விட்ட மாதிரி உயரம். அவ்வளவு உயரம். கொட்டி விடுவது போல் தோன்றியது. மத்தியானம் வரைக்கும் காற்று

உளறியது. ஒன்னுக்கு மேல் ஒன்னு அமுக்குற மாதிரி இருக்கு மேகங்கள். நம்ம பெருசுகள் சீராட்டி வளர்த்த மேகங்கள் கருக்கூடுகிறது. மும்முரம் தடபுடல்.

'மேலெ கெடந்தா மேகம்... கீழ கெடந்தா தண்ணி... நம்ம உயிர் தான மேகம்...' என்று சாமிநாயக்கர் சொன்னார். சாவன்னா பழுத்த பழம். சமுசாரித்தனத்தில் கூடுன கை. மேகங்களை உற்று உற்று செம்பட்டை பாஞ்ச கண்கள். ஆல மரத்துப் பச்சை இலைக் கூட்டம் போல் கண்களில் ஈரம். வாடாத சிரிப்பு. மின்னல் பாய்ச்சலில் வாக்கு அடிக்கும். சாவன்னா மேழி புடிச்சு உழுதால் கலப்பை திணறும். சாவன்னா உழுது விதைச்சாத்தான் இந்த வருஷம் விளையும். முதல் விதைப்பை சாமிநாயக்கர் தான் ஆரம்பிச்சு வைக்கணும்.

விடியக் கருக்கலில் பண ஏர் அமர்த்தி 'அடே.. அய்யா... உழுது விடுங்கப்பா... ஒத்தமாட்டுக்காரனை... கொஞ்சம்... கவனிச்சு... பாருங்கப்பா... என்றார். திம்முரெட்டி பேரம் பேசினான். முடியாது முடியாது முடியாதென்று மண்டையை உலுப்பினான். உதட்டைப் பிதுக்கினான்.

''என்னப்பா அநியாயமா இருக்கு... இருக்குறது ஒன்றறை ஏக்கர். தேக்கங்குச்சிய வச்சி கீச்சிக்கிட்டு போறதுக்கு முப்பது ரூவாயா... பத்து வருஷத்துத் தீர்வை போட்டுரலாமேப்பா...'' என்று வாயைத்திறந்தார் சாமி நாயக்கர்.

பனைமரங்களுக்கு இடுவலில் ஏர்க்கலப்பை நகர்ந்து கொண்டிருந்தது. ஓலைகள் சரசரத்தன. மே காத்து தரையை உரசியது. பனை உச்சியில் சூரியன் ஆடிக்கொண்டிருந்தான். புஞ்சைக்குள் பச்சை லங்கோடு அசைந்தது.

உழவு மாடுகள் மூக்கந்தண்டு, வலிக்க உழைத்து, நுங்கு

நுரைதள்ளி நூல் நூலாய் வடிகிறது எச்சில். மாட்டை நிறுத்தி தடவிக் கொடுத்தான் திம்முரெட்டி.

சாமி நாயக்கர் குடைக் கம்போடு வந்து கொண்டிருந்தார்.

'என்னப்பா... திம்முரெட்டி... என்னப்பா இது... நடக்க மாட்டாத மாட்டுக்கு முப்பது ரூவா கேக்கயே. நான் எங்க போயி முட்ட...

'அட என்ன பெருசு... ஊரான் மாட்டை பல்லப்புடிச்சுப் பாப்பயோ...' என்று மூக்கைச் சினந்தான் திம்முரெட்டி. எலே கொண்டாலே மாட்டே. கூரு கெட்ட பிலே.

'என்னலே இது உழவு. மாடு மோண்ட மாதிரி. எலே திம்முரெட்டி மேழிய இப்பிடிப் புடி... இப்பிடிப் புடி... அழுத்திப் புடிலே...'

'நெஞ்சுத் தடத்தை ஊணி தம்பிடிச்சு உழுங்கடா அதாண்ட உழவு. கருப்பக் காட்டத்தான் உழுரீக. புடிச்சி மோளத் தெரியாத பயல்லாம் மேழி சுத்த வந்திட்டாம் பாரு...'

சாமிநாயக்கர் நெஞ்சு வலுவை எல்லாம் மேழியில் செலுத்தி மூச்சு விட்டு மூச்சுவிட்டு உழுதார். மண்ணை வகுந்து கொண்டுபோன கொளுமுனையில் திம்முரெட்டியின் கவனம்.

மண்ணாங்கட்டிகளை மிதித்து ஏறிக்கொண்டு தார்ப்பாச்சலடன் போய்க் கொண்டிருந்தார் சாமிநாயக்கர். கலப்பை கிர்ர்ர்ர் முர்ர்ர்ர் ரென்று சாமிநாயக்கரைக் கண்டு மிரண்டது

இந்த வருஷம் தரிசுபோடாமல் விதச்சாச்சி. நாத்து விதைச் சிருக்கு. நாத்துச் சோளம். விதைச்சது அரைப்பயிரு முளைச் இருக்கு. வெயில் முருகி அடிக்கிறது பச்சப்புள்ளை மாதிரிபயிரு. நுனிகருகி வெயிலில் கத்துகிறது. இலை உதிர்த்த மரங்கள் தளுத்து வருகிறது. காலத்தில் விழுந்த ஒரு மழைக்குச் செத்துக்கிடந்த காடு அரும்பு கட்டி பச்சை

பொங்கி நிற்கிறது. செல்லக் குருவிகள் ஏகமாய்க் கொண்டாடித் திரிகின்றன.

பச்சையைக் கண்டதும் நாலுகால் பட்ட உருப்படிகள் வாட்டம் இல்லாமல் குளுந்தமாதிரி மேய்ச்சல் போடுகிறது. வாலை ஆட்டி ஆட்டித் துள்ளல் போடும் கன்னுக்குட்டி.

வெயில் ஏற ஏற வாட்டம் கொடுத்திடும். எங்கும் கருகல்வாடை. காடு கருகுவது வாயில்லா சீவன்களுக்கெல்லாம் வருத்தம். பச்சை காஞ்சு வருகிறது. சீவராசிகள் கண்ணுகளுக்குக் காடெங்கும் உயிர் வாதையாய் இருக்கு. அனேகக் காடுகள் அவிஞ்சு கிடக்கு.

வருஷத்துக்கு வருஷம் அடியில் நீரோட்டம் மாறுகிறது. அடியில் வெக்கை பொங்கி, வேகிறது. பாளம் பாளமாய் வெடிப்பு. கருப்பு ஆன்மா வேனாத வெயிலில் அண்ணாந்த நிலையில் ஆழ்ந்து கிடக்கு. உடைமரங்கள் தலைவிரித்து முள்ளு முள்ளாய் மூளிக்கோலம் கொண்டு நிற்கிறது. மூளி மரங்களை வெட்டி வெட்டிக் காட்டுக்குள் கரிமூடடம் யாவாரம் நடக்கு. காட்டுக்குள் பெரிய்ய விட்டத் தராசுகள் கையை விரித்து பாவ புண்ணியம் பாராமல் சமுசாரிகளுக்குப் படி அளந்து கொண்டிருக்கிறது. தராசு வைத்து நிறுத்தல் போடும் காடுகளாகிவிட்டன. புகை மண்டுகிறது. மூச்சுவிட முடியாமல் திணறுகிறது. குருமலையில் இருக்கும் இருபது யானைகளை ஏலத்துக்கு விட்டது போல், அரளிப்பாய் இருந்த காட்டு மரங்கள் வஞ்சம் தீர்க்கப்பட்டு, வெட்ட வெளியாய் மலை கிடக்கிறது, எரிக்கலை முளைச்சுக் கிடக்கு. குத்துக் குத்தாய் முள்ளுச் செடிகள் விளெஞ்ச காடுகளில் தளுத்து வருகிறது. ஒரு நாளைக்கு ஒரு நாள் சமுசாரி தொந்தி வாடுகிறது.

சாமிநாயக்கர் இடுப்பில் துண்டைக் கட்டிக்கொண்டு ஊத்துக் கிடங்கில் முங்கி முங்கிக் குளித்தார். செல்லமாய் வளர்த்த வீட்டுக்

காளையைத் தண்ணிக்குள் முங்கவைத்து, வைக்கோலைக் கொண்டு மாறி மாறித் தேய்க்கிறார். இடுப்புத் துண்டை அவுத்து குளித்த மாட்டைத் துவட்டி விட்டு 'என்ன மாதிரி ஆயிட்ட... இப்டி எலும்பும் தோலுமா ஆயிப்போனயே... உன்ன எப்டி வச்சுக் காப்பாத்தப் போரனோ... என்று கழுத்தைக் கட்டிக் கொண்டு கொஞ்சினார். மாடுவரண்டு சூம்பிய முகத்தை நீட்டிப் பார்த்தது அவரை.

குத்துக் குத்தாய் முள்ளுச் செடிகள். மாடு வாய்வைக்க முடியாமல் முள்ளுகள். மார் மாராக முள்ளுக்காடு. முதுகைக் கிழிக்கிறது. நோஞ்ச மாட்டோடு காடெல்லாம் சுற்றி வந்தார் சாவன்னா. காஞ்ச கரடு ஏதாவது கிடைக்குமா இங்கு. வெயில் முறுகி முறுகி மண்ணில் ஈரம் செத்துக் கொண்டிருக்கிறது.

நாலு திசைகளில் எங்கு ஓடினாலும் குத்துச்செடியின் நிழலைக்கூட காணவில்லை. நடுக்காட்டில் தாகத்தால் அண்ணாந்து கத்தும் மாட்டின் வறண்டகுரல். காட்டு ஓடைகளில் அக்கினி ஓடையாய் அனல் உருண்டு ஓடுகிறது. மாட்டின் தாகக் குரல்கள் வெயிலின் மீது கதறுகின்றன.

மாடு உயிர் செத்து உறங்கி உறங்கி நடக்கிறது. மாடு துள்ளாமல் சமுசாரி உயிர் வச்சு இருக்க மாட்டான்.

முந்தி அப்படி இல்லை. வாட்டமில்லாமல் பால்குடித்தான் சமுசாரி. புதுமாட்டோடு மனசுவிட்டுப் பேசியபடி சாமிநாயக்கர் கமலை இறைத்துக் கொண்டிருந்தார். வடக்கயறு க்கீய்ய்ய்ய்யென்று வளைந்து அழுதது.

தோட்டத்தில் சோளம் கதிர்வாங்கி இருக்கு. குண்டு குண்டாய்க் கதிரு. காற்று சுழித்துச் சுழித்துச் கதிரை அசைக்கிது. தோட்டத்துக் கடவு வழியே போன வேல் தேவன் பாளை அருவாளை வைத்துத் தீட்டிக்

கொண்டிருந்தான்.

என்ன தாத்தா இது சோளக் கருதா... என்று அருவாளை வைத்து ரெண்டு கதிரைச் சீவினான்.

சாவன்னா கமலையில் இருந்து கத்தினார். 'என்னடா... அருவாள வச்சுப் பதம் பார்க்க... கோட்டிப்பயலே கல்லா இருக்குன்னு பாத்தியா... நம்ம கருது ஆள மெரட்டுமுடா.'

'தாத்தா நீயி ஒன்னுன்னா ரெண்டும்பியே'

'போடா... போ. நம்ம தோட்டத்துக் கரம்பை போட்டபோடு பாத்துக்க. சிந்தாமத் தின்னு...'

பொக்கை ஊதி பால் சோளத்தைக் கடவாயில் ஏவியபடி கடந்து போகிறான் வேலு.

நம்ம கெழட்டு எளவு என்னமாதிரியா துள்ளுது... எளவட்டப் புள்ள மாதிரி...

திகைப்புடன் பனங்காட்டைப் பார்த்துப் போனான் வேல் தேவன்.

சோளப் பயிறு இடுப்புக்கு மேல் வளந்திட்டா அதுக்கு ஒரு துள்ளு துள்ளுவார் சாவன்னா. ரெண்டுச்சாண் வளர்ந்த மாதிரி சோள நாத்துக்குள் எக்கி எக்கி நடந்தார்.

தங்கமான தோட்டம். பயிர் பச்சைகள் கண்ணுக்கு குளிர்ச்சி தருது. கண்ணில் ஈரம் எப்பவும் வாடாமல் இரக்கம் கசியுது. பயிர் பச்சை செடி கொடி எல்லாம் மனசுவிட்டுத் தளுக்கும். சாவன்னா வீட்டுப் பந்தலில் கெங்கம்மா மனசு போல அவரைக் கொடி ஊர் சுற்றிப்படரும்.

காடி வண்டிக்கு நாலு வண்டிச் சோளம் விளைச்சல் ஆகி அடுக்கி இருக்கும் வீட்டில்.

யாருக்கும் இல்லை என்று சொல்லாமல் ஆறுபடி சோளத்தை அளந்து கொடுப்பாள் கெங்கம்மா. வள்ளிக்குளத்து வம்சம். ராவணக் கோட்டை மாதிரி வாழ்ந்த வீட்டில் பிறந்தவள். தானிய மூட்டைகளுக்கு நடுவில் குத்துவிளக்காய் எரிகிறாள் கெங்கம்மா. மதகிரி கட்டில்ல கொர்ர்ர் கொர்ர்ர் ரென்று குறட்டை போட்டு உறங்குகிறாள் கெங்கம்மா. களங்கமில்லாத உறக்கம்.

ஓ கெங்கம்மா... கெங்கம்மா ரெய்யி... ரெய்யி... என்று கெங்கம்மாளை உசுப்பி ரகசியமாய்க் கூப்பிட்டு வீட்டுக் கூரையில் செல்லக்குருவிகள் சலம்புவதைக் காட்டி கெக்கே... கெக்கே... என்று வெத்தலை எச்சி மூஞ்சியில் தெறிக்கக் கொஞ்சுகிறார் கெங்கம்மாளை.

அட... கெழட்டு எழவே... உனக்கு இதுவேற கேக்கா... கேக்குங் கேக்கும்... மென்று எடக்குப் பண்ணுகிறாள். தள்ளிவிட்டுக் கிச்சணங்காட்டி உருட்டினாள்.

'நல்லாத்தான் கொஞ்சுரயா கொணந்தானா..., என்று பெருமூச்சு விட்டாள் கெங்கம்மா பாட்டி. வீட்டுக்குள் எப்போதும் குருவி தின்னத் தானியம் சிந்திக்கிடக்கும் கெங்கம்மாளுக்குத் தெரியாமல் சக்கிலியக்குடி ஆட்களுக்குச் சோளத்தைப் பெட்டியில் அள்ளிக் கொடுத்து... 'ஏலே... சம்மதம் தானலே திருப்பி என்னக்கி கொண்டாரயோ... சாமி நாயக்கன் வீடு தேடிக் கொண்டாலே.'

வேலு திருணையில் தூணைப்பிடித்துக் கொண்டு நின்றான். 'கோட்டி எளவுகளோ உலகம் போற போக்கு தெரியலை. எம்புட்டு ஈகெ. கெழட்டு எளவுகளுக்குத் தானியத்தப் பூட்டி வக்க முடியல... சட்டி எடுக்கத்தான் போரெ. கெழவா...'

வேலுத்தேவன் வாக்க அரட்டியது.

‘அடே... சிருக்கி மகனே... என்னடா... உனக்கு... அருவாளக் காமிச்சிக்கிட்டே... திரி சொன்னா கேப்பியா. எனக்குப் புத்தி சொல்ல வந்திட்ட.’

‘தாத்தா நீயிதானெ சொன்ன கமலைத் தோட்டத்த எம்பேர்ல எழுதிவக்யப்போரென்னு...’ மண்டையை சிலுப்பிக் கொண்டு கூறாய்ப் பேசினான்.

‘என்னடா நீயி... நான் ஒன்று கேட்டா நீ ஒன்னு கேக்க...’ அடே அய்யா... காயம் உள்ள வரைக்கும் தானலே ஆட்டம் பாட்டம் எல்லாம். போகும் போது என்னத்தலே அள்ளிட்டு போகப் போரெ. இல்லாததுக என்னடா செய்யும்... வேலு... இருக்கப்போயித்தான் கொடுத்தேன்.’

வேலு மிரண்டு போய் முழித்தான். ‘தாத்தா பெரிய்ய கர்ணன் பரம்பரை மாதிரி பேசுரயே என்ன கெதிக்கு ஆகப் போரயோ!’ தலையில் அடித்துக் கொண்டான் வேலு.

‘பய எப்பிடிப் பேசுரான் எம்புட்டு. லாயக்கா பேசுரான். மொளச்சி இலை விட முந்தி இந்த வரத்து வாரானே...’

சாவன்னா கையை நீட்டி அவனைப் பிடிக்க ஓடிவந்தார். வேலு வீட்டுக்குள் ஓடி ஒளிந்து கொண்டான். சாவன்னா வீட்டுக்குள் செல்லக் குருவிகள் சலம்புகின்றன. வீட்டைச் சுற்றி ஒன்னை ஒன்னு புர்ர்ர்ர்ர் ரென்று விரட்டுகின்றன.

சாவன்னாவுக்கு மாட்டைக் கண்டால் விழுந்து விழுந்துக் கொஞ்சணும். மாட்டுக்குப் பிரியம். வண்டியோட்டப் பிரியம். கம்புக்கூட்டில் குடையை மடக்கிப் பிடித்தபடி மாடு பிடிக்கப் போனார் சாமிநாயக்கர்.

‘அடே ராசா... ங்கப்பா... என் வலது கை பெலம் நீ தாண்டா வேலு.

சாதி மறவன்னாலும் சாமிநாயக்கன் பேரன் தாண்டா நீயி. வாடா போவம். கழுகுமலை சந்தைக்கி' என்ற வேலுத்தேவன் தோளில் கையைப் போட்டுக் கொண்டு புறப்பட்டார். ஊடுகாட்டுப் பாதைகளில் தாத்தாவும் பேரனும் செல்லம் கொஞ்சிக் கொஞ்சி உருகினார்கள்.

ஊர் ஊராப் போய் ஒத்தை மாட்டுக்குச் சோடி தேடினார்கள். எங்கயும் அகப்படலை. ஊரான் மாட்டை எல்லாம் பல்லைப் புடிச்சிப்பார்த்தான் வேலுத்தேவன். 'என்னடா... முதுகுப் பூசை வேணுமா... அடவேலு... உன் மண்டக் கிரித்திரியத்த கொஞ்சம் மடக்கி வையிடா...' என்றார்.

மாட்டுக் கழுத்தைத் தடவித் தடவி முகத்தோடு முகம் உரசி 'சாதுக்குணம் தானா... நீயி...' என்று மாட்டுக் காதைக் கடித்தார். மாடு தலையை ஆட்டியது.

மாட்டுத் தரகன் பழுப்பு நிறக் குடைக்குள் அருவாளும் கையுமாக வந்தான். வெத்தலையைத் தடவித் தடவி சாமி நாயக்கரை வளைச்சுப் பிடித்தான்.

சாவன்னா பல ஊர்த் தண்ணி கண்ட கை. களிமண்ணா வழுக்கும் குணம். கடோர்க் கொம்பன். சுழி மாட்டக் கண்டதும் ஓடி ஒளிந்தார் சாவன்னா. எதற்கும் நம்ம வேலு இருக்கான். சமய சந்தர்ப்பத்துக்குக் கையில் அருவாளை வைத்திருக்கான். அவனைக் கிண்டினார்.

'அடே... வேலு... நல்லதுக்காலே... இப்பிடி... இரும்பைத் தூக்கிட்டுத் திரியிதே... நாஞ் சொல்ரன் கேளுடா...'

'தாத்தா உஞ்சோலி மயிரப்பாரு... சங்கிலி மகன் அருவா வேலு தான் நானு... வம்பு வந்தா பெறகு பாரு... தாத்தா...' என்று தலையைச் சாய்த்து ஆட்டினான்.

கோணங்கி

‘போடு சக்கே... பெரிய்ய கொம்பன் பாரு... இந்தவயசிலயே... இப்பிடி மொளச்சிருக்க... வம்பாச் சீரழியப்போர பாரு...’ அவன் காதைப் பிடித்துத் திருகினார் சாவன்னா. வேல் தேவன் விழுந்து விழுந்து சிரித்தான்.

தாத்தா உங்கோளாறு... தெரியாதுண்ணு பாத்தியா... நான் சாமி நாயக்கரு பேரனாக்கும்...

சாவன்னா அவனைத்தலையோடு சேர்த்து அணைத்துக் கொண்டார். வேலு இடுப்பில் அருவாள் பளபளத்தது.

‘அட வேலுத்தேவா மாடு என்னடா சொல்லுது... அந்தா பாருடா வடக்குத்திமாடுகள் எவ்வளவு சைசா, தலையை ஆட்டுது. காலில் கயிறுவிழுந்தா தலையக்குனிஞ்சு... மெதுவா காலத்தூக்கி ஆளைக்கூப்பிடுது பாரு...’

ரெண்டு பேரும் ஒத்தை மாட்டைப் பிடித்துக்கொண்டு வந்தார்கள். சரியான போர்க்காளை.

‘ஒன்னு மட்டும் தெரிஞ்சுக்கோ, நம்ம பெழப்பு நாறிக்கிடந்தாலும் மாடு வச்சுப் பிழைக்காதவன் என்னடா சமுசாரி.’ வேலு மாடு மாதிரித் தலையை உருட்டினான்.

‘மாடுகளோட பந்தம் வேணும். பேச்சுத் துணைக்கு மாடு இல்லாட்டி மண்ணுல போயி முட்டவேண்டியதான் என்ன நாஞ்சொல்றது.’

‘சரி சரி... நீ சொன்னா மெதமாவா இருக்கும்...’ வேலு நமட்டுச் சிரிப்புடன் மாட்டுக்குப் பின்னால் நடந்தான். பக்கத்து ஊர்களில் தண்ணி வாங்கிக் குடித்தார்கள். அந்த ஊர் சம்சாரி முகத்தில் அருள் அத்துப் போய்க்கிடந்தான்.

‘ஊருக்குள்ள சாராயம் கிடைக்குமா...’ என்று சாடைமாடையாகக்

கேட்டான் வேலு.

‘எலே தடிப்பிலே... உன் அருவாள்தான் பதம்னு பாத்தியா. சும்மா இருக்க மாட்ட. மொளங்கையை ஒடிக்கப்போரன் பாரு... உன்ன. அவனே சாவாரச் செத்துகெடக்கானே... எடக்கு பண்ணுரயாடா...’

வேலு முகத்தைத் திருப்பிக் கொண்டு மாட்டு முதுகுக்குப் பின்னால் நின்றான்.

மாட்டைச் சுத்தி கூட்டம் கூடியது. ரெண்டு இடுப்பு ஒடிந்த சமுசாரிகள் பெறங்கையைக் கட்டிக் கொண்டு குனிந்து உற்றுப் பார்த்தார்கள் மாட்டை.

அவர்கள் முதுகைத் தட்டி ‘என்னய்யா நீங்க சம்சாரி தானா... ஊக்கமா... இருங்க... என்ன குடி மூழிப்போச்சுன்னு... மனசு லொங்குரீக. சுதாரிப்பா இருங்கையா... என்றார் சாவன்னா. ஒரே சிரிப்பாணிக்கூத்து. கூட்டம் வயிறு வலிக்கச் சிரித்தது.’

‘சாமிநாய்க்கர் புடிச்ச மாட்டுக்குக் கொம்புக்கட்டு என்ன சைசு... அடோயப்பா... கிளிக்கொம்பு... என்னமாக் கொம்ப ஆட்டுது பாரு... கூட்டம் உருகியது. அந்த ஊர் சம்சாரி இன்னும் கொம்புக் கட்டைப் பார்த்து மயங்கிக்கிடக்கிறான். சாவன்னா விழுந்து விழுந்து சிரித்தார். மாடு கொம்பை ஆட்டி ஆட்டி மயக்கியது. வேல் தேவன் மாட்டைப் பத்திக் கொண்டு போகிறான். சாவன்னா குடைக்கம்புடன் பின் தொடர்ந்தார். ஊரின் எல்லைக்கு அப்பால் கதிரடிக்கிற பொட்டைக் களத்தின் விளிம்புகளுக்கு அடியில் நாய்க்கமார்கள் காலடியில் விழுந்து கிடக்கிறது சக்கிலியக்குடி. கம்மந்தட்டை நெரசலுக்குள் புஸ்பவதியான சக்கிலியப்புள்ளை ஈஸ்வரியின் தலை தெரிகிறது. சண்முகம் மகள் ஈஸ்வரிக்குச் சடங்கு வைபோகம்.

ஆட்டக்காரன் சண்முகம் சாராய நெடி பறக்க ஊதுற நாயனத்தில்

ஊரில் இல்லாத சங்கீதம் கணைக்கிறது.

துவைக்கிற கல்லுக்கடியில் சங்கீதமிசைக்கும் தவளைக்கு இணையாக நாயனக்காரன் சண்முகத்தின் நாயனம் நூறு நூறு காலமாகி நாதம் ஏறி ஏறிச் சுற்றுகிறது. பச்சைக் கொடி ஈசுவரிப்புள்ளை மனசு தாங்கி வாத்தியம் விம்முகிறது.

களைக்குப் போகிற சக்கிலியப் பொம்பளைகள் காட்டுக்குப் போகவில்லை. சாதிகெட்ட சனங்களுக்குக் கொண்டாட்டம். ஈசுவரியைச் சுற்றிக் கூட்டம்.

'சக்கிலியப் புள்ளை சமஞ்சிட்டாளா... போடு சக்கே...' என்று நாயக்கமார் கூட்டம் எளக்காரமாய்ச் சிரிக்கிறது.

வேலுத் தேவன் சக்கிலியக் குடியைச் சுத்தி சுத்தி வருகிறான். நம்ம ஈசுவரியா... பொண்ணு என்னமா... அரச்ச மஞ்சளா இருக்கு... அம்மா... தாய்மாருகளா... நல்லா குலவை... போடுங்க! என்ற வேலுத்தேவன் சாடையாய்ச் சிரிக்கிறான். கூட்டம் குலவை போட்டு ஆராத்தி எடுக்கிறது. அருவா வேலு கொட்டுக்குத் தக்கபடி தாளம் போட்டு நடந்து போகிறான்.

'அடேய் வேலுப்பயலே... அங்க என்னலே... சோலி... கிறுக்குப்பய மாதிரி... ஊட கூடி நொளையிரே, பொம்பளைக இருக்குற எடத்தில் உனக்கென்னடா வந்தது... வாடா இங்க... சாவன்னா ஆலமரத்தடியில் நின்று கூப்பிட்டார். வேலு வருகிறான் அருவாளை வீசிக்கொண்டு.

'மண்டக்கிருத்திரியம் புடிச்சபயலா இருக்கானே... நம்ம பய...' என்று முனங்கியபடி சாவன்னா வாசிப்பைக் கேட்டுக் கொண்டிருந்தார்.

கொட்டுமேளம் உருண்டு உருண்டு காதுச்சவ்வு கிழிய அரட்டுகிறது. ஜனங்கள் கூடி நிற்கிறார்கள்.

நாயணம் வாசிப்பு என்ன மாதிரியா இருக்கு. ஆட்டக்காரஞ் சம்முகம் கூடுன ஆளா இருப்பான் போலருக்கு. அவன் புண்ணியமா மழை எரங்காதா... என்று சாவன்னா கண் பட்டைக்கு மேல் கையைக் கூட்டி வைத்து மேகத்தைப் பார்த்தார்.

மேகம் மங்கலாய் இருந்தது. கண்பத்தலை. ரொம்ப நாள் பழகிய மேகங்கள். ஆலமரத்தை முட்டுவது போல இருக்கு. மோடங்கள் கீழ் கொட்டி விடுவது மாதிரிக் கூட்டம் கூட்டமாய் கர்ப்பமாய் இருக்கு.

'குருமலையில் மழை எறங்கிட்டது..., பாரு... என்று சாவன்னா கூவினார். தடவுட தடவுட தடவுட என்று கொட்டுக்காரனின் சத்தத்துடன் இடி உருண்டது. வானத்துக்கும் தரைக்குமாக ஏங்கி ஏங்கி நாயனம் தவிக்கிறது. சண்முகம் எடுத்து ஊதுகிறான். மழை எறங்கு எறங்கு.... எறங்கிரு... எறங்கிரு... என்று உருமியில் தேய்ப்பு விம்முகிறது.'

அனாதி மழைக்கு குறி உண்டாவது போல நாயனத்தில் தவளைகளின் வாத்தியம் திரண்டு திரண்டு உயருகிறது. ஆல மரத்து இலைக்கூட்டம் சரசரக்கிறது. மரங்களில் உரசல். பேயாட்டம் போடுகிறது மரங்கள்.

உப்பாங்காத்து அடித்து வீசி மோடங்கள் பரிப்போல சிதறி ஓடுகிறது. மூலைக்கி ரெண்டு தெளித்தது. மேகம் ஏமாத்துது. படுத்து விட்டது மேகங்கள்.

மேகங்களை எழுப்ப வேண்டும். மண்ணை எழுப்பி அடிக்க வேண்டும். அவ்வளவு தெம்பு இருந்தது. ஊக்கம் இருந்தது. இன்னைக்கு அப்படி இல்லை.

சாமிநாயக்கர் இன்னும் ஆலமரத்தை உற்றுப்பார்த்துக் கொண்டிருக்கிறார்.

துணைக்கு யாரும் இல்லாத அனாதையைப்போல் தோன்றிய ஆலமரத்தின் ஆழ்ந்த துயரத்துடன், விழுதுகளில் சாய்ந்த இருள் கவிந்து வருவதைப் பார்த்து நிற்கிறார்.

சாவன்னாவுக்கு நாதியில்லை. ஒண்டிக்கட்டை. பத்து ஏக்கர் புஞ்சையைப் பொறிச்சு வாயில் போட்டாச்சு. இருப்பது ஒன்றரை ஏக்கர். செல்லாய் வளர்ந்த மாடுகள் கண்தெரியாத தூரத்துக்குப் போய்விட்டன. சொந்தக் கலப்பை உறங்குகிறது. திரேதாயுகத்துக் கலப்பைகள் தொழுவில் சாத்தி இருக்கிறது. கலப்பைகள் மூச்சுத் திணறும், கிர்ர்ர்ர் முர்ர்ர்ர் ரென்ற அவல ஒலிகள். சமுசாரிகள் அலுத்து உறங்குகிறார்கள். நிச்சலனமான ராத்திரி மரங்களில் காற்று உரசுகிறது, இலைகளின் முனங்கலுடன்.

சாமிநாயக்கர் புரண்டு புரண்டு படுத்தார். திருணையில் கெங்கம்மாளோடு படுத்துக் கிடத்த ஞாபகங்கள். கோலாகல வாழ்வை விட்டு மறைந்துபோன கெங்கம்மா.

கெங்கம்மா இருந்தசமயம், குருமலை தடுத்து இறக்கிய ராத்திரி மோடங்கள். அடமழை கொட்டிய ஈரநாட்களில் சாம்பல் பழுப்பான இரவு. தரை எல்லாம் நீரூத்து அடித்தது. பொத்திக்கொள்ளப் போர்வை இல்லை. உழுது விதைத்த மண்ணுடன் கெங்கம்மாளை ஈண்டிக் கிடந்த மங்கல்கலங்கலான சாமம், அரிக்கேன் லாந்தரில் மஞ்சள் கரைந்த ஒளி தகிக்கிறது. அடி நெஞ்சில் இச்சை கலந்து உயிர் துடிதுடிக்கிறது. குருமலைக்குக் கிட்டத்தில் நட்சத்திரங்கள் சரிந்து கிடக்கின்றன.

இழுத்து மூச்சு விட்டுக் கொண்டு மேலில் அழுக்குத் துண்டைப் போர்த்திக் கொண்டு குடைக் கம்போடு நடந்தார். சக்கிலியக் குடிக்குத் தெற்கில் வளைந்து நெளிந்து ஓடும் காட்டுப்பாதையில் சாவன்னாவின் கைத்தடி தள்ளாடுகிறது.

குருமலையில் இருக்கும் யானைகள் இன்னும் அப்படியே அசையாமல் அபாந்திரத்தைப் பார்த்தபடி ஆழ்ந்து கிடக்கின்றன. தெற்கில் சரிந்த நட்சத்திரங்களை உற்றுப் பார்த்தார். நெஞ்சுத் தடத்து நரைத்த முடிகள் புல்லரித்தன. கண்களில் ஏக்கம் உரத்த உளியுடன் காடுகளைப் பார்த்து முட்டுகிறது. மனசு லொங்குது. மூசு மூசென்று நெஞ்சுத் தடம் இளைத்து நடுங்குகிறது. ஆள் அருவம் கேட்ட ஆக்காண்டிப் பட்சி உசார்... உசார் குரல் கொடுத்து மறைகிறது. ஆக்காண்டிகள் தரையில் பம்மும் சத்தம்.

கட்டையில் போன கெங்கம்மா மனசுமாதிரி நட்சத்திரம் சிதறி அடிக்கும் வெளிச்சத்தில் சாவன்னா கம்பூணியபடி நின்று கொண்டிருக்கிறார்.

'கெழட்டு எளவே... உனக்கு ஆரு இருக்கா... நான் போயிரப் போரேன். நான் போயிரப் போரேன் உனக்கு யாருமில்லையே. உனக்கு யாரு கஞ்சி ஊத்துவா... உனக்கு நாதியிருக்கா.' என்று கெங்கம்மா ஒப்பாரி வச்சு அழுத சாமத்தில் இதே நட்சத்திரங்கள் பசுவின் சாந்தத்துடன் சாவன்னாவைப் பார்த்துக் கொண்டிருந்தன.

'கெங்கம்மாவின் ஒப்பாரி சன்னமாய் நீட்டி ஒலிக்க ஏமி, கெங்கம்மா ஏமிகெங்கம்மா... சிறு பிள்ளை... மாதிரி... நீ போயிட்டா' வார்த்தைகள் விக்கி அழுதன. கை நடுங்க நடுங்க கெங்கம்மாளைத் தொட்டு துப்பட்டியால் போர்த்தி, உறங்க வைத்தது. சாவன்னா ஏங்கிய மூச்சுடன் கெங்கம்மா... என்றார். நட்சத்திரங்கள் அருகில் கைக்கு எட்டும் தூரத்தில் எட்டிப் பிடித்து விடலாம் போல அசைகின்றன.

தனிமையும் சஞ்சலமும் கருக்கிருட்டாய் மங்கி மங்கிச் சரிந்து செல்லும் நொண்டிப்பாதையில் கைத்தடியுடன் நடந்து கொண்டிருக்கிறார் சாமி நாயக்கர்.

எங்கும் காரிருள் சூழ்ந்து மூடிவிட்டது கிராமத்தை. ஊருக்குள்ளே மையிருட்டு. அரக்கு நிறத்தில் லாந்தர் விளக்கு கசிகிறது. சாவன்னா திரியைத் தூண்டிவிட்டு வீட்டுக்குள் நோட்டம் பார்த்தார். ஒன்று விடாமல் காலியாகக்கிடந்த எல்லா இடங்களிலும் இருட்டு புகுந்து விட்டது. அடைக் கோழியைப் போல் அடைந்து கிடக்கிறது இருட்டு.

ஏதாவது சத்தம் கேட்காதா என்று காது கொடுத்துக் கேட்டார் சாவன்னா. குழந்தை அழுகிற சத்தம் கூட இல்லை. இருட்டு இலைகளுக்கு அடியில் பட்சி ஒன்று விசிலடிக்கிறது. அனேகமாய் விடிந்துவிடும்.

பளாரென்று விடிய வெள்ளை வேனில் சொசைட்டி கடன் காரன் இறங்கி இருந்தான் ஊருக்குள்.

வீட்டைச் சுத்தி நிக்காங்க சட்டிபோலீஸ்காரங்கள். ரிஸர்வ் பார்ட்டி அரட்டுகிறது ஊரை. கூட்டம் கசங்குகிறது.

சாவன்னா கைத்தடிக்கம்பை ரொம்ப விரைப்பா புடித்துக் கொண்டு வந்தார்.

வகுறு வத்திப்போன சம்சாரி வீட்டில் திருவிழாக் கூட்டமாய் நிற்கிறது ரிஸர்வ் பார்ட்டி.

என்னய்யா... இங்க ஒரு திருவிழா நடக்கா... நீங்க ஊட கூடி பானைச் சட்டியப் பெறக்க வந்தீகளா...

எப்பிடி பூமி செழிச்சிருக்கு... போட்ட விதை மொளைக்காம கெடக்கு. லத்திக் கம்பைக் காட்டிக் காட்டை எழுப்ப வந்தீகளாய்யா...

எங்க இருக்கு துரோகம். இங்கெ இருக்கு. ஊட கூடி வெள்ளம் வந்த மாதிரி காக்கிச் சட்டைகள் வரீசிக்க நிக்கிதே... சம்சாரிக்கு இந்த எடஞ்சலாய்யா...

சாமிநாயக்கருக்குத் திண்டு முழுங்குன மாதிரி சஞ்சலம். வாசலுக்குக் குறுக்க போய் கைத் தடியைத் தடுப்புச் சுவராய் மறித்து நின்றார்.

சாமிநாயக்கர் மேல் விசாரணைக் கமிஷன் போட்டு கோர்ட்டுக்கு இழுத்தார்கள் சட்டம் தெரிந்த அதிகாரிகள்.

1954ஆம் வருஷத்திய 53வது தமிழ் நாடு சட்டத்தின் 73வது பிரிவின் கீழ் விசாரணை.

வாதி : 0997 குருமலை கோவாப்ரேட்டிவ் சொசைட்டி

காரியதரிசி ஆனந்தகிருஷ்ணன்.

பிரதிவாதிகள் :

(1) குருமலையில் இருக்கும் ராமசாமி

நாயக்கர் குமாரர் சாமிநாயக்கர்.

(2) குருமலையில் இருக்கும் கருப்பையா ஆசாரி

செல்லையா ஆசாரி

தாவா நெம்பர் 303 / 1984-85

குற்றச்சாட்டுகள் :

1956வது வருஷம் விஜய வருஷம் புரட்டாசி பட்டத்து விதைப்புக்கு மானாவாரிப் பருத்தி சாகுபடிக்கு வாங்கிய கடன் ரூபாய் நூற்று ஐம்பது. மேல்படி எழுதிக் கொடுத்த வெந்நிலைக் கடன் பத்திரத்தில் சாமிநாயக்கர் பேரில் உள்ள பாக்கித்துகை ரூபாய் 907-03ந. பை. இந்தத் துகை தண்டவட்டி நோட்டீஸ் சார்ஜ் உள்பட.

சொத்து விபரம் வில்லங்கம்.

பிரதிவாதிகள் : (1) சாமிநாயக்கருக்கு இருந்த மானாவாரிக் கரிசல் பனிரண்டு ஏக்கர் தோட்டம். பொய்த்தகிணறு சேர்ந்து ஒரு ஏக்கர் ஐம்பது செண்டு. மேல்படி நில விஸ்தீரணத்தின் பேரில் முன்கடன் நிலுவை இருந்தும் பனிரெண்டு ஏக்கர் நயம் கரிசல் கிரயம்.

நாளது பசலி 88க்கு நிலம் ஒரு ஏக்கர் ஐம்பது செண்டு. வறண்ட தோட்டம். நாளது தேதியில் தரிசு. அசையாச் சொத்தாக உள்ளன. தபசில் சொத்து விபரம்சரி.

பிரதிவாதிகள் : (2) செல்லையா ஆசாரிக்கு நிலம் இல்லை. குருமலையில் வடக்குத் தெருவில் தெற்கே பார்த்த மூங்கில் தட்டி அடைத்த ஓட்டடுக்கு வீடு க்ஷீண திசையில் உள்ளது. வீட்டின் பேரில் அடமானம். தெற்குத் தெரு கிருஷ்ணஞ் செட்டியாருக்கு ரூபாய் ஐம்பதுக்கு. வீட்டு மனை உள்ளது. தபசில் சொத்து விபரம் சரி.

1வது பிரதிவாதி சாமிநாயக்கர் வேகாரியாய் அலைந்து திரிவதாய் ரிப்போர்ட்.

கோர்ட் மூலம் ஆள் அனுப்பி சம்மன் கொடுக்க முயற்சித்த போது சாமிநாயக்கர் சம்மனை வாங்கிக் கிழித்துப் போட்டுக் கோர்ட்டை அவமதித்துள்ளார்.

2 வது பிரதிவாதி செல்லையா ஆசாரி ஊரில் இல்லாததாலும் போன இடம் தெரியாததாலும் மேல்படியார் வீடு, தெற்கே பார்த்த ஓட்டடுக்கு வீட்டுத் தட்டிக் கதவில் ஒட்டி சம்மன் சாரி செய்யப்பட்டது.

மேல்படி பிரதிவாதிகள் (1) (2) ல் சாமி நாயக்கர் நேரில் எமது முன்பு ஆஜராகியும், பிரதிவாதி (2) செல்லையா ஆசாரி நேரில்ஆஜராகாமல் இருக்கும் பட்சத்தில் விசாரணை.

1985-ஆம் வருஷம் ஜனவரி மாதம் 2-ஆம் தேதி காலை 10-00 மணியளவில் கூடிய விசேச நீதி மன்றத்தில் பகிரங்க விசாரணை

நடவடிக்கைகள்:

ஆஜர்: நீதிபதி மேதகு ஐசக் பாண்டியன் V.A,B.P. மற்றும் 51 பார்வையாளர்களும் கோபால் அய்யங்கார் B.A., B.P, கணபதியாபிள்ளை B.A., B.P, குமாரசாமி முதலியார் B.A., B.P, ஒன்பது ஜூனியர் வக்கீல்களும் பிரதிவாதிகள்: (1) சாமிநாயக்கர், வாதி: ஆனந்த கிருஷ்ணன் இத்யாதி இத்தியாதிகள்:

சாமிநாயக்கர் கோர்ட்வாசலில் நின்றிருந்தார். ஈரக்குலை பதறியது. குடைக் கம்பை வைத்துத் தரையில் கோடு கிழித்துக் கொண்டிருந்தார். பெசல் கோர்ட்டில் ஏகப்பட்ட கூட்டம். கவுன் போட்ட வக்கீல்மார்கள் இருள் அடிச்ச மாதிரி சிரிக்கிறார்கள். கோர்ட் சுவர் அலறியது. வெள்ளைக்காரன் காலத்துக் கல் தூண்கள்; ஜன்னல்கள்; கருப்புக் கதவுகள்; கருப்புக் கோட்டுகள்; நீள வராண்டா, வராண்டாவைப் பார்க்க ஜெயில் மாதிரி இருக்கு.

வராண்டாவில் சிகப்பு டவாலி போட்ட வெத்தலை குதப்பிய தடியன் விழுந்து விழுந்து கத்துகிறான். கிணத்துக் குரல். பேர்கள் ஒப்பிக்கப்படுகிறது. கையில் விலங்கு பூட்டிய இளவட்டங்கள் சிரிக்கிறார்கள். என்ன தாவா நடக்கோ. காலம் எப்பிடி எப்பிடியோ போகுது. வங்கொலை செய்த வேல்த்தேவனுக்கு எதிரா சாட்சி சொன்னவன் கீழக்காட்டில் விரட்டி விரட்டிச் செத்தான்.

பொம்பளைகள் குனிஞ்சு களை எடுத்துக்கிட்டு இருக்கு. சங்கை அறுத்திட்டான். திகில் பறக்க அருவாளில் ரத்தம் வடிந்தது. சாமிநாயக்கர் கமலை இறைத்துக் கொண்டிருந்தார். வாய்க்கால் தண்ணியில் அருவாளைக் கழுவிக்கிட்டு இருக்கான் வேல்த்தேவன். கழுவக் கழுவ ரத்தம். வாய்க்கால் தண்ணியில் சளப்சளப்பென்று வேலு நடந்துபோகிறான். சாமிநாயக்கரைக் கிணத்துக்குரல் கூப்பிட்ட சத்தம். குலை பதறியது. துண்டை அவுத்து இடுப்பில் கட்டிக்கொண்டு

ஓடினார். கோர்ட் வராண்டா மறித்தது. கூண்டுக்குள் சாமிநாயக்கர் ஒடுங்கி நடுங்கி நின்றார். குளிர் காச்சல் ஆட்டுது. வடக்க பார்த்து நின்றார்.

'ஏ கெழவா… இங்கிட்டுத் திரும்பு. இப்பிடித் திரும்பு. உன் மூஞ்சியப் பாப்பம்…' கிழக்காமல் இருந்த பீடத்தின் மேல் கருப்புக்கோட்டு சாமிநாயக்கரைப் பார்த்துச் சிரித்தது.

சாமிநாயக்கர் நடுங்கியபடி கும்பிடுபோட்டார். ஒரே கருப்பு அம்பலமாய் இருக்கு. கோட்டு மிரட்டுது ஆளை.

பனை உயரத்துக்கு வளர்ந்த கோர்ட்கிளார்க்கு சோடாப் புட்டிக் கண்ணாடி வழியே சாமிநாயக்கரை உற்றுப் பார்த்தான். புஸ்தகத்தில் சத்தியம் வாங்கிவிட்டு அமர்ந்தான்.

கருப்புக்கோட்டு: சாமிநாயக்கரே நீரு கடன்வாங்கினது உண்மைதானா?

எசமா, எருமை மாடு எசமா எருமை மாடு என்று கேட்ட கேள்விக்கெல்லாம் எசமா எரும மாடு என்று கத்தினார்.

'உம்மீது ஏற்கெனவே டிக்ரி பிறப்பிக்கப்பட்டிருக்கிறது. அதை ஒத்துக்கொள்கிறீரா…'

சாமி நாயக்கர் பதறியபடி மரச்சட்டத்தில் சாய்ந்து நின்றார். 'யோவ் பெரியவரே… கூசாம பதில் சொல்லு' பீடத்திலிருந்து குரல்.

'எசமான்… எம்பேர்ல டிக்கிரியா. இல்ல எசமா… நான் வாங்குனது நூத்தம்பது ரூவா. சமுத்திரமாப் பெருக்கி வச்சிருக்காக எசமா, பருத்தி மாசூலுக்கு வாங்குனது. அன்னயில் இருந்தே காடு அவிஞ்சு கெடக்கு. மழை பேயலை. நான் எங்கபோயி முட்ட…'

'சாமிநாயக்கரே… கோர்ட்டை அவமதித்துப் பேசக்கூடாது.

அவமதிக்கும்படியாக நடந்த குற்றம் உம்மீது பதிவாகி உள்ளது. சம்மனைக் கிழித்துப் போட்டிருக்கிறீர்... உம்மீது கடும் நடவடிக்கை எடுக்கக் கோர்ட் விரும்புகிறது...'

'சாமிநாயக்கர் பவ்யமாகச் சிரித்தார். 'என்னமோ ஏதோன்னு கிழிச்சுப் போட்டேன். எனக்குத் தன்மதி இல்லை எசமான்...'

கோர்ட் சிரித்தது. ஜன்னல்கள் உற்றுப்பார்த்தன. 'நீர் சட்டத்துக்குப் புறம்பான முறையில் ஜப்தி செய்ய வந்த இடத்தில் அதிகாரிகளை மறித்தது உண்மையா...'

'எல்லாம் அருள் வாங்கிப்போச்சு... விளைஞ்ச காடெல்லாம் தரிசாக்கெடக்கு... மாசூல் எடுக்க முடியல.. வேலிக்கருவல் போட்டு வீட்டு ஒசரத்துக்கு நிக்கி... எல்லாத்தையும் வித்து வாயிலபோட்டாச்சு... எல்லாம் ஆண்டி ஆயிட்டான். ஆண்டிய அடிச்சா கந்தல் பறக்கும். நம்மள மாதிரி இல்லாத பயல். சப்தி வந்தா அர்ணாக்கயித்த அத்து நாண்டுக்கிருவான் சம்சாரி..'

கொஞ்ச நேரம் சாமிநாயக்கர் வாய்க்குள் புலம்பினார். வார்த்தை நெஞ்சை அடைத்தது. மண்டைய முட்டி முட்டிச் சாகணும் போல படபடப்பு.

கோர்ட் வாய் அடைத்துக் கிடந்தது.

கிளார்க்கு தலைகுனிந்து கோர்ட்டாரிடம் காதைக்கொடுத்துக் கிசு கிசுத்தான்.

'கிராம அதிகாரியின் பயிர் எடுப்பு ரிக்கார்டுப்படி வருஷா வருஷம் மகசூல் வருதாமே உமக்கு. ரிக்கார்டு பேசுது... நீர் என்ன சொல்கிறீர்...'

'அதை என்ன சொல்ல எசமான் நேர்ல வந்து பாக்கணும் அதை. கழுத மேயிது. எரிக்களை மொளச்சிக் கிடக்கு... பெழச்சுப் பெழச்சு இந்த லெச்சனத்தில இருக்கு...'

சாமிநாயக்கருக்குக் குளிர் காச்சல் விட்டுப்போய் வாக்கு சாதுர்யம் கோர்ட்டையே அரட்டியது. சாமிநாயக்கர் வாக்கு அவரது கைக்குடை போன்றது. வெந்து அவிந்துபோன காட்டையே கோர்ட்டுக்குள் குடையாக விரித்தார். சபையே கட்டுண்டது. கருப்புக் கவுன்களை எல்லாம் மடக்கிப்பிடித்தார் கைக்குடையாக. பிடித்த பிடியை விடாமல் குடையைக் கக்கத்தில் இடுக்கிய மாதிரி கூண்டுக்குள் சாமிநாயக்கர் நின்று கொண்டிருந்தார். வாக்கு அடித்தது. யார் முகத்திலும் ஈயாடலை, அசைவில்லை. கலிக்கோ பைண்ட் போட்ட புஸ்தகங்கள் கண்ணாடிப் பீரோவுக்குள்ளிருந்து சாமிநாயக்கரை எட்டிப் பார்த்தன. சுவர்கள் கதறின. கருப்புக் கவுன்கள் அசையவில்லை. வழக்கமான உணர்ச்சிகளற்ற முகங்களில் மொந்தையான அசடு வழிந்து கொண்டிருந்தது. கோர்ட் ஜன்னல்களில் தலைகள் தொங்கின.

விசாரணை முடிவான பைசலுக்கு வந்து விட்டது. சாமிநாயக்கர் பீடத்தின் மேலிருந்த கருப்புக் கோட்டைப் புதிராகப் பார்த்தார். வினோத பாவத்துடன் அமுத்தலான சிரிப்பை அடக்கியபடி கைவிலங்கை உற்றுக் கவனித்தார்.

தாயோளி... நம்மளக் களி திங்க வச்சிட்டானே... என்று நமட்டுச் சிரிப்புடன் கம்பி எண்ணிக் கொண்டிருந்தார் சாமி நாயக்கர்.

பாளையங்கோட்டையில் இருண்ட சிறைக்குள் சின்னச் சின்ன ஓட்டைகள் வழியாக சன்னஞ் சன்னமாக வியப்பூட்டும் ஒளி. வெளியில் மரங்களில் குருவிகள் சலம்புகிறது. கீறல் விழுந்த மரக்கதவின் இடுக்குகளில் நுழைந்து வருகிறது செல்லக் குருவி. ஜெயில் வராண்டாவில் கிரிமினல் குற்றவாளிகள் அணில் குஞ்சைக்கொஞ்சிக் கூத்தாடுகிறார்கள்.

நம்ம வேலுத்தேவன் இருக்கானா... என்று சுற்றிப் பார்த்தார். வீச் வீச்

சென்று அணில் குஞ்சி இந்தப் பக்கமாக ஓடி வந்து வாலை ஆட்டுகிறது.

அனாதைப் பயல் வேலு சின்னஞ்சிறு கால்களுடன் சாமித் தாத்தாவுக்குப் பின்பக்கமாகப் பதுங்கிப் பதுங்கி வந்து கண்ணைப் பொத்துகிறான்.

கெக்கே கெக்கே என்று சாவன்னா அவனை முதுகில் தூககிச் சிரிக்கிறார். ஓட்டமாய் ஓடுகிறான். அவனைப் பிடிக்க கையை நீட்டினார். அடே வேலூ...

நெர அம்மணத்தோடு கம்மாக்கரைமேல் ஓடிக்கொண்டிருந்தான் வேலு.

அவனைத் துரத்திக் கொண்டு ஓடினாள் சக்கிலியப்புள்ளை ஈஸ்வரி. ஆட்டுக்குட்டீ... ஆட்டுக்குட்டீ... அம்மணக் குண்டித் தாத்தா, என்று கத்துகிறாள்.

சாமித்தாத்தா, அவன் இடுப்பில் கட்டிவிட்ட ஆட்டுமணி அருணாக்கயித்தில் கிடக்கும். ஓயாமல் கத்துகிறது. கிணுகிணுவென்று கரையெல்லாம் சத்தம் சிதறிக் கொண்டே ஓடினான்.

நாத்துக்காட்டில் நாயக்கமார் வீட்டு மாடுகளோடு நின்றிருந்தாள் ஈஸ்வரி. வேலுப்பயல் ஆடு மேய்க்க தாத்தாக் குதிரையில் வந்து கொண்டிருந்தான்.

தெருவில் உள்ளவரெல்லாம் 'வாங்கய்யா, மகராசா. கொம்பனான குதிரை போல இருக்கே' என்று கேலிப் புன்னகையுடன் போனார்கள்.

வேலுப்பயல் சாமித்தாத்தா தோள் பட்டையில் உட்கார்ந்து தாத்தா தலை மயிரை இறுக்கிப் பிடித்து டக்கட்டீ.. டக்கட்டீ என்று சத்தம் கொடுத்தான்.

தாத்தாக்குதிரை மெல்லத்தான் ஓடும் ஆடுகளுக்குப்பின்னால்,

காட்டின்மகராணி ஈஸ்வரியம்மா காத்துக் கிடந்தாள், காட்டை இருட்டிக் கொண்டு.

அவளைப்பார்த்ததும் தாத்தாக் குதிரையில் இருந்தபடி அலட்சியமாய்ப் பார்த்தான். அவளுக்குப் பொறாமை தாங்கவில்லை.

ஆட்டுக்குட்டி, ஆட்டுக் கிடாயீ... அமணக்குண்டீ... ம்மே ப்பே... என்று ஆடு மாதிரி கத்தி வக்கணைகாட்டிவிட்டு நாத்துக்குள் ஓடி விட்டாள்.

அவன் தாத்தாக் குதிரையிலிருந்து குதித்தான். ஆட்டுக்கு போபம். ஆட்டுக்கிடா மாதிரி விரல்களைத் தலைக்கு மேல் கொம்பு வைத்துக் கொண்டு முட்ட ஓடினான்.

அவன் தப்பி ஓடினான். கிடா விரட்டியது. நாத்துக்குள் பாய்ந்துஅவளை நெருங்கி விட்டது சதக். சதக்கென்று முட்டியது கிடா.

கிடா முட்டிறிச்சி. கிடா முட்டிறிச்சி... ஹைய்ய்ய் என்று தாத்தாக் குதிரை கனைத்தது.

அவளுக்குத் தோல்வி தாங்கவில்லை. வாய்விட்டு அழுதுவிட்டாள்.

ஈசுவரியிடம் வெற்றிவாகை சூடிய கிடா; மணிச்சத்தம் கேட்க நாத்துக்குள்ளிருந்து ஓடிவரும். தாத்தாவை முட்டவரும். சாமித்தாத்தா பயந்த மாதிரி பாசாங்கு செய்தார். தாத்தாவை முட்டி விட்டது.

அய்யோ... ஆடு முட்டிறிசே... முட்டிறிச்சே... என்று கீழே விழுந்து பாவலா செய்தார் தாத்தா.

வேலுப்பயல் தெருவெல்லாம் ஓடித்திரிந்தான். அவன் தெரு

முனையில் ஓடிவரும்போது தூரத்திலிருந்தே மணிச்சத்தம் கிணு கிணுக்கும். வீட்டுக்குள்ளிருந்து குதியாளம் போட்டுத் தெருவுக்கு வந்தார் சாமித் தாத்தா. நம்ம... பய வாராண்டோய் நம்ம கிடாவுக்கு சோடியுண்டா... இந்த ஊருல... ஆரு இருக்கா... கூடுன கிடா... நம்ம கிடாதான்... பாரு...

சாமித்தாத்தாவைச் சுற்றிச் சுற்றி மணிச் சத்தம் கிணு கிணுத்தது.

குருமலையில் குழிபறிக்கும் நரிகளால் கந்தல் கந்தலாய் வெட்டுப்பட்டுச் செத்துப்போன சக்கிலித்தேவன் மகன்... தாத்தாவைச் சுத்திச் சுத்தி ஓடிவருகிறான்.

'அடே... வேலுத்தேவா... நீதாண்டா... என் பேரன்... குரு மலைக்குள் நரிகள் வாலை ஆட்டுது பாரு... நான் உனக்கு மம்பட்டி புடிக்கச் சொல்லித்தர மாட்டன்டா பேரப்புள்ள... தாத்தாவும் வேல்த்தேவனும் சிந்தி விட்டுப் போன சிரிப்பரவம். ஊர் முழுவதும் தீரவே தீராமல் கேட்டுக் கொண்டிருந்தது.'

எல்லாவற்றையும் இழந்தவராக சாமிநாயக்கர் வார்டு எண் 19-ல் பழுத்து வங்கு ஓடிய முகச்சுருக்கங்களுடன் மரச்சட்டத்தில் சாய்ந்து கொண்டிருந்தார்.

ஈயப்பெயிண்ட் அடித்த கம்பிகளுக்கு இடையில் முகத்தை ஒட்டவைத்த இரும்புக்கம்பியின் குளிர்ச்சியை உணர்ந்தவராக வராண்டாவைப் பார்க்கிறார்.

வார்டுக்கு வெளியில் போன நூற்றாண்டுகளில் இருந்த கோட்டைச் சுவர்கள். கருப்புப் படிந்த சுவர்களில்வெகு நாளைய வரிகள். வடக்குச் சுவர் ஓரங்களில் அரசுகள்; இச்சி மரங்கள்; தண்டு வளைந்த வேம்புகள் நடு மைதானத்தில் ஆலமரம் பறவைகள் தடம்பட்டது. எச்சம்பட்டுப் பழுத்த கிழடு வங்கிழடு. தளர்ந்த அசைவில்

சாமித்தாத்தாவைப் போல் மொடு மொடுத்து வளைவுகள். திணறும் பெருமூச்சுகள். மரத்தில் ஆணியை வைத்துத் தாறுமாறாகக் கோடுகள். இறந்து போனவர்களின் பேர் வெட்டப்பட்டிருக்கிறது. தண்டுகள் எல்லாம் மனிதர்கள் உண்டாக்கிய புண்களுடன் வாதையில் ஆழ்ந்திருக்கிறது ஆலமரம்.

யாருமற்ற அனாதையான ஆலமரம் விழுதுவிட்டுக் கீழறங்கி சரிந்து ஒடிந்து கிடக்கிறது. கோட்டைச் சுவர்களுக்குமேல் பொங்கி வளர்ந்த மரங்களின் கும்பலான இலைக்கூட்டங்களுக்குள் நூறு நூறுபறவைகள். திரேதாயுகத்துப் பறவைகள் வந்து வந்து மறைந்து போன சலம்பல்கள் கேட்கிறது.

பச்சை இலைகளைப்பார்த்துப் பார்த்துக் கம்பிகளுக்கு இடுவலில் இருக்கும் கண்களில் ஈரஒளி கசிகிறது. சன்னவெளிச்சம் கம்பிகளுக்கு ஊடே பாய்ந்து கொண்டிருக்கிறது.

பாதி ஒடிந்த நிலையில் விழுதுகளையே சார்ந்து சாமித்தாத்தாவைப் போல் கிழட்டு மூச்சு விட்டு நேரத்தை எதிர்பார்த்துக் கொண்டிருக்கிறது. மரம் அண்ணாந்த நிலையில் ஆழ்ந்திருக்கும். இலைகளுக்கு அடியில் பேடையின் விசிலடிப்பு. யாராலும் தீர்க்க முடியாத துக்கத்துடன் தகிக்கிறது பேடையின் அலறல்.

ரெண்டாம் பாகம்

குருமலையில் இடி விழுந்து முதல்கல் உருண்டது, சாமி நாயக்கர் என்ற முரட்டுச் சமுசாரி ரூபத்தில். காடே கிடையாகக் கிடக்க விதித்திருந்த விதியை உடைத்துக் கொண்டு டவுனைப்பார்த்து வந்து கொண்டிருந்தார் சாமி நாயக்கர்.

வெயிலும் மழைகளும் உளறும் மேகாத்தும் அடித்துத் திரட்டிய திரள் மாதிரி திரேகம் பசித்து வெளுத்துப்போன கருசல்தரையைப்

போல் சாம்பல் ஓடிய முகம். சாவன்னாவைப் பார்த்தால் தரிசுதான் ஞாபகம் வரும் வெட்டித்தரிசு.

பளாரென்று விடிய, கோவில்பட்டி டவுனில் தெட்சிணா மூர்த்தித் தெரு முடுக்கில் நின்று கொண்டிருந்தார். அட்டுப் பிடித்த கைத்தடியை ஊன்றிப் பெண்டு ஒடிந்த முதுகை நிமுத்தினார். நிமுரவில்லை. தலையைச் சாய்த்துக் கொண்டு தெருவை நோட்டம் பார்த்தார், யார் வீட்டிலாவது விடிந்திருக்கிறதா என்று.

அடத் தாயளி விடிஞ்ச வீட்டடங்காணமே... தெருவில் எழுந்த முதல் மனிதர்கள் மாதிரி தெருவிளக்குகள் எரிந்து கொண்டிருந்தன. சாமி நாயக்கரைப் பார்த்ததும் தெருவிளக்குகள் ஏககாலத்தில் அணைந்து கண்ணை மூடிக்கொண்டன.

கிஹீ கிஹீ கிஹீ என்று ஆக்கங் கெட்ட கூகையாட்டம் சிரித்தார். சிரிப்பில் அனல் அடித்தது. சுவர்கள் எதிரொலித்தன. சிரிப்பு இருமியது. பழைய பெட்போர்டு மோட்டாரைப் போல் பெரிய ஹீங்காரத்துடன் உருமிச் சளியைத் துப்பினார்.

தெரு உறங்கியது அலுப்புடன். முதல் கதவு திறந்தது. கிர்ர்ர்ர்ர்ர் ரென்று நெளித்து நீட்டிக் கொட்டாவிவிட்டுச் சொடக்கியது. பிளாஸ்டிக் வாளியும் விளக்குமாறுமாகத் இருட்டு மூஞ்சி நின்றது வாசலில்

வாசல் தொளிக்கு முந்தி கெழட்டு எளவு நிக்கிதே. மூதேவி மூஞ்சியில விடியணுமா...

பச்சை பிளாஸ்டிக்வாளி சிடுசிடுப்புடன் திட்டியது மனசுக்குள்.

எம்மா... என்னம்மா... என்னத்தக் கேக்கப் போரன். கிழவனுக்கு கீழகொட்டுரதப் போடுங்கம்மா... இல்லேங்காமப் போடுங்கம்மா... நைசாக சிடு மூஞ்சிக்கு நேராக ஈயத்தூக்கு வாளியை ஏந்தினார் சாமிநாயக்கர். விடிஞ்ச மூஞ்சி மாதிரி தெரியலை. முகம் சுண்டிச் சுருங்கி

இருட்டியது.

ஏம்மா... அப்பிடிப் பாக்குறே... சமுசாரிதான்மா... சாமிநாய்க்கன் சமுசாரி தான்மா...

பெழச்சு பெழச்சு இந்த லெச்சனத்தில இருக்கு...

அங்குட்டு போயிட்டுவா... வாசல் தெளிக்க விடமாட்டியோ போ போ...

சரி சரிம்மா சரிம்மா சரி சரி...

முனங்கலுடன் கைத்தடி நகர்ந்தது.

வாசலிலும் ஏகமாய்த் தண்ணிசலம்பியது வசவுகளுடன், எல்லா வாசலிலும் ஏகமாய்த் தண்ணி கொட்டப்படுவதும் திட்டுவதும் சாமி நாயக்கரை நெடுக விரட்டியது. தண்டவாளங்களை நோக்கி.

புதிதாக விடிந்திருந்த காலை. வாசல் படிகளை ஒட்டி ஓடும் சாக்கடை ஓட்டத்துடன் பருப்புரசம் கலந்த வெஞ்சனத்தின் மணம் தெரு மணந்து பசியைக் கிண்டியது.

கீழ போடுரதுக்குக் கையில குடுத்துட்டா என்ன. அநியாயமாக் கீழ கொட்டுராகளே. என்ன பொம்பளைக... வீணப்பிறவிக... வயிற்றெரிச்சலுடன் கைத்தடி புலம்பியது. காலை வெளியில் வீட்டு உசரம் வேலிச் செடிகளைக் கண்டார்.

அடத்தாயளி... நாட்டுக் கருவல் நம்மளை விடாதோ. வேலிச் செடி மறசலில் பன்றிகளின் உறுமல் தண்டவாளங்கள் வடக்கும் தெற்குமாக நீட்டிக்கிடந்தது. பனியில் நனைந்த தண்டவாளங்களைத் தாண்டி சாமிநாயக்கர் போய்க் கொண்டிருந்தார்.

சூரியனின் படுக்கைவசக் கதிர்கள் கண்களைக் கூசின. தண்டவாளங்கள் நெடுகில் ஆட்கள் உட்கார்ந்து பன்றிகளை

விரட்டினார்கள். பன்றிகள் உறுமின. ஊசி மூஞ்சியை நீட்டிக் கொண்டிருந்தன பன்றிகள்.

தண்டவாளங்களைக் கடந்து தெட்சிணாமூர்த்தித் தெருவுக்குள் சைக்கிள்களும் தீப்பெட்டி ஆபீஸ் கும்பலும் நகர்ந்தது.

சாமிநாயக்கரின் கைத்தடி காவாத்து கவாத்தென்று சத்தம் உண்டாகியபடி கூட்டத்தோடு கூட்டமாய் மறைந்தது.

ரயிலில் அடிபட்டுக் கிடந்த யாரோ அனாதைப் பிணத்தைப் பார்த்து சாமிநாயக்கர்தான் என்று முடிவானது. உக்கிரமானநடுமதிய வேளை. உடைந்து கூழாகிப் போன சாமிநாயக்கருக்காக, தெட்சிணா மூர்த்தித் தெருக்காரர்களும் தண்டவாளங்களுக்கு அந்தப்பக்கம் பிரிந்து கிடந்த காந்திநகர் வாசிகளும் துக்கப்பட்டார்கள்.

தண்டவாளங்களுக்கு அருகில் சாமிநாயக்கரைப்போல் அனாதையாக விடப்பட்ட அவரது அருமை நண்பன் கைத்தடி இடுப்பு ஒடிந்து கிடந்தது. கைத்தடியைப் பார்த்ததும் சாமி நாயக்கர் என்று உறுதியாகச் சொல்லிவிட்டார் டீக்கடை வெங்கிடு.

உடனே டீக்கடை வெங்கிடு சார்பில் சாமிநாயக்கரின் பூத உடலுக்கு கோடித்துணி போர்த்தப்பட்டது. வெங்கிடு டீக்கடையில் இரங்கல் கூட்டம். சாமிநாயக்கரைப்பற்றி அறியாதவர்கள் சாமிநாயக்கரின் பெருமைகளை டீக்குடித்தபடி பேசிக்கொண்டிருந்தார்கள்.

அடேயப்பா... சாவன்னா எப்பேர்ப்பட்ட மனுசன்... சாமான்ய ஆளா... சாமிநாயக்கர் போயிச் சேந்துட்டாரே... தடுமாறி விழுந்திருப்பாரோ...

சமுசாரிய்யா நான் சமுசாரிய்யான்னு என்னமா சொல்லிச் சொல்லி பிச்சை எடுத்தாரே... மனசு இடிஞ்சு போயி ரயில்ல விழுந்திட்டாரே...

இல்ல... இல்ல... சாமிநாயக்கர் பேரனுக்குக் கிறுக்கு புடிச்சு ரோட்டுல அலையிரானாம். அதப்பார்த்து மனசு பொறுக்காம ரயில்ல விழுந்திட்டாரு என்ன பெரிய மனசு... பாருங்க... சாமிநாயக்கரின் சுய புராண ஒப்பித்தலை ஆளுக்கு ஆள் விடாமல் பொழிந்தார்கள். ஆனால் குருமலை சொசைட்டி கிளார்க்கு ஆனந்தகிருஷ்ணன் கட்டன்கரெக்டா சாமிநாயக்கரின் வில்லங்கத்தை அவுத்து வைத்தான். அதைச் சொல்லும் போது மர்மத்துடன் கண்களை உருட்டினான்.

சாவன்னாவுக்கு ஏகப்பட்ட கடன் பாக்கி, ஜெயில்ல களி தின்னுக்கிட்டு கெடந்தாரு... அங்கயும் கடன்காரன் விடல... இப்ப சட்டி எடுத்து அலஞ்சாலும் கடன்காரன் விடுவானா... கொண்டுபோயி தண்டவாளத்துள தள்ளிட்டானே... எல்லாரும் கடனைக் கட்டாம வாழவே முடியாது என்று தீர்வு சொன்னான்.

கூட்டம் மைனாக்குஞ்சு மாதிரி வாயை வாயைத் திறந்து உளறியது. தெரு முழுவதும் துக்கம் கசிந்து வழிந்தது வெயில். துக்கத்துடன் சாய்ந்து கிடந்தது.

வெள்ளைத் துணி போர்த்திய பிரேதம்... அருகில் கைத்தடி... டீக்கடைப் பெஞ்சியில் போலீஸ்காரர்கள் தூங்கி வழிந்தார்கள். பிரேதம் போர்த்தி இருந்த துணியில் எங்கும் திட்டுத் திட்டாய் ரத்தம். தண்டவாளங்களைக் கடந்து போகிறவர்களுக்கு இத்தனையும் பயத்தை உண்டாக்கியது. தெட்சிணாமூர்த்தி தெருப்பாதை இருட்டியது. பாதை மறித்தது.

ராத்திரி எல்லாம் சாவு வாடை. மேகாத்து பயந்து உளறியது. தெட்சிணாமூர்த்தித் தெருவில் சாமிநாயக்கரின் கைத்தடி சத்தம் எழுப்பியது. கவாத்து கவாத்தென்று. சாமிநாயக்கர் பாதங்கள் தரையில் உரசும் சத்தம். நாய்கள் பயந்து ஊளையிடவில்லை. இரவின் உருவம் சாமிநாயக்கரின் முகத்தைப் போல் செத்துக்கிடந்தது.

இருட்டுக் குடைமடங்கி மறுநாள் விடிந்தது. தண்டவாளங்களில் முன்போல் பனி விழுந்திருந்தது. கட்டடங்களுக்கு இடுவலில் சூரியன் எழுந்து, தண்டவாளங்களில் வெட்ட வெளிச்சமான ஒளியடிக்கத் தண்டவாளங்களைத் தாண்டி சாமிநாயக்கர் வந்து கொண்டிருந்தார்.

பல்லுப்போன பொக்கை வாயில் கிஹி கிஹி கிஹி என்று சிரித்தார். சாமித்தாத்தாவைச் சுற்றி ஒரே கூட்டம். சாமித்தாத்தாவோடு சேர்ந்து நகர்ந்தது. வெங்கிடு டீக்கடைக்குள் பாத்திரங்கள் அலறி உருண்டன.

சாமிநாயக்கர் பெஞ்சில் உட்கார்ந்தார். கைத்தடி நழுவி விழும் சத்தம். மெதுவாக இடுப்பிலிருந்த கோழி ரோமத்தை எடுத்து இறகை வகுந்து ஒட்டடைக் கம்பாக நீட்டிக் காதுக்குள் கொடுத்து குடைந்தார். கூட்டம் உசாராய்ப் பார்த்தது. கழுத்தைச் சாய்த்து மேல் காதைக் குடைந்து கொண்டே சுகத்தில் ஆழ்ந்த நிலையில் வாயைக் கோணிக் கொண்டு எல்லாரையும் பார்த்தார். மர்மப்புன்னகை கன்னச் சுருக்கங்களில் நெளிய ஒளி மிகுந்த கண்களால் எல்லாரையும் நோட்டம் பார்த்தார் சாமிநாயக்கர்.

கல்லாப்பெட்டியிலிருந்து தலையை நீட்டித் தொந்திவயிறு குலுங்கக் குலுங்க வெங்கிடு சிரித்தார்.

ஓய்... சாவன்னா எல்லாரையும் பயித்தியாரன் ஆக்கிட்டீரே. ஓய். நல்லாச் செஞ்சீரு... நல்லாச் செஞ்சீரு.

சாவன்னா ஒமக்கு ஆயிசு நூறு எர நூறு சாவன்னா... ஒரே சிரிப்பாணிக் கூத்து. டீக்கடை சிரித்து உருண்டது. கூப்பாடுகளை எல்லாம் காதில் வாங்காதவர்போல் முகபாவத்தை மலைத்துக் கொண்டு ரொம்ப அக்கறையாய்க் காதைக் குடைந்து கொண்டிருந்தார் சாமிநாயக்கர்.

கடையில தலை கீழாகத் தொங்கிய வாழைப்பழத்தார்கள் அசைந்தன. வேடிக்கை. ஒரே வேடிக்கை. பொறுக்கப் பொறுக்க வேடிக்கை பார்த்தது கூட்டம். சாவன்னா முகம் சுண்டிச் சுருங்கியது.

திடுதிப்பென்று முகபாவம் உணர்ச்சி பொங்கிச் சிரித்தது. விழுந்து விழுந்து சிரித்தார் சாமிநாயக்கர்.

'சாமிநாயக்கனுக்குச் சாவுஏது. என்ன என்ன நடக்கு... இன்னும் சாமிநாயக்கன் பார்க்க வேண்டியது நெறய்யா இருக்கு பேரப்புள்ள... ஏம் பாவத்துல போக. எனக்குத் துட்டி கொண்டாடிட்டீகளா. என்ன அநியாயம் பாருங்க. இன்னொரு பொண்ணு தேடி அலையிரேன். ஒருத்தியும் எனக்கு வாக்கப்பட மாட்டிங்காளே. வருத்தம்... வருத்தத்துல திரியிரேன்' பேரப்புள்ள...

முகத்தில் அமுத்தலான சிரிப்புடன் பொம்பளைகளைப் பார்த்தா கள்ளச் சிரிப்பு. எக்கண்டம். எகடாசி.

கெழட்டு எழவுக்குப் பொண்ணு கேக்காமே. வெட்கம் புடுங்கித் தின்ன பொம்பளைகள் வீட்டைப் பார்த்து ஓடினார்கள்.

வெங்கிடு உடம்பை நெளித்துக் கொண்டு கொஞ்சினார். சாவன்னா நீரு. கூடுன ஆளு... ஆனா... காட்டைப் போட்டுட்டு... பிச்சை எடுக்க வந்திட்டீரே. சாவன்னா இம்புட்டுத் தானா கெட்டிக்காரத்தனம். உம்ம கிம்பிரியம் இவளவுக்குத் தானா...

வெங்கிடுவின் புத்திசாலித்தனம் சாவன்னவைக்குத்திக் குத்திப் புகை கிளப்பியது.

சாவன்னா திண்டு முழுங்குன மாதிரி திணறினார்.

'என்ன சொன்ன... என்ன சொன்ன... எம்பேர்ல என்னப்பா இருக்கு. எம்மனசுல களங்கமில்ல. பால் போல இருக்கு. நிலாப் போல

வெளிச்சம் அடிக்கி. கோமணத்துணியை ஏத்திக் கட்டிக் கிட்டு நிக்காம்பாரு சமுசாரி. முகத்தில் அருள் இல்ல. சமுசாரி முதுகுல கல்வச்ச மாதிரி இருக்கு. மனசு ஒத்துக்கிரலை. என் திரேகம் நடுங்குது. எல்லாருமாச் சேந்து அவன் மேல பாரத்தை ஏத்திட்டிங்க. சாமிநாயக்கன் மனசு லொங்குது. சமுசாரியப் பொதிமாடா போட்டு வசக்கி அடிக்கிது நாடு. தாயோளி செம்பிரி ஆட்டுப் பெறவிநாடு. நாடு நாடு...! வாக்கு அனல் அடித்தது. சாமிநாயக்கர் உருண்டு உருண்டு சிரித்தார். இடிவிழுந்த மாதிரி தரை நடுங்கியது.'

வேகவேகமாய்க் கூட்டத்தைத் தள்ளிக்கொண்டு போனார். தெட்சிணாமூர்த்தித் தெரு வழியாகக் கப்பக்கால்களைச் சரித்து சரித்து நடந்து போய்க் கொண்டிருந்தார். பாதை மறித்தது. சாமிநாயக்கரின் கைத்தடி என்ன என்ன, என்று சத்தம் போட்டது. கைத்தடிச் சத்தம் நூறு நூறு கேள்விகளாய்ச் சிதறியது. தண்டவாளங்களில் வெயில் முறுகிக் கனகனக்க தண்டவாளங்களைத் தாண்டிப் போய்க் கொண்டிருந்தார் சாமிநாயக்கர்.